அதிகாரம்

அதிகாரம்

எஸ். அர்ஷியா

எதிர்
வெளியீடு

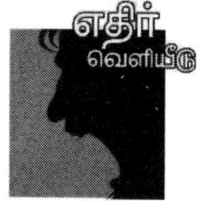

அதிகாரம்
எஸ். அர்ஷியா

முதல் பதிப்பு: ஜூன் 2016
எதிர் வெளியீடு
96, நியூ ஸ்கீம் ரோடு, பொள்ளாச்சி - 642 002.
தொலைபேசி: 04259 - 226012, 99425 11302.
வடிவமைப்பு: ரவிந்திரன் க.

விலை: ₹ 180

Athikaram
S. Arshiya

© S. Arshiya
First Edition: June 2016
Published by Ethir Veliyedu,
96, New Scheme Road. Pollachi - 642 002.
Phone: 04259 - 226012, 99425 11302.
Email: ethirveliyedu@gmail.com
www.ethirveliyedu.in
Back Wrapper Photo: Renga Karuvayan

Price: ₹ 180

All rights reserved. No part of this book may be reprinted or reproduced or utilised in any form or by any electronic, mechanical or other means, now known or hereafter invented, including photocoping and recording, or in any information storage or retrieval system, without permission in writing from the Publisher.

*அன்பின் இழைகளை கவிதையாய்
என்னுள் பின்னியிருக்கும்
பி.ஜி. சரவணன் நட்புக்கு...*

மனிதன், எப்போது தன்னைத்தானே விரும்பத் தொடங்குகிறானோ அப்போதே, அவனிடமிருந்து அன்பு, பாசம், பரிவு, நேசம், பச்சாதாபம், இணக்கம், இயைவு, உறவு உள்ளிட்டவை மெல்லமெல்ல விலகிக்கொள்கின்றன. எல்லாவற்றையும் ஒதுக்கித் தள்ளும் அவன், அதிகாரத்தை மட்டும் கையில் எடுத்துக்கொள்கிறான். ஒரு எல்லை வரைவுக்குள் மட்டுமே அதிகாரத்தை செயல்படுத்த முடியும் என்பதைத் தெரிந்தும், ஆபத்தான அதை விரிவுபடுத்த முனையும் அவன் பேராசை இலக்கற்றதாக இருக்கிறது. இதில் எந்தப்படிநிலையும் விலக்கல்ல. அதிகாரம் சுவைத்துப்பார்த்தவர்களுக்கு போதையானது. போதைக்காக எதையும் இழக்கத் தயாராக இருப்பார்கள்....

நீங்கள் பார்த்துக்கொண்டே கடந்துபோனதை, நான் எழுத்தாக்கி யிருக்கிறேன்.

மதுரை-17.   எஸ். அர்ஷியா
23.04.2016.
(உலக புத்தக தினம்)

எஸ். அர்ஷியா

எஸ். சையத் உசேன் பாஷா

மதுரையைச் சேர்ந்தவர். விவசாயம்சார் தொழிலைச் செய்பவர். மனைவி அமீர்பேகம். மகள் எஸ். அர்ஷியா.

இவரது நூல்கள்

சிறுகதைகள்

கபரஸ்தான் கதவு
மரணத்தில் மிதக்கும் சொற்கள்

நாவல்கள்

ஏழரைப்பங்காளி வகையறா
பொய்கைக்கரைப்பட்டி
அப்பாஸ்பாய் தோப்பு
கரும்பலகை

கட்டுரைகள்

சரித்திரப் பிழைகள்

மொழிபெயர்ப்புகள்

நிழலற்ற பெருவெளி
திப்பு சுல்தான்
பாலஸ்தீன்
பாலைவனப் பூ
மதுரை நாயக்கர்கள் வரலாறு

999 487 3456
s.arshiya12@gmail.com

1

நான்குவழிச் சாலைக்கு இணையாகக் கிளைபிரிந்து உள்ளுக்குள் ஓடியிருந்தது அச்சிறு நகரம். வயிறு உப்பிய 'செவ' பாம்பாய் மேற்குத் திசையில் கைகளை நீட்டி, அதலைக் கொடிபோல தென்வடலாகப் படர்ந்திருந்தது. நகரைத்தொடும் இருமுனைகளிலும் மாநில நெடுஞ்சாலைத் துறை எப்போதோ நட்டுவைத்த செவ்வக வடிவிலான சாலையோரப் பெயர்ப் பலகைகள். அவை, மஞ்சள் பின்னணியில் மேலூர் என்ற கருப்பு எழுத்துகளைக்கொண்டு, 'அடர்த்தியாகக் காற்று வீசினால் கீழே விழுந்துவிடும்' அபாயத்துடன் வளைந்து, தர்மத்துக்கு நின்றிருந்தன. பழமையும் பரபரப்புமான மதுரைக்கு வடக்குத் தொடுக்கான அந்நகரம், வானத்திலிருந்து பார்க்கும் வாய்ப்புள்ளவர்களுக்கு கிழக்கே முதுகைக் காட்டி ஒருக்களித்துப் படுத்திருக்கும் பிரம்மன் காட்சியாகத் தெரியலாம்.

மதுரைக்கும் திருச்சிக்கும் இடைப்பட்ட அத்துவானத் தார்வெளியில் தீராத அம்பறாவின் அம்புகளாய், 'எதையோ புடுங்குவதற்காக' அதனதன் வேகத்தில், புகை கக்கிச் சீறிப்பாய்ந்து செல்லும் வாகனங்கள். அவற்றைப் பின்னொட்டிய காற்று எழுப்பும் நுணுங்கியத் தூசிப்படலம். தூசிகடந்து வெகுநேரம்வரையிலும் ரீங்கரிக்கும் 'ம்ம்ம்' ஓசை.

தடங்களைப் பிரிக்கும் தடுப்புச்சுவர் பள்ளங்களில் பகலில் வெயில்தாங்கி இரவில் வாகனங்களின் தலைவிளக்கு ஒளி தடுக்கும் பூச்செடிகள். வாகனங்கள் ஈசிச்செல்லும் காற்றுக்கு ஈடாக, வெப்பக் கசடை உறிஞ்சியபடி தண்டுவலிக்க ஸ்வரம் தப்பி அசைந்தாடும் அவற்றின் நாட்டியம். தடுப்புச்சுவரைத் தாண்ட வந்து, பூச்செடிகளின் நிழலில் உட்கார்ந்து அசைபோடும் துணையற்ற கன்றுக்குட்டி. சேவைச்சாலை பிரியும் தார்வெளியின் மத்தியில், பூமியிலிருந்துக் கிளம்பும் ஏவுகணையாய் உயர்ந்திருக்கும் ஹைமாஸ் விளக்குக் கம்பம். தென்கிழக்கே விரைந்தோடும் அசுரபாதையில் சாலையோர முனிகோவில் முன்பு, 'சற்றுதூரத்தில் முனிகோவில் இருக்கிறது. கவனமாகச் செல்லவும்' என்று, கானல்நீருடன் அலையாடும் மிரட்டல் பலகை. தூரத்து அழகர் மலையின் மடிப்புக்குள்ளிருந்து வானம் ஏகும் அழகிய பாம்பாய் வெண்புகை நெளிநடனம். எல்லாமே அங்கே மௌனமாக நிகழ்ந்துகொண்டிருப்பதாகப்பட்டது.

உள்சாலையில், பின்மதியத் தேக்கம் கண்கூசச் செய்யும் கண்ணாடிக் குன்றாய் அசைவற்றுக் கிடந்தது. நகரம் முழுவதையும் ஒரு போர்வை சுவாரசியமின்றி மூடியிருந்தது. சோம்பலுக்குத் துணையாகக் கடும்வெப்பம் மஞ்சளாய் அழகர்மலைக் காற்றுடன் கலந்து வீசியது. தெற்கில் உள்நுழையும் சாலையின் வலப்புறம், 'இங்கே பார் வசதி உண்டு' என்ற அரசு குடிகடைப் பதாகையில் வரையப்பட்டிருந்த பாட்டில் சித்திரங்கள், மலரிதழ் பட்டாலும் வடுப்படும் அழகுடன் வசீகரமாக, பிரபஞ்சப் பெருவெளிக்குள் உலவ, அலகிலா பெருவரமாய் அழைப்புவிடுத்தபடியிருந்தன. குடிக்கு வெயில், மழை இல்லை. அழுக்கு முண்டாசுகளும் மினிஸ்டார் ஒயிட்களும் ஒருசேர இரும்புச் சல்லடையில் சதுரமாக வெட்டப்பட்ட கை நுழையும் சட்டக வெளியில் காகிதப் பணம் கொடுத்து கருமாந்திரத்தை வாங்கிக்கொண்டிருந்தார்கள்.

வடகிழக்கே போகும் பெரியாறு கால்வாயின் தேங்கிய நீரில் பழ, நெகிழி, காகிதக் குப்பைகளும் மருத்துவக் கழிவுகளும் நிறைந்து சதுப்புநிலக்காடாகி, அடர்நாற்றத்தை 'பரம்புமலைப் பாரி'க்கு நிகராக வாரிவழங்கியபடி குறுக்காய்க் கிடந்தது. கால் வாய்க்கரை மரமொன்றில் கரைந்தபடியிருந்த இரண்டு காகங்கள் ஒரே நேரத்தில் விமானம்போலத் தரையிறங்கி, குப்பையைக் கிளறி, அதிலிருந்த கறுப்புநிற நெகிழிப்பையைக் குறிவைத்து இறகுகளால் அடித்துக்கொண்டே பறந்தன. ஒரு காகத்தின் கூரிய அலகிலிருந்த பையைக் கவர்ந்துவிடும் முயற்சியில் மற்றொன்று

துரத்தியது. ஊருக்குள் வந்துசெல்லும் வெளியூர் பேருந்து ஒன்று, வெயில்தாங்காக் கிழவன்போல பெருமூச்சுடன் ஊர்ந்து கடந்தது. பேருந்து நிலையமும் எதிர்ப்புறமிருக்கும் கடைகளும் ஆளரவமின்றிக் கிடந்தன. தெருவோரக் கடைக்காரர்கள் தங்கள் பொருட்களை கித்தான், நெகிழி சாக்குப்பைகளால் மூடிவிட்டு, நிழலுக்கு ஒதுங்கியிருந்தார்கள். விடுமுறை நாளை ஒத்திருந்தது அவ்வேலைநாளின் பின்மதியப் பொழுது. வடக்கிலிருந்து அழைத்துவந்து, வழியில் எப்போதோ இறக்கிவிடப்பட்ட அழுக்கு இளம்பெண்ணொருத்தி, வெயில் பின்னணியில் கிழிந்த ஆடைகளுடன் எதையும் கண்டுகொள்ளாமல் ஒரு தேவதைபோல ஒயிலாக நடந்து, தனது இருப்பை ஓர் அலையடிப்பைப்போல நடத்திக்கொண்டிருந்தாள். அவளுக்குள்ளிருக்கும் கொந்தளிப்பை, பெருக்கெடுப்பை எவரும் உணர்ந்ததாகத் தெரியவில்லை. அந்தக் காட்சியைக்கண்ட ஒருசிலரும், ‘அதுவொன்றும் சிறப்பான அனுபவமல்ல. ஒரு சாதாரண நிகழ்வே’ என்பதாய் அனிச்சையாக, ரசித்தபடி போனார்கள். விவேகத்தின் நுனியைத் தீண்டாத இவ்வாழ்வின் தருணங்கள் முடிவிலா தற்செயல் விளையாட்டுகளால் ஆனவை. அவள் போய்க்கொண்டே இருந்தாள்.

காலையில் கிளம்பிப்போன இன்ஸ்பெக்டர் மணிமாறன் இன்னும் வரவில்லை. இன்ஸ்பெக்டர் என்பதற்கு ‘அய்யா’ என்பது மதிப்புக்குரிய பதவிச்சொல்லாக ஆக்கப்பட்டிருந்தது. மதியம் மணி மூணேமுக்கால் ஆகியிருந்தது. காலை பத்துமணிக்கு கூலி உயர்வுகேட்டு மில்கேட் முன்பு ஓர் ஆர்ப்பாட்டம். பதினோரு மணிக்கு சிவகங்கை முக்குரோட்டில் தூ.கு. கட்சியின் மாநிலச் செயலாளர் தூதை மாறர் கட்சி கொடியேற்றும் ஒரு நிகழ்ச்சி. இரண்டும் உச்சிப்பகல் பனிரெண்டு மணிக்கெல்லாம் முடிந்திருக்கும்.

தூ.கு. கட்சியின் மாநிலச் செயலாளர் தூதை மாறருக்கு வாய்க்கொஞ்சம் அகலம். அப்பா வைத்த பெயரின் கடைசி எழுத்தை நீக்கிவிட்டு, சுயமரியாதையாக ‘ர்’ என்று மாற்றியிருந்தார். யாரும் தன்னை ‘ன்’ விகுதியுடன் அழைத்துவிடக்கூடாது என்று விளக்கமும் சொல்லியிருந்தார். அவர் மட்டும், வந்த இடத்தில் ஏதாவது சொல்லிவைத்துவிட்டுப்போவது வாடிக்கையாக இருந்தது.

சென்ற இடமெல்லாம் அவர் பேசும் ‘சிறப்புச்’ செய்தியையடுத்து, அந்தப்பகுதியே பற்றி எரியும். தரப்புக்கு இரண்டு மூன்று கொலைகளில் போய் நிற்கும்.

கொடியேற்றும் நிகழ்ச்சிக்கு, அமைப்பாளர் தலைகீழாக நின்று தண்ணீர் குடித்த பின்புதான் 'அய்யா' அனுமதி கொடுத்திருந்தார். 'வர்ற ஆளு ஏதாச்சும் பேசிட்டுப் போனான்னு வெச்சுக்க. அவன விட்டுருவேன். மகனே, அப்பறம் ஒன்னிய சும்மாவிட மாட்டேன். ரவை பிதுங்கிரும்' என்ற மிரட்டலுடன்தான் காகிதத்தை அவன் கையில் கொடுத்தார்.

சம்பவம் ஏடாக்கூடமாகி யாரையும் அள்ளிக்கொண்டு இதுவரையில் வரவும் இல்லை. திருமண மண்டபங்களில் அடைத்து வைக்கவும் இல்லை. அப்படியானால் இரண்டு நிகழ்ச்சிகளும் சுபமாகத்தான் முடிந்திருக்க வேண்டும்.

'ஏன் தகவல் ஏதுமில்லை?' என்று ஸ்டேஷனிலிருக்கும் பாரா கான்ஸ்டபிளுக்கும் ரைட்டர் கோதண்டம் ஏட்டையாவுக்கும் தெரியவில்லை. மைக், 'கர்ர்ர்ர்ர்ர்புர்ர்ர்ர்ர்' சத்தத்துடன் சிறுவயதுக் குழந்தை தனக்குத்தானே பேசிக்கொள்வதுபோல செயல்பாட்டில்தான் இருந்தது. 'கண்ட்ரோல் டு ஒத்தக்கடை, கண்ட்ரோல் டு வாடிப்பட்டி, கண்ட்ரோல் டு சோழவந்தான், கண்ட்ரோல் டு திருமங்கலம்' என்றெல்லாம் இரைந்தது. அதற்கு, பதில் குரல்களும் இரைந்தன. ஆனால், 'கண்ட்ரோல் டு மேலூர்' என்ற அழைப்பு வரவில்லை. இப்போதெல்லாம் கண்ட்ரோல் ரூமிலிருந்து அழைத்துப்பேசினால் மட்டுமே, 'யெஸ்... மேலூர் ஆன்ஸரிங் டு கண்ட்ரோல் ரூம்' என்று பதில் சொல்வது வழக்கமாகியிருந்தது. 'அய்யா' வாகனத்தில் இருக்கும் மைக்கை அழைத்து விசாரிக்கலாம்தான். மைக்கை இயக்குவதற்கென்று ஸ்டேஷனில் தனி ஆள் இல்லை. அவர் இருந்தாலாவது, 'வேர் அபவுட்?' பற்றிக் கேட்கச் சொல்லலாம். செல்போனில் அழைத்துப் பேசினால், 'நாங்க எங்கே இருக்கோம்னு தெரிஞ்சுக்கிறது அவ்ளோ அவசியமா?' என்று 'அய்யா' கடுப்பாகத் திருப்பிக் கேட்கலாம். ஒருவேளை நல்ல மனநிலையில் இருந்தால், "இந்தா வந்துர்றேன்ய்யா" என்றும் சொல்லலாம். எல்லாம் மூடுதான்.

'அய்யா'வுடன் போனவர்களில் யாரேனும் ஒருவர், தள்ளிநின்றாவது செல்போனில் பேசலாம். ஆனாலும் அவர்கள், 'அய்யா'வை மீறி எதுவும் செய்ய இயலாது. செய்யவும் மாட்டார்கள். அதிகாரம் கீழிருப்பவர்களை மதிப்பதில்லை. தன்னதிகாரம் மதிக்க விடுவதில்லை. 'என்ன நடந்தது?' என்று 'அய்யா' அவராகத் தகவல் சொன்னால் தான் உண்டு. போன இடத்தில் மர நிழலிலோ அல்லது கடை வாசலிலோ சேர்போட்டு உட்கார்ந்திருக்கும் 'அய்யா'வின் வாயை உள்ளுக்குள் கசந்தும் வெளியில் மிரண்டும்

தூரத்தில் நின்று எல்லோரும் பார்த்துக் கொண்டிருப்பார்கள். இப்போதெல்லாம் முக்கியமானத் தகவல்கள் வயர்லெஸ் வழியாக வருவதைவிட, மேலதிகாரிகளின் செல்போன்களுக்கு நேரடியாகப் போய்விடுகின்றன. சம்பந்தப்பட்டவர்களையன்றி யாருக்கும் எதுவும் தெரிவதில்லை. தெரிவிப்பதில்லை. அது அதிகாரப் படிநிலையாகக் கைக்கொள்ளப்படுகின்றது. தகவல் தொழில்நுட்பம் கூடுதலாய் ரகசியங்களை வளர்த்துவிட்டிருக்கின்றது.

ஸ்டேஷனில் பாரா கான்ஸ்டபிளும் தலைமைக் காவலரில் பணிமூப்பு பெற்றிருந்த கோதண்டம் ஏட்டையாவும் மட்டுமே இருந்தார்கள். அங்கே கோதண்டம் ஏட்டையா பணிப்பதிவு எழுத்தருமாக இருந்தார். மைக்கில் அழைத்தால் மட்டும் பதில் சொல் லும் 'அதாரிட்டி'யாகவும் அவர் இருந்தார். ஒரு ஏட்டையாவும் இரண்டு கான்ஸ்டபிள்களும் 'அய்யா'வுக்கு வழங்கப்பட்டிருந்த 'காவல்' பொலிரோவில் உடன்போயிருந்தார்கள். 'அய்யா'வுக்கு இருபத்தேழு வருஷ காக்கிச்சட்டை அனுபவம். துறையின் பல்வேறு பிரிவுகளில் கொட்டையில் நூல் நூற்றவர். ஓய்வுக்கு இன்னும் எட்டு ஆண்டுகள் இருக்கின்றன. காவல்துறை உதவிக் கண்காணிப்பாளர் கனவு அவருக்குள் அவிந்த எரிமலையாய் உயிர்ப்புடன் இருந்தது. பெருநகரின் உதவி ஆணையர் கனவு கூடுதலாக மூச்சுவிட்டுக்கொண்டிருந்தது.

கிரைம் எஸ்.ஐ. பாண்டியன் இரண்டுமுறை ஸ்டேஷனுக்கு வந்துவந்து வெளியில் போய்விட்டார். எல் அண்டு ஓ எஸ். ஐ., சேதுபதி மருத்துவ விடுப்பில் போயிருக்கிறார். ஆஸ்பத்திரி டூட்டியையே கேட்டுவாங்கும் முத்து ஏட்டையாவும் ஓபி முடிந்த பின் அப்படியே வீட்டுக்குப் போயிருப்பார். பெண் எஸ்.ஐ. மல்லிகாவுக்கு இரண்டு பெண் கான்ஸ்டபிள்களுடன் வேத கோவில் திருவிழா பந்தோபஸ்த் பணி.

கிளாஸ் பொறுக்க வந்த டீக்கடைப் பையன் பாரா கான்ஸ்டபிளிடம், "ஆளே யாருமில்ல ஏட்டையா!" என்றுவிட்டுப் போனான். லாக்கப்பிலும் யாரும் இல்லை. ஆயுத அறை பூட்டப்பட்டு அதன் சாவி ரைட்டர் கோதண்டம் ஏட்டையா மேஜைக்குள் இருந்தது. எல்லா மெயின்டனன்ஸும் அவர்தான். ஏழெட்டுப் பத்து வருஷமாக அசையாமல் இருக்கிறார். தூக்கியடித்தால், மாற்றல் வாங்கிக்கொண்டு மூன்றாவதுநாள் காலையில் தான் தேய்த்த நாற்காலிக்கே மீண்டும் வந்துசேரும் அற்புத சக்தி அவரிடமிருந்தது. ஏட்டையாவாக இருந்து ஓ.எஸ்.ஸாக பதவி உயர்ந்து, ஐ.எஸ்க்குப் போய்விட்ட 'நெடுமரம்' கணேசன் அன்யூனிபார்மில் வந்து, 'என்ன...

யாரையுமே காணோம். எல்லாரும் சின்சியராயிட்டாங்களா?' என்று ரைட்டர் கோதண்டம் ஏட்டையாவின் வாயைப் பிடுங்கப் பார்த்தார். எந்த சிங்கத்தின் வாயிலும் தலையை நுழைத்து சேதாரமில்லாமல் வெளியில் வந்துவிடும் நுட்பம்தெரிந்த ரைட்டர் கோதண்டம் ஏட்டையா, 'என்னாது?' என்பதுபோல கண்ணாடியைத் தூக்கிவிட்டுப் பார்த்தார்.

சுற்றிலும் நூற்றுக்கும் அதிகமான சிறுசிறு கிராமங்களுக்கு தாய்கிராமம் இந்நகரமென்றாலும் தொடக்கத்திலிருந்தே பணியிடங்களை நிறைவுசெய்ய முடியவில்லை. பதற்றமான கிராமங்களைக்கொண்ட ஸ்டேஷனாக இருந்தும் 'தொக்கம்' விழுந்தபடியே இருந்தது. மாவட்டத்தின் மூத்த ஸ்டேஷன்களில் ஒன்றான அதன் சுவரில் எழுதப்பட்ட நிலைய விவரங்களில் பல தகவல்கள் நிரப்பப்படாமல் இடம்விடப்பட்டிருந்தன. அழுக்கு சிவப்பு நிறத்தில் அந்தக்கட்டிடம் எதையோ சொல்லிக் கொண்டிருந்தது.

புகார்கொடுக்க, நடந்தது என்னவென்று விசாரிக்க, 'திருட்டுப்போன மாடு கிடைச்சுரும்ல்ல' என்றுகேட்டு ஆசுவாசப்படுத்திக்கொள்ள, கோவில் திருவிழாவுக்குப் பாதுகாப்புக்கேட்டு வந்தவர்களையெல்லாம் பாரா கான்ஸ்டபிளே, 'தாக்காட்டி' திருப்பியனுப்பிக் கொண்டிருந்தார். அவரைத்தாண்டி உள்ளேசெல்பவர்களை அவர் கண்டுகொள்வதில்லை. 'இன்ஸ்பெக்ட்ரு எங்க சின்னய்யா மகன்... எஸ்.ஐ., எங்க பெரிய மாமனார் பேரன்' என்று கூசாமல் சொல்லிக்கொண்டே உள்ளே போவார்கள். அவர்களை ரைட்டர் கோதண்டம் ஏட்டையா, 'அத அய்யாதான் விசாரிக்கணும். சொல்லணும்.' என போக்குக் காட்டி திருப்பி அனுப்பிவைத்துவிடுவார். வந்தவர்களைப் பொறுத்தவரை, பாரா கான்ஸ்டபிளைக் காட்டிலும் ரைட்டர் பெரிய அதிகாரி.

ஸ்டேஷன் வாசலிலிருந்த வயதுமுதிர்ந்த, தூர் தடித்த வேப்ப மரம் உக்கிர வெயிலைத் தலையில் வாங்கிக்கொண்டு சோர்வாய் கிளைகளை அசைத்துக்கொண்டிருந்தது. இதேபோல ஸ்டேஷனுக்குப் பின்புறமும் ஒரு பெரிய வேப்ப மரம் இருக்கின் றது. எந்த புண்ணியவான் வைத்தது என்று தெரியவில்லை. அந்த வேப்பமரத்துக்கு பல நூறாயிரம் கதைகள் தெரியும். மரத்தடியில் அலறல் சத்தம் கேட்கும்போது, மேலே கூடுகட்டித் தங்கியிருக்கும் காகங்கள் 'ஆபத்து... ஆபத்து...' எனக்கரைந்தபடி நிலையற்றுப் பறந்து வட்டமடிக்கும். அதைக்கண்டு மற்ற பறவைகளும் அலறிப் பறக்கும்.

வாசலிலிருந்த வேப்பமரம் ஸ்டேஷனுக்கு வெளியே சிந்திய நிழலில் மதுரையிலிருந்துவந்த போலீஸ் வாகனம் ஒன்று, முன்அச்சு முறிந்து நின்றிருந்தது. வெள்ளை நிற வாகனமான அது இரண்டொருநாளில் தூசிபடிந்து, யானைநிறத்துக்கு மாறியிருந்தது. அதற்குப் பக்கத்தில் நிஜமாகவே ஒரு யானை நிழலுக்கு ஒதுங்கியிருந்தது. வாடகை யானையான அதை யாசகத்துக்கு பாகன் ஓட்டிக்கொண்டு போவதாக இருக்க வேண்டும். வெயில் தாங்காமல் ஒதுங்கியிருக்கலாம். உள்ளே விழும் மரநிழலில் ஒரு பெரியவரும் மூதாட்டியும் உட்கார்ந்திருந்தார்கள். காலையிலிருந்தே காத்துக்கொண்டிருப்பவர்களாக இருக்கவேண்டும். காத்துக்கொண்டிருந்த பெரியவரின் முகத்தில் சோகத்தின் நிழல் வரிவரியாய்ப் படிந்திருந்தது. மூதாட்டி ஏதோ ஆற்றாமையில் முனகிக்கொண்டிருந்தாள். இரண்டுபேரும் மத்தியானம் சோறு கீறு தின்றார்களா என்று தெரியவில்லை. அவர்கள் உட்கார்ந்திருந்த இடத்தில் கடலைத் தொலி சிதறிக்கிடந்தது. தூரத்தில் கொடை ஆரஞ்சுத் தொலி ஒன்றும் கிடந்தது. யார் தின்றது என்று தெரியவில்லை. 'எதற்காக உட்கார்ந்திருக்கிறார்கள்' என்று கேட்கவும் நாதியில்லை.

ஒரு ஆடு சம்பந்தமில்லாமல் ஸ்டேஷனையொட்டிய சுவரருகே உள்புறமாய்க் கட்டிக்கிடந்தது. அது கரும்பிக் கரும்பி மிச்சம் வைத்திருந்த அகத்திக் கட்டைகள் சுவரின் துளையில் கட்டப்பட்டிருந்த ஆறுபிரிசணலில் தொங்கிக்கிடந்தன. ஸ்டேஷனையொட்டிய நீதிமன்றத்திலும் அவ்வளவு நடமாட்டமில்லை.

அந்த வளாகத்தினுள்ளே ரைட்டர் டேபிளுக்கும் ஸ்டோர் ரூமுக்கும் இடையில் போடப்பட்டிருந்த மரபெஞ்சில் சங்கர நாதன் உட்கார்ந்திருந்தான். "அய்யா'தான் உமன் மிஸ்ஸிங் கேஸ் விசாரிக்கணும்" என்று ரைட்டர் சொல்லிவிட்டார். "இன்ஸ்பெட்ரு தான் இந்தக்கேஸ் பாப்பாரு!" கொட்டாம்பட்டி சுந்தரும் சொல்லியிருந்தான்.

கொட்டாம்பட்டி சுந்தருக்கு மாவட்டத்திலுள்ள அத்தனை ஸ்டேஷன்களும் அத்துப்படி. அவன் அப்பாவும் சித்தப்பாவும் இதே ஸ்டேஷனில் ஏட்டையாக்களாக இருந்தவர்கள். அண்ணன் இன்ஸ்பெக்டராக இருந்தார். அந்தவகையில் ஸ்டேஷனுடன் அவனுக்கு நெருங்கியத் தொடர்பு இருந்தது. ஸ்டேஷனுக்குப் புதிதாக வரும் அதிகாரிகளுக்கு வீடு பார்த்துக் கொடுப்பதிலிருந்து அவர்களின் தேவைகளை முடித்துக்கொடுக்கத் தெரிந்தவனாக இருந்தான். அதனால் ஸ்டேஷனில் அவனுக்கு தனித்த செல்வாக்கு

எஸ். அர்ஷியா

இருந்தது. "இன்ஸ்பெட்ரு வந்ததும் கம்ப்ளைண்ட் குடுப்பம்" என்றுசொல்லி சங்கர நாதனை உட்கார வைத்திருந்தான். அதனால் ரைட்டர் கோதண்டம் ஏட்டையா சங்கர நாதனை உள்ளே உட்கார அனுமதித்திருந்தார்.

சங்கர நாதன் பொண்டாட்டியை மூன்றுநாட்களாகக் காணவில்லை. புருஷன் பொண்டாட்டிக்குள் சண்டை, சச்சரவு எதுவுமில்லை. வேலைக்குப் போனவள் வீடு திரும்பவில்லை. வழக்கமாக, எட்டரை மணி பஸ்ஸுக்கே வந்துவிடுவாள். 'பஸ்ஸை தவறவிட்டிருப்பாள். தாமதமாக வருவாளாக்கும்' என்று தன்னை சமாதானப்படுத்தியிருந்தான். அவளிடம் செல்போன் இருந்தது. அந்த எண்ணுக்கு அடித்தபோது, 'நீங்கள் அழைக்கும் அழகிய எண், தற்போது ஸ்விட்ச் ஆஃப் செய்யப்பட்டுள்ளது' என்று முகமறியா இயந்திரக் குரலொன்று மிழற்றியது.

மரவேலை செய்வது அவனுக்குத் தொழில். மூத்த தாத்தா தச்சுக்கலைஞர். மீனாட்சியம்மன் கோவில் பெரிய தேர் சீரமைப்புப் பணியில் அவரது பங்கு பெரியது. பார்த்தவர்கள் வியந்துபோவார்கள். தேரை பார்த்த பிலிப்பைன்ஸ் நாட்டு ஜனாதிபதி, அந்நாட்டில் தன்வீட்டு மர, சிற்ப வேலைகளுக்கு தாத்தாவை அழைத்துக்கொண்டு போய்விட்டார். மரம்பார்த்து செய்துவைத்த கதவுகளும் சன்னல்களும் மாடிப்படி கைப் பிடியும் இன்னும் பிலிப்பைன்ஸ் நாட்டு ஜனாதிபதி வீட்டில் இருக்கின்றன. தாத்தாவின் தொழில் எச்சம் அவனிடமும் இருந்தது. வீட்டிலிருக்கும் மரத்திலான ஆளுயர பெண் சிற்பம் அவன் மனைவியின் வடிவமைப்பைக் கொண்டிருப்பதாகச் சொல்வார்கள். அதைக் கடக்கும்போதெல்லாம் அதன் கன்னத்தை வருடிவிடுவான். கட்டிடங்களுக்கு கதவு, சன்னல் ஒப்பந்த வேலைகள் எடுத்துச் செய்துவந்தான். காசுப் புழக்கம் இருந்தது. ரசிக்கத் தோன்றும்வகையில் மிழற்றிய செல்போன் குரலை ரசிக்க முடியாதவனாக ஆகியிருந்தவனுக்குள், நேரமாக ஆக பதற்றம் தொற்றியது. அடிவயிற்றுச் சுரப்பிகள் கள்ளழகருக்கு தண்ணீர் பீய்ச்சுவதுபோல உள்ளுக்குள் திரவங்கள் சுரந்தன. அவனையறியாமல் பின்புறமாகக் காற்று பிரிந்தது. என்ன செய்வதென்று தெரியவில்லை. தடுமாறினான். வீடு வெற்று மண்டபமாக ஆகிக்கொண்டிருந்தது.

சூல் அறிந்த அவனைப் பெற்றவள், "ஏன்டா... என்னாச்சு? எங்கே ஒம்பொண்டாட்டிய இன்னமுங் காங்கல?" என்று கேட்டுவைத்தாள். வீட்டுக்குப் பெரியவள். அவள் கேட்டது

சாதாரண கேள்விதான். ஆனால் கேள்வியில் மலை நட்டுவாக்கலி கொட்டிய வலியிருந்தது. உடம்பு 'வெடுக்'கென்று நடுங்கியது.

பதிலேதும் பேசாமல் அங்கிருந்து நகன்று, வெளியில் வந்தான். அவள் வேலைசெய்யும் ஆயத்த ஆடைகள் தயாரிக்கும் கம்பெனியை செல்போனில் அழைத்துக்கேட்டான். 'டே ஷிஃப்ட்' ஆட்கள் எல்லோரும் நேரத்துக்கே புறப்பட்டுப் போய்விட்டதாகச் சொன்னார்கள். 'டே ஷிஃப்ட் ஆட்கள் யாரும் நைட் ஷிஃப்ட் கன்டின்யூ பண்ணல' என்று கூடுதல்தகவலும் சொன்னார்கள். அவள் நைட் ஷிஃப்ட் டூட்டி ஒத்துக்கொள்பவளில்லை.

மனைவி மீது அவனுக்குப் பாசம் அதிகம். அக்கா மகள். கம்பெனி ஆட்கள் சொன்ன பதில், அவன் வயிற்றுக்குள் உயரத்திலிருந்து ஒரு பாறை உருளும் அதிர்வைக் கொண்டுவந்தது. 'எல்லாம் சரியாத்தான் இருக்கு' என்று நம்பியிருந்தவன், தன்னைச்சுற்றி வெற்றிடம் உண்டாகியிருப்பதை முதல்முறையாக உணர்ந்தான். ஆரம்பத்திலிருந்தே அவள் அவனுடன் ஒட்டாமல்தான் இருந்தாள். ஆனால் சண்டை, சச்சரவு எதுவும் வந்ததில்லை. இயந்திர கதியில் 'எல்லாமே' நடந்துவந்தது. மல்லாந்து கிடப்பாள். ஓர் அதிர்வு, ஒரு முனகல் எதுவுமிருக்காது. எந்நேரத்து அழைப்புக்கும் மறுப்பு இருக்காது. ஒருவழிப்பாதை. பெருவசதியென்று எதுவுமில்லாதபோதும் உறவு விட்டுப்போகாமலிருக்க அழுத்திச் செய்யப்பட்ட திருமணம். ஆறு வருஷம் ஆகியிருந்தது. ஐந்து வயதில் ஒரு பெண் குழந்தை இருந்தது.

'பெண்களின் மன ஆழம் புரிந்துகொண்டவர்கள் யாருமில்லை' என்று மந்தையில் பெருசுகள் சிரித்துச் சிரித்துப் பேசியதை, சங்கர நாதன் பல தடவை கேட்டிருக்கின்றான். அதனால் இயந்திர கதியை அவன் இயல்பென்று கருதியிருந்தான். தோற்ற களைப்பு இப்போது அவனைக் குன்றச்செய்தது.

புலிப்பாறைப்பட்டி கடைசிப் பேருந்து இரவு பத்து நாற்பதுக்கு வந்து, அங்கேயே 'ஹால்ட்' ஆகிவிடும். மறுநாள் காலையில் ஐந்து மணிக்கெல்லாம் கிளம்பி சுற்றுவட்டாரத்துக் கிராமங்களுக்குள் புகுந்து, காய்கறி மூடைகளை ஏற்றிக்கொண்டு மதுரை உழவர் சந்தைகளுக்குப் போகும். அந்த பஸ் வந்துநிற்கும் ஊர்ப்பொட்டலுக்கு குழந்தை ரஞ்சனியுடன் போய் நின்றிருந்தான்.

கடைசி ஆள் இறங்கிய பின்பும் ஏதோ நம்பிக்கையில் பஸ்ஸுக்குள் ஏறிப்பார்த்தான். டிரைவர் பஸ்ஸின் உள்விளக்குகளை

அணைத்துவிட்டிருந்தார். இருட்டில் பஸ் காலியாகக் கிடந்தது. வழக்கமாக வரும் கண்டக்டர்தான். பயணிகளை அவருக்குத் தெரியும். அவரிடம் கேட்டான். 'இன்னிக்கு பஸ்ல ஏறலையே!' என்றுவிட்டார். சங்கர நாதனின் பதற்றம் நடுக்கமாக மாறி, கொதிக்கும் சோத்துப் பானை மூடிபோல கைகால்கள் அதிர்ந்தாடத் தொடங்கின. ரஞ்சனி, 'அம்மாஆஆஆ' என்று கரைய ஆரம்பித்தாள்.

'எம்பொண்டாட்டிய காங்கல. பாத்தீங்களா என்று இந்தநேரத்தில் எங்கே போய்த் தேடுவது? எங்கே போயிருப்பாள்? சாலையைக் கடக்கும்போது வாகனம் ஏதாவது தட்டிவிட்டுப் போயிருக்குமோ? வழியில் ஏதாவது ஆகியிருக்குமோ?' அவனுள்ளிருந்த நடுக்கம் தவிப்பானது. ரஞ்சனியின் கரைச்சலும் அதிகமானது.

'செல்போன் சுட்ச் ஆஃப் ஆயிருக்கே!' தனக்குத்தானே பேசியபடி குழப்பிப்போய் தளர்நடையுடன் வீடு திரும்பினான். அவனைக் கண்டதும் படுத்துக்கிடந்த அவனைப் பெற்றவள் எழுந்து உட்கார்ந்தாள். விரித்துப் படுத்திருந்த சேலைத் தலைப்பை உதறி, வாகாக மேலே போட்டுக்கொண்டாள். "எங்கடா ஒம்பொண்டாட்டி?"

"இந்த பஸ்ல வர்லம்மா!"

அந்த பதில் அவளை என்னவோ செய்தது. அவன் யோசிக்காத பல கோணங்களை அவள் யோசித்தாள். "என்னடா... வர்லங்க்ற?" பிலாக்கணத்தை ஆரம்பித்தாள்.

குழந்தையைத் தூங்கவைக்க, வாசலில்கிடந்தக் கட்டிலில் படுக்கவைத்து, முதுகில் தட்டிக்கொடுத்தான். "அம்மாப்பா!" குழந்தை அவன் முகம்பார்த்து விசும்பியது.

"வந்துட்டுருப்பாம்மா. நீ தூங்கு!"

"ஆமா, வர கூப்டுறா!" கிழவி எதையோ யூகித்திருந்தாள். முந்தானையை உதறித் தோளில் போட்டுக்கொண்டு, "பொசகட்டபய!" என்ற வார்த்தையை இருட்டில் வீசினாள். ஒரு ஆணை அடித்துப்போட இந்த ஒரு வார்த்தைப் போதும். பெற்றவள் வீசிய வார்த்தையில் மகன் நிலையழிந்து நின்றநொடியில், நெளிந்தோடும் சாக்கடையை ஓரெட்டில் தாண்டி, இருட்டில் வடக்கே தலைக்குமேல் கைகூப்பி, 'புலிப்பட்டி கருப்பா, நீ காவல் காக்குற எடத்துல துக்கம் வந்துறக் கூடாது. பொங்க வைக்கிறேன்

சாமி!' என்றபடி ஒரு சாரைப்பாம்புபோல 'விசுவிசு'வென்று நடந்தாள்.

வீடு நோக்கிவரும் நிழலைக் கண்டு பண்ணைக்காரர் பழனிராசு தோட்டத்து நாய் குரைத்தபடி ஓடிவந்தது. நாட்டு நாயென்றாலும் வளர்ந்து உயரமாக இருந்தது. ஒட்டிய வயிறு. நாலுபேரை எதிர்த்துநிற்கும் திராணி அதற்கிருந்தது. பண்ணைக்காட்டின் எல்லை அதற்குத் தெரிந்திருந்தது. யாரும் உள்ளே நுழைந்துவிட முடியாது. பழனிராசு குடும்பம் பெரிய தலைக்கட்டு. நிலபுலம் நிறைய இருந்தது. அந்தக்குடும்பத்து ஆதரவு, கிழவிவீட்டு ஆட்களுக்கு நெடுங்காலமாகத் தொடர்ந்து இருந்தது. எதுவொன்றென்றாலும் அங்கே கேட்டுச்செய்யும் வழக்கமும் தொடர்ந்தபடியிருந்தது.

வீட்டை கிழவி நெருங்க நெருங்க, அவளை எதிர்கொண்ட நாய், 'அட... நம்ம ஆளு' என்று குரைப்பதை நிறுத்தியது. இப்போது வாசற்கதவருகே போய்க் குரைத்தது. கால்களால் கதவைப் பிராண்டியது. வந்திருப்பது குடும்பத்துக்குத் தெரிந்த ஆட்கள் என்பதற்கான சமிக்சை அது. கதவைத் திறந்து பண்ணைக்காரர் பழனிராசுவின் மூத்த மகன் வெளியில் வந்தான். நாய் குரைப்பதை நிறுத்திவிட்டு ஓரமாகப்போய் படுத்துக்கொண்டது. குண்டுபல்பு சமீபமாகத்தான் சி அண்ட் எஃப் — க்கு மாறியிருந்தது. வாசலில் பால்போலக் கிடந்த வெளிச்சத்தில் வந்துநிற்கும் கிழவியைப் பார்த்து, "என்னாத்தா... இந்தநேரத்துல வந்துருக்க?" என்று கேட்டான்.

"சங்கரு பொண்டாட்டி இன்னும் வீடு திரும்பலப்பா. எங்கேடானு கேட்டா தெரிலீங்கிறான்பா. அதான் என்ன செய்றதுனு கேட்டுப்போலாம்னு வந்தேன்."

அவன் இந்தக்காலத்துப் பையனாக இருந்தான். நகரத்தில் தங்கிப்படித்தவன். "அட... வேலைக்குப்போன எடத்துல தாமசம் ஆயிருக்கும்த்தா. ஒடனே நீ போட்டுக் கொழப்பிக்கிட்டுருக்க. போ... போய்த்தூங்கு. இந்நேரம் வந்துருப்பா. இல்லாட்டி காலைல வந்துருவா. கூப்பாடுபோட்டு ஊர உசுப்பி, வீட்டுப்பேர கெடுத்துக்காத. வரலனா காலைல பாப்பம். என்னா?"

தலைக்கட்டு பெருகியக் குடும்பம். அங்கிருந்து வரும் வார்த்தையை உத்தரவுபோல எண்ணினாள். நசிந்த குரலில், "ஆகட்டும்பா!" என்றவள், கள்ளந்திரி வடக்கிலிருந்து லட்சுமிபுரத்துக்குப் பிரிந்து ஓடி, கிடாரிப்பட்டியில் நுழைந்து புரண்டு, புலிப்பட்

டியை தூரமாய்த் தொட்டு கவட்டையம்பட்டிக்குப் போகும் தண்ணீரில்லாத பெரியாறு கால்வாய்க் கரைவழியே போனாள். கவட்டையம்பட்டி பெரிய சதுரக்கிணறு இளம்பெண்களுக்கு தற்கொலை செய்துகொள்ளும் பாசறையாக இருந்தது. கிணற்றிடம் பாகுபாடெல்லாம் இருக்கவில்லை. குதித்தவர்களில் யாரும் உயிருடன் மீண்டதில்லை என்ற பெருமையும் அந்தக்கிணற்றுக்கு இருந்தது. பழைய கிணறு. கால்வாய் கட்டுவதற்கு முன்பு ஊருக்கும் பயிர் நிலங்களுக்கும் தண்ணீர் கொடுத்தக் கிணறு. இப்போது உபயோகத்தில் இல்லாவிட்டாலும் கோடையிலும் நீர் நிறைந்தே இருந்தது. கிணற்றின் மேற்குக்கரையில் நின்று பார்வையைப் போட்டாள். அசைவற்று அமைதியாக இருந்த கிணற்று நீரில் வானத்து நட்சத்திரம் ஒன்று பதிந்திருந்தது. கிழவிக்குத் தெரிந்தே எண்ணிக்கையில் ஐம்பதுக்கும்மேலான பெண்கள் அந்தக்கிணற்றில் பாய்ந்திருக்கிறார்கள். ஒருபக்கம் மகள் வயிற்றுப் பேத்தி. மறுபக்கம் மருமகள். 'சாமி, புலிப்பட்டி கருப்பா... துக்கம் எதுவும் வந்துறக் கூடாது!' வாய்விட்டு முணுமுணுத்தாள். மனதுக்குள் எதையோ நினைத்துக்கொண்டு, முந்தானைத் தலைப்பில் சிறு முடிச்சொன்றைப் போட்டுக்கொண்டாள். மறுபடியும் தலைக்குமேல் கையைத் தூக்கி வேண்டிக்கொண்டு திரும்பி நடந்தாள். பழனிராசு மகன் சொன்னதுபோல, 'இந்நேரம் வீடு திரும்பியிருப்பாள்' என்று நம்பினாள். நொண்டிச்சாமி மலைமேலிருக்கும் பொம்மைத் தலை கற்பாறை வானத்து வெளிச்சத்தில் துணுக்காய்த் தெரிந்தது. போகும்போது இருந்த வேகம் இப்போது இல்லை. தளர்வாக நடந்தாள்.

குழந்தை தூங்கியிருந்தது. சங்கர நாதன் தெருவில் இறங்கிநின்று தூரமாகப் பார்த்தான். யாரேனும் அவளை அழைத்துவந்து விட்டுவிட்டுப் போவார்கள் என்று நம்பினான். இருட்டுக்குக் கண்கள் பழகியபோதும் நிழல்சித்திரங்கள் எதுவும் தெருவில் அசையவில்லை. தெரு அடங்கியிருந்தது. சங்கர நாதனின் சாதி சனம் பெரிய எண்ணிக்கையில் இந்த ஊரில் இல்லை. ஏழெட்டுப் பத்துக்குடிகள்தான் இருந்தன. அக்குடிகளின் ஆண்கள் வெளியூர் வேலைக்குப் போயிருந்தார்கள். மாதத்துக்கு நான்கு நாள், ஒரு வாரம் என்று வருகை தந்துவிட்டுப் போகின்றவர்களாக இருந்தார்கள்.

தெருவில் நிற்கும் மகனைப் பார்த்ததும் கிழவிக்குள் ஆற்றாமை பொங்கியது. மருமகள், மகள் வயிற்றுப் பேத்தி என்பதை மறந்துபோனாள். "தெருல நிப்பாட்டிட்டால்ல!" என்றபடி

திண்ணையில் உட்கார்ந்தாள். “எங்கேனு போய்த் தேடுறது?” விடியும் வரை அவளும் தூங்கவில்லை. இரவுநேரப் பண்பலைபோல பல கதைகள் பேசினாள். ஊரெங்கும் நடந்த கதைகள் அவள் பேச்சில் இருந்தன. நடக்கும் கதைகளும் இருந்தன. அலைமோதும் வேறுவேறு எண்ணங்களுடன் போராடிக்கொண்டிருந்த மகனையும் அவள் தூங்கவிடவில்லை. குழந்தை மட்டும் தூங்கிக்கொண்டிருந்தது.

விடிவதற்கு முன்னமே கிழவி, மறுபடியும் பண்ணைக்காரர் பழனிராசு வீட்டுக்குக் கிளம்பினாள். ‘ராத்திரி முழுசுக்கும் ஒரு பொம்பள வீட்டுக்கு வரலைன்னா என்னா அர்த்தம்?’ ஊர்வாய் பேசுவதற்கு முன்பு, அவள் எங்கே என்று கண்டுபிடித்துக் கூட்டிவந்து விடவேண்டும் என்ற ஆவலாதி அவளுக்குள் இருந்தது. பூச்செடிகளுக்கு தண்ணீர் விட்டுக்கொண்டிருந்த பழனிராசுவின் கால்களில் போய்விழுந்தாள். “ரெண்டாம் ஆளுக்குத் தெரியாம தேடிப்புடிச்சுறணும்ய்யா!” என்றாள்.

“பெரிய தம்பி சொன்னான். கத்திப் பேசாத!” என்றார். அவள் அடங்கிப்போனாள். ஊர்த்தலைவராக இருந்த பெரியப்புக்கு மட்டும் ஆளனுப்பினார்.

சங்கர நாதன் ‘வெள்ளனமே’, அவள் வேலைசெய்யும் கம்பெனிக்குப் புறப்பட்டான். மனசு என்னென்னவோ சொல்லத் தொடங்கியது. வழியெங்குமிருக்கும் கிணறுகளை சந்தேகமாய் எட்டிப்பார்த்தான். கிழவி, ராத்திரியில் போய்ப் பார்த்துவிட்டு வந்திருந்த கவட்டையம்பட்டி பெரிய சதுரக்கிணத்துக்கும்போய் ஒரு எட்டு பார்த்தான். அப்படியான முடிவுக்குப் போகின்றவள் இல்லை. வாய் மூடி இருந்தாலும் மனதுக்குள் தைரியசாலி, அவள்.

முத்துக்கிருஷ்ணன் டீக்கடையில் தினத்தந்தி பேப்பரின் அத்தனைப் பக்கங்களையும் ஒன்றுக்கு இரண்டுமுறை புரட்டினான். காத்தான் கடையில் தினகரன் பேப்பரை ஆராய்ந்தான். நல்லவேளை... அதில் படமோ, செய்தியோ இருக்கவில்லை. அப்படி ஏதாவது ஆகியிருந்தால் இந்நேரம் ஏதாவது ஒருவகையில் போலீசிடமிருந்தோ அல்லது யாராவது ஒருவர் வழியாகவோ செய்தி வந்தடைந்திருக்கும் என்று சொல்லிக்கொண்டான். திரும்பி வீட்டுக்குவரும்போது, “எனியத்தேடி கம்பெனிக்குப் போனியாமே!” என்று, எதிர்கொண்டு கேட்டபடி நிற்பாள் எனும் நம்பிக்கை அவனுக்கும் இருந்தது.

வந்துநின்ற பேருந்தில் ஏறி மேலூருக்குப் போய், அங்கிருந்து மாட்டுத்தாவணி வழியாக பெரியார் நிலையம் போகும் பேருந்துக்கு மாறி, அவள் வேலைசெய்யும் கம்பெனிக்குப் போனான். அவளுடன் வேலைசெய்யும் பெண்களிடம் விசாரித்தான். எல்லோரும் ஒரே மாதிரியாகத்தான் சொன்னார்கள். வேலை முடியும்வரை அங்கே இருந்திருக்கிறாள். பேருந்து ஏறும் நிறுத்தத்துக்கு நடந்தும் போயிருக்கிறாள். அங்கே அவளுடன் பேசியதாக ஒருபெண் அடித்துச்சொன்னாள். பழவண்டிக்காரன், "ஏன்ட பழம் வாங்குச்சே!" என்றான். "அம்மா வீட்டுக்குப் போயிருப்பாண்ணே!" என்றாள் ஒருத்தி.

அம்மா மீது அவளுக்கு 'சடவு' இருந்தது. நீண்ட சடவு அது. கல்யாணத்துக்கு முன்பே அந்த சடவு தொடங்கியிருந்தது. அதனால் அங்கே போயிருக்க மாட்டாள் என்று நம்பினான். ஆனாலும் போய்ப் பார்த்தான். தெருவிலும் வீட்டிலும் புழக்கடையிலும் அவன் பார்வை அலைந்தது.

வீட்டுக்கு வராத தம்பி, வந்துநிற்பதைக் கண்டதும் அக்காக்காரி திணறிப்போனாள். "அய்யா... வாய்யா!" என்றாள். விளக்கிக்கொண்டிருந்த பாத்திரங்களைப் போட்டுவிட்டு துள்ளியெழுந்தாள். "என்னய்யா... பவளமும் புள்ளையும் வரலியாய்யா?" பார்வையைத் தூரப்போட்டாள். அவனுக்குப் பின்னால் வெறிச்சோடிய தெரு கிடந்தது.

அவன் காட்டிய அமைதி, அவளை சந்தேகப்பட வைத்தது. "தம்பி, என்னய்யா ஆச்சு? ஏன் ஒருமாதிரியா இருக்க? ஆத்தாக்கு ஏதுமா?" மரக்கட்டையை இழைப்புளி கொண்டு இழைப்பதுபோல, 'சரக்... சரக்'கென்று கேள்விகளை சிராயவிட்டாள்.

"பவளத்தை காங்கலக்கா!"

"காங்கலியா? அய்யோஓஓஓஓ!" அவள்போட்ட ஓலத்தில் அந்த வீட்டின் முன்பு சென்னகரம்பட்டி கூடிவிட்டதை அவனால் தடுக்க முடியவில்லை. எல்லோர் முகத்திலும் கவலை இருந்தது. அதுவரையில் அமைதியாகயிருந்த அக்கா புருஷன், "என்னய்யா சொல்ற?" என்று பதறினார்.

"ஆமா மாமா..."

அவர் இடிந்துபோனார். ஊரிலும் உறவுக்காரர்கள் வீட்டிலும், அவளது தோழிகள் வீட்டிலும் தேடிப்பார்க்கச் சொல்லி, ஆளாளுக்கு

சொன்ன யோசனைகள் அழகர்மலை உயரத்துக்குக் குவிந்தன. எப்படித் தேட வேண்டும் என்ற நுட்பங்கள் விலையில்லாமல் வந்து விழுந்தன. சிலர் தங்கள் பேச்சு எடுபட வேண்டுமென்று ஓங்கிய குரலிலும் அழுத்தியும் சொன்னது, எப்போதும் படுக்கையில் கிடந்தபடியிருக்கும் சுந்தரராஜ பெருமாளின் தூக்கத்தையே கலைப்பதாக இருந்தது. சிலர் சொன்னதையே திரும்பத் திரும்பச் சொன்னார்கள்.

பவளத்தைத் தேடுவதற்கு அவனுக்கு முன்னால் ஊர் நின்றது. சென்னகரம் பட்டியைப்போலவே புலிப்பாறைப்பட்டியிலும் ஊர் திரண்டுவிட்டது. "பவளம் காணாமப் போய்ட்டாளாமே! பொம்பளப்புள்ளை வெவகாரம்ய்யா. போலீஸ்ல சொல்லிரு வோம்!"

காதும்காதும் வைத்ததுபோலத் தேடிப்பிடித்துவிடலாம் என்று நினைத்திருந்தவன், ஊர் முன்னால் குறுகி நின்றிருந்தான். "வா... இப்பவே டேசனுக்குப் போலாம்!"

"இல்ல, நாம் பாத்துக்குறேன்." இரண்டாவது நாள் மறுபடியும் அவள் வேலை செய்த கம்பெனி, போகும் இடம், பழகும், பேசும் தோழிகள் என்று விசாரிக்கவும் தேடுவதிலுமே ஓடிப்போனது. மூன்றாவது நாள் விடிந்ததும் கொட்டாம்பட்டி சுந்தரைப் போய்ப் பார்த்தான். மேலூர் 'ஏசு பள்ளிக்கொடத்தில்' ஒன்றாகப் படித்தவன். அவன்தான், "வா... டேசனுக்குப் போவோம்!" என்று அழைத்து வந்திருந்தான்.

ஐஎஸ் எஸ்ஐ, 'நெடுமரம்' கணேசன், மர பெஞ்சில் உட்கார்ந்திருந்த சங்கர நாதனிடம், "என்னா கேசு?" என்று கேட்டார்.

சொல்ல அவனுக்கு வாய் வரவில்லை. தடுமாறினான். "என்னாது, பொண்டாட்டியக் காணாமா?" தலையை மேலும்கீழுமாக அசைத்தான்.

"சூப்பர்!" இளக்காரமாகச் சிரித்துக்கொண்டு அவர் வெளியில் போனார்.

எஸ். அர்ஷியா

2

ஐந்தரை மணிவாக்கில் திரும்பிவந்த கொட்டாம்பட்டி சுந்தர், இலவுகாத்தக் கிளிபோல வாசலைப் பார்த்துக்கொண்டிருந்த சங்கர நாதனை வெளியே அழைத்தான். பகல்முழுவதும் ஸ்டேஷனுக்கு வரமுடியாமல் 'அய்யா' ஊர்ச்சுற்றியக் கதையை பொதுக்குறிப்பில் எழுதுவதுபோலச் சொன்னான்.

கொடியேற்றிவைத்துக் காரசாரமாகப் பேசிய தூதை மாறர், கிளம்பிப்போன கொஞ்ச நேரத்தில், புழுதிபட்டி விலக்கு — துவரங்குறிச்சி இடையிலான நாற்கரச் சாலையில் கார் மீது லாரி மோதி, காரிலிருந்த அத்தனைபேரும் சம்பவ இடத்திலேயே பலியாகிப் போனதாக மாவட்டக் காவல் கட்டுப்பாட்டு அறைக்குத் தகவல் வந்தது. 'மைக்கில் சொன்னால் பரபரப்பாகிவிடும்' என்று கட்டுப்பாட்டு அலுவலர், மேலூர் இன்ஸ்பெக்டருக்கு செல்போனில் தகவல் தந்து, உடனடியாக சம்பவ இடத்துக்குப் போகச் சொல்லி உத்தரவானது.

அதனால் உடனிருந்தவர்களுக்கும் தகவல் சொல்லாமல் டிரைவரிடம், "அப்டியே ஓட்டு!" என்று திசைமட்டும் காட்டினார், 'அய்யா'. ஆனால் நேரமாக ஆக, கடுப்பாகிப் போனார். '…க வந்தமா… பேசிட்டுப் போனமானு இல்லாம, ஊரெல்லாம்

வாயாலேயே கொளுத்துனாய்ங்கள்ல. இப்ப என்னாச்சு?' இன்னபிற வார்த்தைகளோடு டாஷ்போர்டில் ஆத்திரமாகக் குத்தினார். காரசாரமாகத் திட்டினார். சம்பவம் நடந்ததாகத் தகவல் சொல்லப்பட்ட இடத்துக்குப் போனபோது, அங்கே அப்படியேதும் நடந்ததற்கான அடையாளம் துரும்பளவும் இருக்கவில்லை. அதற்குமேல் அவரால் ரகசியம் பேண முடியவில்லை. கீழே இறங்கி சுற்றுப்பத்தில் விசாரித்தார். அப்போதுதான் உடன் இருந்தவர்களுக்கே விஷயம் தெரிந்தது.

ஆனால் விசாரித்த இடத்தில், 'எவனாச்சும் சாகணும்னே அலைவாய்ங்கபோல' என்று பின்னிருந்து ஒரு குரல் நசிந்து, காற்றில் கலந்தது. அதைக்கேட்டு 'அய்யா' ஒரு நொடி துணுக்குற்றார். ஆனாலும் தனது எல்லையற்ற இடத்தில் அந்த வார்த்தைகளைக் கேட்காததுபோல நகர்ந்து, விராலிமலை டோல்கேட் வரை தேடிப்பார்த்தார். எதுவும் தட்டுப்படவில்லை.

மூன்றுமணி நேரத்துக்கு முன்னமே தூதை மாறரின் கார், கட்டணம் செலுத்தாமல் டோல்கேட்டைக் கடந்துபோனத் தகவல் உறுதிப்பட்டது. அதை காவல் கண்காணிப்பாளர் அலுவலக அறிவுக்குக் கொண்டுபோனபோது மணி மூன்று.

'எவனோ திட்டம்போட்டு, சுத்துல விட்டுருக்கான். அப்டி சுத்துலவிட்டது யாராருக்கும்?' என்று ஒருவர் முகத்தை ஒருவர் பார்த்துக்கொண்டார்கள். 'அய்யா'வைப் பார்த்து உள்ளுக்குள் நமுட்டாகவும் சிரித்துக்கொண்டார்கள்.

எல்லோருக்கும் பசி கிள்ளியது. "அய்யா... சாப்ட்டுருவோமே! எனக்கு சுகர்ய்யா!" கடுப்பின் உச்சத்திலிருந்த 'அய்யா' அதையும் காதில் போட்டுக்கொள்ளாமல் கை முஷ்டியை இறுக்கினார். "...த்தா. எவனோ நம்மள சுத்துல விட்டுட்டான்..."

"இப்பல்லாம் சம்பந்தப்பட்டவங்களே இப்டி பொறளியக் கௌப்பிவிட்டு பேர் வாங்குறாய்ங்கய்யா!"

"அப்டீங்கற? இருக்கும். அந்தக்கோணத்துலயும் விசாரிப்பம். சரி, விராலிமலை வரைக்கும் வந்துட்டம். அப்டியே சண்முகநாதரை தருசிச்சுட்டுப் போயிறலாம்."

"அய்யா... இப்ப நடை சாத்தியிருக்கும். நாலரைக்கு மேலதான் தெறப்பாங்க!"

“அப்டியா?... நம்மள சுத்துலவிட்டதுக்கு சண்முகநாதன பாடியாகணுமே!...” என்றவர்,

“பூணவேயின்னமொரு மார்க்கங்கேளு
புகழான புலஸ்தியனே சொல்வேன்பாரு
தோணவே விராலியென்ற மலைதானுண்டு
தொல்லுலகில் சித்தர்முனி குடியிருப்பு
காணவே விராலியென்ற மலையிலப்பா
கண்காணா சுனையுண்டு வுதகமுண்டு
நாணவே வெகுகோடி காலமப்பா
நாதாக்கள் வாசமது செய்வார்பாரே.
பாரேதான் விராலிமலை யுச்சியப்பா
பாங்கான கணேசரென்ற கோவிலுண்டு
நேரேதான் வடக்குமுந் தன்னிலப்பா
நிலையான கல்லாலை மரமுமுண்டு
சீரேதா னோட்டை மண்டபந்தானப்பா
சிறப்புடனே புலியிறங்கும் வாய்க்கால்தான்
கூரேதா னாயக்கால் மண்டபத்தில்
குறிப்பான கர்நெல்லியிருக்குதானே.”

பக்தி ரசம் சொட்டச் சொட்ட அகத்தியர் பாட்டை வாய்விட்டுப் பாடி, “சண்முகநாதா, இந்தச்சுத்து சுத்தவெச்சுட்டியே” என்று மலையைப் பார்த்துக் கன்னத்தில் போட்டுக் கொண்டார். ஒரு மயில் மலையிலிருந்து பறந்து கீழிறங்கியது.

‘நெற்றியில் விபூதிகூட பூசாத அவருக்குள் இப்படியொரு பக்தியா?’ என்று மற்றவர்கள் மிரண்டுபோனார்கள். பாடிமுடித்த பின்புதான், “சரி, வாங்க... சாப்டப் போலாம்” என்றார். எல்லோருக்கும் உயிர் வந்தது.

சாப்பிட்டபின், அங்கிருந்துக் கிளம்பி மேலூர் வந்துசேர்ந்த ‘அய்யா’, அலைச்சலில் களைத்துப்போனவர்களை அவரவர் வீட்டில் பெரியமனதுடன் இறக்கிவிட்டு, தானும் இறங்கிக்கொண்டு டிரைவரை ஏழுமணிக்கு வரச்சொல்லியிருக்கிறாராம். வழியில் டிரைவரை சந்தித்து கொட்டாம்பட்டி சுந்தர் தகவலைக் கறந்திருந்தான்.

சங்கர நாதன் எதையும் கேட்கும் மனநிலையில் இல்லை. அவன் உணர்வும் நினைப்பும் வீடு திரும்பாத மனைவியைப் பற்றியே இருந்தது. முழுதாக மூன்றுநாட்கள் ஓடியிருந்தன. வீடும் மனமும் வெற்றிடமாகியிருந்தன. எங்கே இருக்கிறாள். என்ன ஆனாள் என்பது குறித்து இதுவரை ஒரு துப்பும் இல்லை. "என்னாயிருக்கும் சுந்தர்?"

அதற்கு நேரடியாக பதில் சொல்லாத கொட்டாம்பட்டி சுந்தர், "காத்திருந்தது காத்திருந்தாச்சு. இன்ஸ்பெக்ட்ரு வந்ததும் பாத்துட்டே போயிறலாம் சங்கரு. போலீஸ் கண்டுபிடிச்சுருவாங்க" என்று நம்பிக்கையாகச் சொன்னான்.

வெயில் வடிந்த மாலைநேரத்து உள்சாலை உயிர்பெறத் தொடங்கியிருந்தது. போலீஸ் ஸ்டேஷன் வாசல் சுவருக்கு வடக்கேயும் தெற்கேயும் தள்ளுவண்டிக் கடைகள் தங்கள் அன்றாடத்தை இயந்திரத்தனத்துடன் விரிக்க ஆரம்பித்தன. வேலைமுடிந்து வீடு திரும்புகின்ற கூட்டம் பேருந்து நிலையத்திலும் எதிரிலும் மெல்ல மெல்ல அதிகரித்தது. வளாகத்திலிருந்த நீதிமன்றத்தின் கதவு இழுத்து மூடப்பட்டது. தனது இரு சக்கர வாகனத்தை உசுப்பிய நீதிமன்றப் பதிவு அலுவலரின் உதவியாளர், அன்றைய நிகழ்வுகளையும் வருமானத்தையும் நேர்படுத்திப் பார்த்தார். ஏழை விவசாயி ஒருவரின் வழக்கு பைசலாகியிருந்தது. அவரிடம் உத்தரவின் நகல்களைக் கொடுப்பதற்கு ஒரு பைசாவும் வாங்காதது, புண்ணியக் கணக்கில் சேர்ந்திருந்தது. மற்றதெல்லாம் வாய்தா கேஸ்கள். அடிதடி வழக்கொன்றின் ஜாமீன் நகலுக்கு வாங்கியக் காசும் சாக்கடைத் தகராறு அரிவாள் வெட்டு வழக்கை இன்று எடுக்காமலிருக்க நம்பரைத் தள்ளிப்போட வாங்கியக் காசும் வருமானக் கணக்கில் சேர்ந்திருந்தது. மொத்தத்தில் அவருக்கு சுமாரான வருவாய் நாளாக ஆகியிருந்தது. வளாகத்தைத் தாண்டும்போது, நீதிமன்றத்தின் முகப்பை, 'காசுகொடுக்கும் கடவுளே' என்று மானசீகமாய் மனதுக்குள் வணங்கியபடி ஒருமுறை பார்த்துக்கொண்டே போனார்.

ஏழெட்டுப் பத்துபேர் போலீஸ் ஸ்டேஷன் வளாகத்துக்குள் 'அய்யா'க்களின் வருகைக்காகவும் தயவுக்காகவும் காத்திருந்தார்கள். காலையிலிருந்து காத்துக்கிடக்கும் முதியவரும் மூதாட்டியும் அந்த இடத்திலேயே இருந்தார்கள். பாஸ்போர்ட் வெரிபிகேஷனுக்கு மகளும் தந்தையுமாக இரண்டுபேர் வந்திருந்தார்கள். அவர்களிடம் 'வெரிபிகேஷன் சார்ஜ்' வாங்கியிருந்த கான்ஸ்டபிள் பாலமுருகன்

அவர்களைக்காட்டி ‘அய்யா’விடம் கையெழுத்து வாங்க தயாராகியிருந்தான்.

‘காத்தாலையே போல்ஸ் டேசனுக்குப் போனான்யா... இன்னும் ஆளங்காங்கல. இப்பல்லாம் புகார் குடுக்குறவனையே போட்டுத் தள்ளிர்றாய்ங்க. வா... போய்ப்பாத்துட்டு வந்துறலாம்.’ ஆளாளுக்கு புலிப்பட்டியிலிருந்தும் சென்னகரம் பட்டியிலிருந்தும் வந்துசேர்ந்தக் கூட்டம் சாயங்காலத்துக்குமேல் கணிசமாக இருந்தது. அவர்களுடன் சங்கர நாதன், ‘எதுவும் நடக்கல’ என்பதைப் பேசிக்கொண்டிருந்தான். பண்ணைக்காரர் பழனிராசு மதுரைக்குப் போய்விட்டு திரும்பும்போது, ‘கச்சேரி’க்கு வருவதாகச் சொல்லியிருந்தார்.

ரைட்டர் கோதண்டம் ஏட்டையா பணிப்பதிவுகளை எழுதிக்கொண்டிருந்தார். பொதுக்குறிப்பு புத்தகம் அவர் முன்னே விரிந்துகிடந்தது. நகர ரோந்தில் முதல்கட்டம் முடித்தவர்கள் ஸ்டேஷனுக்குத் திரும்பி, அவரிடம் தங்கள் நாட்குறிப்புப் புத்தகத்தை ஒப்பம்பெறக் கொடுத்தனர். அவர், ஒரு காவலரின் ஓ. ஆர். நோட்டில் சிறுதண்டனைக் குறிப்பு எழுதி, ‘அய்யா’வின் மேஜைக்குக் கடத்திக்கொண்டிருந்தார். “முத்துச்சாமி சிக்கிட்டானாக்கும்?”

சிறுதண்டனைகளை எஸ்.ஐ.,களே அளிக்கலாம். ஆனாலும் ‘அய்யா’வின் மேஜைக்கு அந்தக்குறிப்பு போனது. “இன்ஸ்க்கு அவனப் பிடிக்கல. அவருதான் எழுதச் சொன்னாரு!”

நிலைய அதிகாரியான ‘அய்யா’வின் வருகையையொட்டி சற்றே பரபரப்பானது. பாரா கான்ஸ்டபிள் புள்ளிவிரைப்பிற்கு மாறினார். கிரைம் எஸ். ஐ., பாண்டியன் ஒரு ஏட்டையாவின் பணிக்குறிப்பைப் பார்த்தபடி, “கால்வாய் ரோடு பிரைவேட் ஆஸ்பத்திரி பின்னால நடந்த பர்குலரி கேஸ் சஸ்பெக்ட்ஸ் டாக்ஸி ஸ்டாண்ட் பக்கம்தான் திரிறதா இன்பார்மர் சொல்றான். அந்தப்பக்கமும் ஒரு கண்ணு வைக்கணும்” என்றார்.

தனது அனுபவமே வயதாக இருக்கும் கிரைம் எஸ். ஐ., பாண்டியன் சொல்வதை சுருதி சுத்தமாக, ஏட்டையா கேட்டுக்கொண்டார். “ஆகட்டுங்கய்யா!”

பெண் எஸ்.ஐ., மல்லிகா, பந்தோபஸ்த் பணியின்போது பிரச்சனைகள் எதுவும் நடைபெறவில்லை என்றும் எல்லாம் சுமூகமாக இருந்தது என்றும் எழுதி, ‘அய்யா’வின் பார்வைக்காக,

தனது குறிப்பேட்டை அந்த மேஜைக்குக் கடத்தினாள்.

பாரா கான்ஸ்டபிளின் கம்பீர சல்யூட்டைப் பெற்றுக்கொண்ட 'அய்யா', வேறு எவரையும் கண்டுகொள்ளாமல், தனது அறைக்குப்போய் இருக்கையில் அமர்ந்தார். பணியிலிருந்த இரண்டு எஸ்.ஐ.,களும் அவர் அறைக்குச் சென்று வணக்கம் வைத்தார்கள். தனக்குக் கீழ் பணிபுரிபவர்களுக்குக் கொஞ்சம் மரியாதைக் கொடுப்பவர்தான், அவர். "இன்னிக்கு டூட்டில புரோகிரஸ், ஏதாவது டிஸ்டர்பன்ஸ் இருந்துச்சா?" மேஜை மீதிருந்த பணிக்குறிப்பைப் பார்த்தபடி கேட்டார்.

"நோ சார்!" என்றார்கள், இருவரும் ஒருகுரலில்.

"அப்ப கன்டின்யூ பண்ணுங்க. சரி, அந்த டௌரி கேஸ் என்னாச்சு?"

"காம்ப்ரமைஸ் பண்ணிவிட்டாச்சே, சார்!"

"ஆமா, வந்து சொல்லிட்டுத்தான் போனாங்க. ஓகே!"

பாஸ்போர்ட் வெரிபிகேஷன் பார்ட்டிகளை கான்ஸ்டபிள் பாலமுருகன் உள்ளே அழைத்துவந்தான். மேலும் கீழுமாகப் பார்த்துவிட்டு கையெழுத்துப் போட்டார்.

அறைவாசலில் கொட்டாம்பட்டி சுந்தர் தலையை நீட்டி எட்டிப்பார்த்ததை கவனித்தார். சைகையால் அவனை உள்ளே வரச்சொன்னார். வளாகத்தில் காத்திருந்தவர்கள் தங்கள் வேலை முடிந்தும் முடியாமலும் ஒவ்வொருவராகக் கச்சேரியிலிருந்துக் கிளம்பிக்கொண்டிருந்தார்கள்.

"என்னண்ணே... பகல் முழுசும் ஒங்களப் பாக்க முடியல." எதுவும் தெரியாததுபோலக் கேட்டான், கொட்டாம்பட்டி சுந்தர். அவனுக்கு எல்லோருமே அண்ணன்தான். மிக நெருக்கமான உறவுபோல வார்த்தைகளை வெளிப்படுத்துவான். அது காரியங்களை செய்துகொள்வதற்கு ஏதுவாக இருந்தது.

அவர் தலையைச் சிலுப்பிக்கொண்டார். முகத்தில் படர்ந்த சிரிப்பு எதில் சேர்த்தி என்று அவருக்கே புரிபடவில்லை. பகல்முழுவதும் வெட்டியாகச் சுற்றியதை எண்ணும்போது உடம்பு லேசாக உதறியது. தொப்பியைக் கழற்றி மேஜை மீது வைத்துவிட்டு, ஆசுவாசமாய் பின்னந்தலையின் வியர்வையைக் கைக்குட்டையால்

துடைத்தார். “அது சுந்தர்...” என்று தொடங்கினார்.

அவர் கதைசொல்லத் தொடங்கினால், ஒருசுற்று சுற்றிவர ஒண்ணரை மணிநேரம் ஆக்கிவிடுவார் என்றும் அவனுக்குத் தெரியும். அதுதான் தருணம் என இடைமறித்து, “அண்ணே, ஒரு உமன் மிஸ்ஸிங் கேஸ்ணே” என்றான்.

“என்னாது?” உண்மையில், சில நிமிடங்களே நீளும் ஞாபகப் படங்களின் துணுக்கைப்போல ‘சட்’டென்று நிமிர்ந்து உட்கார்ந்தார். தான் சொல்ல வந்ததை விட்டுவிட்டார். “என்ன சொல்ற சுந்தர்?” அவர் பேச்சில் ஓர் அவசரம் இருந்தது. “வயசு என்ன?” நீலமான அலைகள் தளும்பும் நீரைப்போல ஆனார்.

“ஆமாண்ணே... எங்கூட ஒண்ணா படிச்சவன். இந்தாதான் வெளில நிக்கிறான். சங்கர நாதன்னு பேரு. அவனோட ஒய்ப்ணே. வயசு இருபத்துநாலு. வேலைக்குப் போனது வீடு திரும்பல. அதுவும் நல்ல புள்ளைணே. மூணுநாளாச்சு. ஒரு இடம்விடாம தேடியாச்சு. வேலைக்குப் போய்ட்டு வீடு திரும்ப, பஸ் ஸ்டாப்புக்கெல்லாம் வந்துருக்கு. அதுக்கப்பறம்தான் எதுவும் தெரில!”

“என்னப்பா... இவ்ள சாதாரணமா சொல்ற? அந்தப்புள்ள போற இடம் வர்ற இடம் சொந்தக்காரங்க வீடுனு தேடிப்பாத்தாச்சா? கூப்டு அவன!”

வெளியேயிருந்த அவனை கொட்டாம்பட்டி சுந்தர் அழைத்தான். ‘அய்யா’ அவனை ஏறயிறங்கப் பார்த்தார். நாளெல்லாம் கவலையில் மூழ்கி, புறஉலகமே இல்லாமல் இருந்துகொண்டிருக்கும் அஃறிணையாகக் குலைந்துபோயிருந்தான். அழுக்கான பேண்ட், சட்டை பரிதாபமாக்கியிருந்தது. ‘என்னவானதோ?’ என்ற பயத்திலும் ‘இனி என்ன நடக்குமோ?’ என்ற பரிதவிப்பிலும் சரியாக சாப்பிடாத கிறக்கத்திலும் நூலாகியிருந்தான். கைகட்டி நிற்பதில் பௌவியம் இருந்தது. கண்களில் நீர் மையமிட்டிருந்தது.

“ரொம்ப நல்லவன்ணே. இவனோட அக்கா பொண்ணுதான், அது. அஞ்சுவயசுல பொம்பளப் புள்ளை இருக்கு. சண்டை சச்சரவெல்லாம் எதுவுமில்லேணே! காலைல சந்தோஷமா சிரிச்சுக்கிட்டுதான் வேலைக்குப் போச்சாம்.”

“அப்பறம் ஏன்யா அது காணாமப் போகுது?” சங்கர நாதனைப் பார்த்தார்.

“தெரிலீங்க சார்!” கல்லடிபட்டு ஒழுகும் பானைபோல உடைந்து அழுதான்.

“அழாதடா... அண்ணேன்டா இவரு. கேக்குறதுக்கு பதில் சொல்லு. கண்டுபுடிச்சிருவாரு.” அவனிடம் சொல்லிவிட்டு ‘அய்யா’ பக்கமாகத் திரும்பினான். “சுத்துபத்து கிணறு, குளம், மலைலயெல்லாம் தேடிட்டோம்ணே...”

“ஓ... எங்க வேலைய நீங்களே செஞ்சுட்டீங்க!...”

“அப்டியெல்லாம் இல்லேணே!”

“அந்தப்புள்ள பேரு என்னய்யா?”

தணிந்த குரலில் சங்கர நாதன், “பவளம்” என்றான்.

“வேற ஏதாச்சும் பிரச்னையா? உண்மையச் சொல்லீரு. நாமளே பாத்துக்கலாம். பின்ன ஏதாச்சும்னா பின்னீருவேன்!”

“அய்யோ...” பதறிப்போனான். “அப்டியெல்லாம் எதுவும் இல்ல சார். ஒருநாளும் கோபப்பட்டதுகூட இல்ல சார்!”

அவனையே சில நிமிடங்கள் கூர்ந்து பார்த்தார். ஏட்டையாவை அழைத்து, “மூணு டீ சொல்லுங்க!” என்றார். இருக்கையில் துருத்திக்கொண்டிருந்த டர்க்கி துண்டை நீவி சரிசெய்துவிட்டு, சாய்ந்து உட்கார்ந்தார். “எப்ப கல்யாணம் ஆச்சு?”

“ஆறு வருஷம் ஆகுது, சார்!”

“ஆறு வருஷந்தான் ஆகுதா? ம்... போட்டோ கொண்டாந் துருக்கியா?”

தபால் அட்டையைவிடக் கொஞ்சம் பெரிதான போட்டோவை சட்டைப்பையிலிருந்து எடுத்துத்தந்தான். வாங்கி, அதை முன்னும்பின்னுமாகப் பார்த்தார். மேலூரிலிருக்கும் போட்டோ ஸ்டூடியோ ஒன்றின் விலாசம், வட்டமாய் நாலுகிராம் தங்கக்காசுபோல பின்னால் முத்திரைக் குத்தப்பட்டிருந்தது. அப்படியே அவனை ஏறிட்டார். அவர் முகத்தில் லேசாகப் புன்னகை அரும்பியது. அது இளக்கார வகைமையைச் சேர்ந்ததாக இருக்கவேண்டும். போட்டோவிலிருந்த பவளத்தின் சித்திரம் ஒரு முன்னணி நடிகையை நினைவூட்டியது. சமீபத்தில் எடுக்கப்பட்ட படமாகத் தெரிந்தது. போட்டோ ஷாப் டச் ஏதுமற்று, சுத்தம் செய்யப்பட்ட

கோதுமை நிறத்தில் பளிச்சென்று முகம் இருந்தது. சீப்பால் ஒழுங்குசெய்ததையும் மீறி, முண்டிக்கொண்டு காற்றில் அலைவதாக ஒரு முடிக்கற்றை தெரிந்தது. மையமாய்த் தொடங்கிய வகிடு சற்றே இடப்புறமாகச் சரிந்து கீழிறங்கியது. சின்ன அழகான நெற்றி. மன்மதனிடமிருந்து இரவல்பெற்ற திருத்தப்படாத அழகானப் புருவங்கள். மேல் இமையின் மயிர்கள் மேல்நோக்கி நிமிர்ந்திருப்பது துல்லியத்துடன் தெரிந்தன. கண்கள் சமுத்திர ரகசியங்களைக்கொண்டு சிரித்தபடியிருந்தன. உதட்டில் ஆழம்காணமுடியாத அழைப்பு ஒருசேர இருந்தது. மூக்கின் இடதுபுறத்தில் கடுகளவில் மூக்குத்தி. துருக்கிப்பெண்களின் இறுமாப்புச் சாயல் முகத்தின்மேல் லேசாக ஒரு கொசுபோல அமர்ந்திருந்தது. இடதுகன்னத்தில் அத்தி விதையளவு மச்சம் திருஷ்டிப்பொட்டாக இயற்கையிலேயே பொதிந்திருந்தது. ஒற்றையாகவும் இல்லாமல் இரட்டையாகவும் இல்லாமல் நிலவுபோல வளைந்திருந்த நாசி, 'வா... வந்து கொஞ் சிவிட்டுப் போ!' என்றது. தோளில்கிடந்த சேலை முந்தானையின் மடிப்பு சீராக இருந்தது. சிரமப்படாமல் சிரித்தவளாக இருந்தாள். அது அவள் இயல்பாக இருக்க வேண்டும். படம் நெஞ்சுவரை இருந்தது. நேரில் நல்ல உயரமாக இருப்பாள் என்று 'அய்யா' கணித்துக்கொண்டார்.

"அக்கா பொண்ணா?" போட்டோவிலிருந்து பார்வையை அகற்றாமல் கேட்டார். நூறாயிரம் அர்த்தத்தைக் கொண்டிருந்தது, அந்தக்கேள்வி.

"ஆமாண்ணே!"

டீக்கடைப் பையன் மூன்று பேப்பர் கப்களை ஒரு எவர்சில்வர் தட்டில் வைத்துக் கொண்டுவந்தான். விளிம்புவரை டீ தளும்பியிருந்தது.

"எடுத்துக்க."

"இல்ல சார்... வேணாம்."

"அண்ணே சொல்றாருல்ல. எடுத்துக்க சங்கரு!"

"நீயும் எடுத்துக்க சுந்தர்!"

"சரிங்கணே!"

தனக்கு ஒரு பேப்பர் கப்பை எடுத்து, லேசாக உதடு ஈரம்பட

உறிஞ்சிய ‘அய்யா’, “சரி சுந்தரு... வேற என்ன விஷயம்?” என்றுவிட்டு, சங்கர நாதனை ஓரக்கண்ணால் பார்த்தார். பரிதாபமாக பேப்பர் கப்பை கையில் வைத்துக்கொண்டு நின்றிருந்தான்.

உதிரியாக எழுந்த நினைவுகளை ஒன்றையொன்று கோர்த்து வடிவம் கொடுத்தார். அவனிடம் அதற்குமேல் விஷயம் இல்லை என்பதை அவரது அனுபவ அறிவு கண்டுபிடித்திருந்தது.

“நம்ம ஸ்டேஷன்ல ஒரு லேடி எஸ்.ஐ., ஜாய்ன் பண்ண வர்றாங்களாமேணே!”

“எப்டிய்யா... போலீஸவிட நீ பாஸ்ட்டா இருக்க? போலீஸ் ரத்தம். ம்!”

“காலைல எஸ்பி ஆபிஸ்க்கு முருகேசன் அண்ணனப் பாக்கப் போயிருந்தேன். அவருதான் மேலூருக்கு லேடி எஸ்.ஐ., வர்றதா சொன்னாரு. பேர்கூட திவ்யான்னாரு!”

“அதெல்லாம் நல்லா தெரிஞ்சுவெச்சுக்க!”

“எல்லாம் ஒரு ஆர்வம்தான்ணே!”

டீ குடித்துமுடித்த பேப்பர் கப்பை மேஜை மீது வைத்தார். “உமன் மிஸ்ஸிங் தொரட்டு புடிச்ச கேஸாச்சே, சுந்தர்!” என்று சொன்னவர், யோசனையில் ஆழ்ந்தவர்போலத் தெரிந்தார். “நாலஞ்சு செக்‌ஷன்ல வருமே. எல்லாமே காம்பிளிகேடட் செக்‌ஷன்ஸ். நல்லா தேடிட்டியா?”

“ஆமாணே... ஒரு எடம்விடாம தேடியாச்சுணே. கச்சிராயன்பட்டி கோடாங்கிட்ட குறி கேக்கக்கூட ஊர்ல முடிவாயிருக்குணே!”

அதைக்கேட்டு ‘அய்யா’ லயித்துச் சிரித்தார். உடம்பு லேசாகக் குலுங்கியது. “ஸ்டேஷன்லயே யாகம் செய்றப்ப, ஊர்க்காரய்ங்க குறி கேக்குறதுல என்ன தப்புருக்கு சுந்தர். அதுலயும் இந்த ஊர்க்காரய்ங்களுக்கு கோடாங்கி, குறி கேக்குறதுல ரொம்ப ஆர்வமும் இருக்கு. நல்லா கேக்கட்டும். நீ இந்த ஏரியாக்காரன்தானே? முனி கோவிலுக்கு முன்னால ஒரு போர்டு வெச்சுருக்காய்ங்க, பாத்தியா... முனிகோவில் கவனமாகச் செல்லவும்னு” என்றுவிட்டு மறுபடியும் மோவாயைத் தடவினார்.

“ஆமாண்ணே. பாத்துருக்கேன். ஆனா யோசிச்சதில்ல!”

"ம்... உமன் மிஸ்ஸிங் கேஸ் தொரட்டு புடிச்ச கேஸாச்சே!" பேசிய கொஞ்ச நேரத்தில் இரண்டாவது முறையாகச் சொன்னார். "சரி... கம்ப்ளைண்ட எழுதிக்குடு. சிஎஸ்ஆர் போட்டா... அத ரவுண்ட் பண்ணனும். அதுனால, சும்மா பார்மலா வெச்சுக்கு வோம். இன்னும் நல்லா தேடட்டும். நாமளும் விசாரிப்பம். அதுக்கப்பறம் சிஎஸ்ஆர் போட்டு, எப்ஐஆரா... வேணாமா...னு டிசைட் பண்ணுவம்."

"நீங்க சொல்றபடி செய்வோம்ணே. இவன் நல்ல பயணே. அந்தப்புள்ளையும் நல்ல புள்ளைணே!"

"நீ சொல்றேய்ல. அப்றமென்ன? சரி... அந்தப்புள்ள என்ன படிச்சிருக்கு?"

"மேலூர் கேர்ள்ஸ்ல பிளஸ் டூ ணே. நல்லா படிக்கும். ஆயிரத்தி நூத்திப் பதினேழு மார்க்கு. மாலைமலர்ல, தினமலர்ல படம்லாம் வந்துச்சுணே. காலேஜுக்குப் போவேன்னு நின்னுச்சு. இவன் அக்கா அனுப்பல. போதும்னு நிப்பாட்டிட்டாய்ங்க. கவிதையெல்லாம் நல்லா எழுதும். தினமலர் வாரமலர் பின்னட்டைல கவிதை எழுதி ஆயிரம் ரூவாயோ என்னமோ பரிசு வாங்குச்சு. நீங்க கேக்குறது புரியுது. படிக்கிறப்ப அப்டி எதுவும் இல்லேணே. எனக்கு நல்லா தெரியும்!"

"இந்த ஊர்க்காரய்ங்க ஒண்ணுனா ஒம்பது ஆக்கிருவாய்ங்க. இதுவரைக்கும் எதுவும் வரலைனா, நல்ல பொண்ணாத்தான் இருக்கணும். சரி... வேலைக்குப் போன எடத்துல நல்லா விசாரிச்சியா?"

"அங்கனயும் அப்டியேதும் தெரிலேணே!"

"சரி" என்றவர், ரைட்டர் கோதண்டம் ஏட்டையாவை அழைத்தார். "கம்ப்ளைண்ட் வாங்கிக்குங்க. அப்பறம் மத்தத பாப்பம். ஒம்பேரென்ன... ஆங். சங்கரு. இன்னும் நல்லா விசாரி. பொம்பள காணாமப் போறது சாதாரண விஷயமில்ல. ஏதாச்சும் இருக்கும்."

'அய்யா' அப்படிச் சொன்னதும் சங்கர நாதன் உடைந்து அழுதான். "சரிங்க சார்." முகம்பொத்திக் கொண்டான். "பொம்பளப் புள்ளை இருக்குங்க, சார்!"

கொட்டாம்பட்டி சுந்தர்தான் ஏட்டையா கொடுத்த வெள்ளைத்

தாளில் புகார் மனுவை எழுதினான். சங்கர நாதனிடம் கையெழுத்து வாங்கி, ஏட்டையாவிடம் கொடுத்தான். வாங்கிய அவர், அதை ஏறிட்டுக்கூட பார்க்கவில்லை. "சரிங்கணே... காலைல வர்றோம்ணே. ஏதும் தகவல் இருந்தா நைட்ல டிஸ்டர்ப் பண்ணுவேன்" என்று உரிமையாக 'அய்யா'விடம் சொன்னான். சங்கர நாதன் அவரைக் கையெடுத்துக் கும்பிட்டான்.

"ஒருநிமிஷம் சுந்தர்" என்ற 'அய்யா', "நீ வெளியே இரு" என்று சங்கர நாதனை அனுப்பினார். அவன் போனதும், "அவ்ள அழகானப் பொண்ணு காணாமப் போகுதுனா பின்னால ஏதோ இருக்கணும் சுந்தர். நீ வேற கவிதை கிவிதைங்க்ற! கூடவேலை செய்ற பொண்ணுங்க, அங்கன இங்கனனு நல்லா விசாரிக்கச் சொல்லு. அழகு மட்டும் இல்ல. இது க்ளவரானப் பொண்ணாவும் தெரியுது."

"அண்ணே?"

'அய்யா'வின் அறைக்கு வலப்பக்கத்தில் இருந்த, அறையில் யாரோ உரத்துப் பேசும் சத்தமும் அதற்கு கிரைம் எஸ்.ஐ., பாண்டியன் மறுத்துப் பேசும் சத்தமும் கேட்டது. அது அசாதாரணமாக இருந்தது. "கோதண்டம்... என்னா சத்தம்?"

"அய்யா... சமூகசேவகி தாரா முருகேசன் வந்துருக்குங்கய்யா. சாக்கடை அடைப்ப எடுக்க ஒரு ஆள, மேன்ஹோல்ல இறங்கி வேலைசெய்யச் சொன்ன சிஆர்பி கம்பெனிமேல நடவடிக்கை எடுக்கச்சொல்லி சத்தம் போடுதுங்கய்யா!"

சிஆர்பி கம்பெனி, கிரானைட் கற்களை வெட்டியெடுத்து விற்பனை செய்வதில் முதன்மை நிறுவனமாக இயங்கிக்கொண்டிருந்தது. அப்பகுதியின் வளர்ச்சியில் பெரும் பங்கு வகிப்பதாக செல்வாக்கும் காட்டிக்கொண்டிருந்தது. போலீஸ் ஸ்டேஷனின் டியூப் லைட்டுகள், ஃபேன்கள், மேஜை நாற்காலிகள் எல்லாமே அந்த நிறுவனத்தின் உபயமாக வந்ததுதான். போலீஸ் ஸ்டேஷனில் வேலை செய்பவர்கள் அரசாங்கத்திடம் வாங்கும் சம்பளத்தின் அளவைக்காட்டிலும் அங்கும் சம்பளம் வாங்கிக்கொண்டிருந்தார்கள். "சிஆர்பி கம்பெனி மேலயா? கூப்புடு அந்தம்மாவ!"

எஸ்.ஐ., பாண்டியன்தான் முதலில் வந்தார். அவர் கையில் சமூகசேவகி தாரா முருகேசன் எழுதிக்கொண்டுவந்த புகார் மனு இருந்தது.

"என்ன பிரச்சனை பாண்டியன்?"

எஸ்.ஐ., பாண்டியன் விரைப்பாகி பின்பு தளர்ந்தார். "சார், இத எந்த செக்ஷன்ல போடுறதுன்னே தெரியல சார்? சொன்னா, இந்தம்மா புரிஞ்சுக்க மாட்டேங்க்றாங்க! என்னென்னமோ பேசுறாங்க!"

தாரா முருகேசனுக்கு முப்பது வயதுக்குள் இருக்கும். அலைச்சலில் கறுத்த முகமாக இருந்தது. அலைபாயும் கண்களுடன் துறுதுறுப்பாக இருந்தாள். தவறுசெய்பவர்களை விடமாட்டேன் என்ற தெளிவும் இருந்தது. போலீஸ் ஸ்டேஷனில் எல்லோருக்கும் அவளை நன்றாகத் தெரிந்திருந்தது. பெண்ணுரிமைக்கானப் போராட்டம், வரதட்சனைப் பிரச்சனை, குழந்தைகள் பிரச்சனை எல்லாவற்றையும் சம்பந்தப்பட்டவர்களிடம் முறையிட்டுத் தீர்த்துவைக்கும் வேகமும் இருந்தது.

"என்னம்மா பிரச்னை?" 'அய்யா' ஒரு பென்சிலை உருட்டிக்கொண்டே கேட்டார்.

"பிரச்சனை என்ட்ட இல்லை சார். 2013ஆம் வருஷமே ஒரு சட்டம் வந்தாச்சு. அப்டியொரு சட்டம் இருக்குன்னே எஸ்.ஐ.,க்கு தெரியல சார். சொன்னா புரிஞ்சுக்க மாட்டீங்கிறீங்கனு என்னைய சொல்றாரு!"

"என்னம்மா... இப்டி பண்றீங்களேம்மா... என்னா சட்டம்மா அது? அந்த பெட்டிஷனக் குடுங்க!" இன்ஸ்பெக்டர் 'அய்யா' அதை வாங்கிப் படித்தார்.

...நேற்று மாலை ஆறுமணியளவில் மேலூரிலிருந்து திருச்சி செல்லும் உள்சாலையில் திரு. சொரிமுத்து என்கிற துப்புரவுத் தொழிலாளியை, சிஆர்பி நிறுவனம் தன் அலுவலகக் கட்டிடத்தின் முன் இருக்கும் மேன்ஹோல் மலக்குழிக்குள் வேலை என்கிற பெயரில் இறக்கி, வன்கொடுமையில் ஈடுபடுத்தியிருந்தது. அதற்கான ஆதாரமாக புகைப்படத்தை இணைத்துள்ளேன். கையால் மலம் அள்ளுவதை தடைசெய்து 2013ஆம் ஆண்டிலேயே சட்டம் இயற்றப்பட்டுவிட்டது. அதுமட்டுமின்றி the scheduled castes and the scheduled tribes (prevention of atrocities) amendment act, 2015 ஜனவரி 26, 2016ல் இருந்து நடைமுறைக்கு வந்துவிட்டது. அந்தத் திருத்த சட்டமும் கையால் மலம் அள்ளுவதை குற்றம் என வரையறுத்துள்ளது. மேற்கூறிய

இரண்டு சட்டங்களின் அடிப்படையில் இந்தப் புகார் மனு அளிக்கப்படுகின்றது. குற்றச் செயலில் ஈடுபட்டு, சட்டத்துக்குப் புறம்பாக நடந்துகொண்ட சிஆர்பி நிறுவனம் மீது குற்றவியல் நடவடிக்கை எடுக்கக் கோருகின்றேன்."

புகார் மனுவை மேஜை மீது வைத்த 'அய்யா', கண்களை மூடி வாயைக் குவித்து, உள்ளிருந்த வெக்கைக் காற்றை வெளி யேற்றினார்.

அவரது தளர்ச்சியைக் கண்ட சமூக சேவகி தாரா முருகேசன், "பெட்டிஷன அஞ்சுமணிக்கே எழுதிட்டு வந்துட்டேன், சார். ரைட்டர் வாங்கமாட்டேன்னுட்டாரு. நீங்க வரணும்னுட்டாரு. ஓகே. ஆக்சுவலா இத நீங்கதான் விசாரிக்கணும். அதுனால சரினு போய்ட்டேன். இப்ப ஏழு மணிக்கு இங்கன வந்தா, அந்தக்கம்பெனியோட மேனேஜர் இங்கனக் காத்துக்கிட்டுருக்காரு. கூடவே துப்புறவுத் தொழிலாளியையும் அழைச்சுட்டு வந்துருக்காரு. நான் பெட்டிஷன் குடுக்க வந்தது எப்டி அந்தக்கம்பெனிக்குத் தெரிஞ்ச துனு தெரியல. உடனே எஸ்.ஐ., பெட்டிஷன விசாரிக்குறாரு. அதுல ஒண்ணும் தப்பில்ல. ஆனா கம்ப்ளைண்ட் குடுக்கவந்த என்ட்ட, 'என்ன ஏது?'னு கேக்காம, விசாரணையோட தொடக்கத்துலேயே துப்புறவுத் தொழிலாளி சொரிமுத்துவ பேசச் சொல்றாரு. அவரும், 'தான் இந்தவேலைய முழுவிருப்பத்தோட செஞ்சதாவும் அதுக்குக் கூலியா 700 ரூபாய் பெற்றுக்கொண்டதாவும் சிஆர்பி நிறுவனம் சொல்லிக் குடுத்ததை அப்டியே பரிதாபமா ஒப்பிக்கிறாரு. உடனே எஸ்.ஐ., என்ட்ட, "இப்ப உங்களுக்கு ஓகே வா? அவரே விரும்பி செஞ்சதா ஒத்துகிட்டாரு. அப்புறம் என்ன உங்களுக்குப் பிரச்சனை?"னு கேக்குறாரு. இங்கன பிரச்சனை, சொரிமுத்து அந்தவேலைய விருப்பத்தோடு செஞ்சாரா இல்லையாங்குறது அல்ல. சட்டம் தடைசெய்த ஒரு தொழிலை ஒருத்தர செய்ய வெக்கிறது சட்ட விரோதம். எல்லா சட்ட விதிமுறைகளையும் மீறி குறைந்தபட்ச பாதுகாப்பு உபகரணங்கள்கூட இல்லாமல் அவர மலக்குழிக்குள்ள இறக்குனது குற்றச்செயல். அதுக்காக அந்த நிறுவனம்மேல நடவடிக்கை எடுக்கணும்னுதான் நான் இங்கன வந்துருக்கேனே தவிர, வேல செஞ்சவரோட விருப்பத்த தெரிஞ் சுக்கறதுக்கு இல்ல. அதுக்கு எஸ்.ஐ., 'என்னம்மா சொன்னதையே திரும்பத் திரும்பச் சொல்லிட்டுருக்கீங்க?'னு கத்துறாரு. 2013ல வந்த சட்டமே அவருக்குத் தெரீல."

'அய்யா'வின் பார்வை தாரா முருகேசனின் மார்பின் மீது

இருந்தது. விழிமூடாமல் பார்த்துக்கொண்டிருந்தார். அவர்களுக்குப் பின்னால் நின்றிருந்த சிஆர்பி நிறுவனத்தின் மேனேஜர், "சார், நாங்க மேலூர்ல இருந்தாலும் இண்டர்நேஷனல் கம்பெனி சார். நிறைய அவார்ட்ஸ் வாங்கிருக்கோம். பெஸ்ட் என்டர்பிரினியர் பிரசிடன்ட் அவார்டும் வாங்கிருக்கோம். ஆபிஸ் முன்னால நரகல் வழிஞ்சு ஓடுச்சு சார். சுகாதாரக்கேடு அசுத்தத்தை விளைவிக்கும்ங்க்றதால சொரிமுத்துவ மலக்குழி அடைப்ப நீக்கச்சொன்னம். மூணுநாளா நகராட்சிலருந்து யாரும் வரல, அதான் இவர இறக்குனோம்."

"கேளுங்க... அவரு என்னா சொல்றாருனு. இன்டர்நேஷனல் அவார்ட்ஸ் வாங்குன அவங்க ஆபிஸ் முன்னால அசுத்தமா இருந்துச்சாம். அதனால சொரிமுத்துவ உள்ளே இறங்கி சுத்தம்செய்ய வெச்சாராம். அதே சுகாதாரம் சுத்தம் எல்லாம் சொரிமுத்துவுக்கு வேணாமா சார்?"

மேனேஜர் கொஞ்சமும் தயக்கமின்றி சொன்னார். "மேடம் இவுங்க பலகாலமா பண்ற வேலைதானே இது! இவுங்களுக்கு அதெல்லாம் ஒரு பிரச்சனையே இல்லை!"

"இங்கேதான் பிரச்சனையே இருக்குது. சட்டம் பத்தி எதுவுமே தெரியலங்க்றத விட சட்டமே தெரியல. செய்றது குற்றச்செயல்னு புரிஞ்சுக்காம அதப்பத்தி சிலாக்யமா வேற பேசுறீங்க!"

"இதெல்லாம் ஒரு கேஸ்னு!" எஸ்.ஐ., பாண்டியன் சடவு காட்டினார்.

"சார், என்ன பேச்சு பேசுறீங்க? இதுதான் சார் கேஸ்!" சமூக சேவகி தாரா முருகேசனின் குரலில் கோபம் கொப்பளித்தது. குற்றத்தைப் பதிவுசெய்து தண்டனை வாங்கிக் கொடுத்துவிடவேண்டுமென்பதில் அவள் உறுதியாக இருந்தாள். பதிவுசெய்துவிட்டால் அதை எப்படியாவது விசாரித்து, பதிவேட்டில் குறித்தாக வேண்டும். "என்னோட கம்ப்ளைண்ட வாங்கியாகணும். இல்லாட்டி வாங்க முடியாதுனு எழுதித்தாங்க. நான் டிஎஸ்பி ஆபிஸ்க்கு போறேன். அங்கேயும் வாங்கலைனா, எஸ்பி ஆபிஸ¬க்கு போறேன். எஸ்.சி., எஸ்.டி., பாதுகாப்புச் சட்டப்படி கேஸ் வாங்கலைன்னா உங்களுக்குத்தான் பிரச்சனை."

"நிறுத்துங்கம்மா... என்னா மெரட்டுறீங்களா?" 'அய்யா' அதட்டினார்.

“நீங்க எப்டிவேணாலும் வெச்சுக்குங்க. கம்ப்ளைண்ட வாங்கி, சிஎஸ்ஆர் காப்பி தாங்க. காப்பி என் கைக்கு வர்றவரைல நான் இந்த எடத்தைவிட்டு நகர மாட்டேன்!”

அந்த இடத்தில் அசாதாரண நிலை உருவானது. உள்ளே நுழைபவர்கள்தான் மிரண்டுபோய் வெளியில் வருவார்கள். எப்போதாவதுதான் இப்படியெல்லாம் நடக்கும். வெளியிலிருந்த வேப்ப மரம் ‘சரேலென’த் தலையாட்டி காற்றை அள்ளிவீசியது.

துர்நாற்றத்தில் முகம்கோணுபவர்போல ‘அய்யா’ முகம் சுளித்தார். “நாலெழுத்து படிச்சுட்டு பெருசா சட்டத்தைப் பத்தியெல்லாம் நமக்கே க்ளாஸ் எடுக்குறாங்க. ரைட்டர், இத வாங்கிட்டு அந்தம்மாக்கு ரெசிப்ட் குடுங்க.”

3

சீருடையில் பயிற்சி முடித்திருந்தாலும் பணியேற்க முதல்முதலாக, தன்னை அதற்குள் திணித்தபோது, திவ்யாவுக்குள் பரவசம் ஒரு சிற்றாறுபோல சலசலத்து ஓடியது. மிதமாக வெப்பம் உடம்பில் கூடியது. தலையிலிருந்து கால்வரை மின்னலொன்றும் வெட்டியது. அரும்புகள் முளைக்க சிலிர்த்துக்கொண்டாள். பாவாடை தாவணி, சுடிதார், சேலை, அவ்வப்போது ஜுன்ஸ் டி சர்ட் அணிபவள்தான். அசத்தலாக ஆடை அணிபவள் என்ற கர்வம் அவளுக்குள் எப்போதுமிருந்தது. 'உரிச்சுவெச்ச மரவள்ளிக்கெழங்கா இருக்கடி' தோழிகளின் தட்டேத்தலில் மிதப்பவள். ஆனாலும் இந்தச்சீருடையில் ஒரு மிடுக்கு தானாகவந்து அமர்ந்துகொண்டது.

'இதுலயும் நல்லாத்தான் இருக்கோம்.' முன்னும்பின்னுமாக அலட்டலாய்ப் பார்த்துக்கொண்டாள். உடம்போடு ஒட்டி பாந்தமாக இருந்தது. பயிற்சிகாலத்தில் உடனிருந்த உமா, 'யூனிபார்ம்ல நீ அட்டகாசமாருக்க!' என்றது நிழலாடியது. நுரையீரல் தளும்ப மூச்சுக்காற்றை உள்ளிழுத்து நெஞ்சு நிமிர்த்தினாள். ஆடையணிந்த சிலையின் மதர்ப்பில் ஒருநொடி தேங்கி நின்றாள். அவளுக்கு அவளைப் பிடித்திருந்தது.

‘தொப்பிவெச்சு ஒருதடவப் பாப்பமா?’ எதிரே கண்ணாடியில் தெரிந்த பிம்பத்திடம் கேட்டாள். அது என்னவோ பதிலளித்ததுபோல கற்பிதமும் செய்துகொண்டாள்.

முன்னிருந்த மேஜையில், பயிற்சி முடிந்து வெளியேறும்போது கொடுக்கப்பட்ட பொருட்களை பரப்பி வைத்திருந்தாள். பயிற்சி முடித்ததற்கான மாவட்டக் காவல் கண்காணிப்பாளர் கையெழுத்திட்ட சன்னத் என்ற சான்று, பணியேற்கும் இடத்துக்கான பாஸ்போர்ட் உள்ளிட்ட இன்னபிற பொருட்களை ஆதுரமாய்த் தொட்டுத் தொட்டுப் பார்த்தாள். சீருடையின் இடதுதோளில் சிகப்பு நிற ஊதல் கயிறு இருந்தது. இரு தோள் பட்டைகளிலும் *TP* என்ற எழுத்துகளும் இரண்டு தாரகைகளும் இருந்தன. எழுத்துகளுக்கும் தாரகைகளுக்கும் இடையில் சிகப்பு — ஊதா நிற பிளாஸ்டிக் ரிப்பன் இருந்தது. சட்டையை உள்ளிருத்தி இன் செய்திருந்தவளின் இடையில், ஈர தவிட்டுநிறத் தோல் இடைக்கச்சு பளபளத்தது. அதன்நடுவில் அசோகச் சின்னம். கண்ணாடியில் பிரதிபலித்த அதை விரலால் நிமிண்டினாள். அதிகாரத்தின் சூடு அதிலிருந்து கிளம்புவதை உணர முடிந்தது. அதே நிறமுடைய ஷூ கால்களில் பளபளத்தது. கால்கள் இரண்டும் தரையிலிருந்து நூலளவு உயர்ந்திருப்பதை அறிந்தாள். காக்கிநிறத் துணியில் செய்யப்பட்ட ‘பெரே’யும் இருந்தது. தொப்பியும் இருந்தது. முதலில் தொப்பி அணிந்து கண்ணாடியில் பார்த்தாள். பிம்பம் அவளைப் பார்த்துக் கண்ணடித்தது. கம்பீரமாக இருந்தாள். கண்டிக்கும் நேரங்களில், ‘குதுரமாதிரி நடக்காத!’ என்று அம்மா திட்டுவது புன்னகையாய்க் கடந்துபோனது. தனது பிம்பத்தைப் பார்த்து பதிலுக்குக் கண்ணடித்துக் கொண்டாள். கண்ணாடிக்குள் ராபர்ட் குரூஸ் ஹூயூபர்ட் நின்றிருந்தான். ‘மவனே, வாலாட்டுன முட்டிக்கு முட்டி தட்டிருவேன். நவ் ஐம் போலீஸ் ஆப்பீசர்!’ பொய்யாய்க் கோபம் காட்டினாள். லத்தியும் மேஜை மீது இருந்தது.

பணியேற்கும் நாளில் அவனும் அருகில் இருந்திருக்கலாம். மெல்லிய சடவு ஒன்று முகத்தில் அரும்பியது.

‘இழைந்தும் நெளிந்தும்
நெகிழ் அங்கமெங்கும்
இதழ் பதிக்கும்.
மென்தாள முத்தத்தில்
மேகத்தின்

மகிழ்மெய் நடுங்கும்.
அவிழும் மழைக்குழல்
கோதிக்களிக்கும்.
குளிர்மோகத்தில்
முயங்கும் மந்தார மாருதம்.

நின் கழுத்து
புசித்த முத்தங்கள்
பகலில்
பட்டாம்பூச்சிகளாய்
பறந்து திரிகின்றன.
இரவில்
நட்சத்திரங்களாய்
ஒளிர்கின்றன.

ஒரு வானவில் பொழுதில்
அவை
மீண்டும் முத்தங்களாக
வேண்டுமென
துடிக்கும்
உன் கண்ணிமைகள்
சொல்லுதடி.
வானம் கரைந்து
அலையெல்லாம் துள்ளித் தழுவ
மெய்கூச முத்தமிடுங் குறுமணல்.
உள்ளிழுத்து உயிர்த் தொடும்
காதற் பெருங்கடல்.
நின்னை முத்தமிட்டுக்
களியுறுவேன்
மண்ணை முத்தமிட்டுக்கொண்டே
இருக்கிறது என் பெருமழை...'

அவன் சொன்ன கவிதை. தனக்கு கவிதை எழுத வருவதில்லை என்று சிறு வருத்தம் அவளுக்கிருந்தது. அவன் சொல்லும் கவிதைகள் எப்படியிருந்தாலும் மாய்ந்து மாய்ந்து லயிப்பாள். இப்போது இரு கண்களிலும் கீழிமைகளின் நடுவே துளி பெருகிநின்றது. 'டேய்... அழகாருக்கேன்டா...'

அவள் வாய் மூடும்முன்னே, செல்போன் சிணுங்கி அழைத்தது. அது அவனிடமிருந்து வரும் அழைப்புக்கான பிரத்யேகச் சிணுங்கல். தாவிச்சென்று எடுத்தாள். எதிர்முனைக்கு, "இப்பத்தான்டா நெனச்சேன்!" என்றாள்.

"நாங்க எப்பவுமே நெனச்சுக்குட்டே இருப்போமாக்கும்! ஹேப்பி ஜாய்னிங் டே!"

"தேங்க்யூடா செல்லம். நீ நேர்ல வந்துருக்கலாம். கிஸ் காம்பிளிமென்ட் பண்ணீருப்பேன்!" பிகுவுடன் சொன்னாள்.

"ஆஹா. கிஸ் போச்சு. இனி ட்யூடி பர்ஸ்ட். லவ் நெக்ஸ்ட்னு ஆகிருவீங்களே?"

"என்னோட லட்சியம்டா இது!"

"அப்போ என்னோட லவ்?"

"அது... அதுக்கும்மேல! சரி. ஜாயினிங் ரிப்போர்ட் குடுக்கணும்."

"இப்பத்தான்டி சொன்னேன். டூட்டி பர்ஸ்ட்னு!"

"ஆமா... அதுதான். அதேதான்!" கிளம்பினாள். ஊரிலிருக்கும் ஹோண்டா ஆக்டிவாவை கொண்டுவந்துவிட வேண்டும். ஆட்டோவை கைகாட்டி நிறுத்தினாள்.

இதுபோலத்தான் அன்றும் அவளைக் கைகாட்டி நிறுத்தினாள், ஒரு பெண் அலுவலர். சீருடைப் பணியில் சேர வேண்டுமென்பது அவளுக்குள் உச்சபட்ச இலக்காக இருந்தது. எழுத்துத்தேர்வுக்கும் உடற்தகுதிக்கும் தன்னை தயாரித்துக் கொண்டிருந்தாள். நம்பிக்கை அபரிமிதமாக இருந்தது. எழுத்துத் தேர்வில் தொண்ணூற்று மூன்று சதவீதம் அள்ளியிருந்தாள். யாரோ ஒருத்தி தொண்ணூற்று நான்கு எடுத்திருந்தாள். 'அந்த சிறிய வித்தியாசத்தைக் கடக்க

முடியவில்லையே!' எனும் வருத்தம் அவளுக்குள் இருந்தது.

அடுத்ததாக, உடற்தகுதியின் முதல்பகுதி. அவளுக்குமுன் வரிசைக்கட்டி நின்ற 'வருங்கால' சீருடைப்பணி அலுவலர்கள் ஊமை ரயிலாக ஊர்ந்துகொண்டிருந்தார்கள். அளவெடுக்கும்போது, தலைக்கு மேலிருந்த அளவுக்கட்டையை 'நங்'கென்று தலையில் இடித்து, எதிர்பாராத அடியிலும் வலியிலும் குன்னி, தேவையான உயரமிருந்தும் வெளியேற்றப்பட்ட பெண்கள் என்ன செய்வதென்று தெரியாமல் கலங்கியபடி நின்றிருந்தார்கள். அவர்களை ஒரு காவலர், 'வெளிலே போங்க' என்று விரட்டிக்கொண்டிருந்தார்.

அளவுப்பலகைக்குள் திவ்யா நின்றபோது, உயரத்தை அளவெடுத்த பெண் அலுவலர், "அளவே எடுக்க வேணாம். ஒட்டக ஓயரம் இருக்கா!" என்று அவளைப் பார்த்து நக்கலடித்தாள்.

அதைக் கேட்டதும் திவ்யா 'சுருக்'கென்று உணர்ந்தாள். கோபப்படும்போது அம்மா, 'பனைமரம்மாதிரி வளந்துருக்க!' என்று திட்டுவது வழக்கத்தில் இருந்தது. 'ஸ்டூல்ல ஏறி நிக்கிறமாதிரி இருக்கா பாரு!' தோழிகளும் இப்படித்தான் சொல்வார்கள். உயரம் குறித்தக் கிண்டல்கள் அவளுக்குப் பழகிப்போயிருந்தன. ஆனாலும் இன்று, உயரத்தை அளவெடுத்த பெண் அலுவலர் சாடை சொன்னபோது, அவளுக்கு பாம்பு கொத்தியதுபோல இருந்தது. யாந்திரிகமானப் பணி, பெண் அலுவலரை அப்படிச் சொல்ல வைத்திருக்கக் கூடும். 'வா.. நில்லு, நேரா நில்லு.. எக்காத...' என்று ஒவ்வொருவருக்கும் சொல்லியதால் வந்த அலுப்பாகவும் இருக்கலாம் என்றுதான் முதலில் நினைத்தாள். மற்றவர்கள் சொல்வதற்கும் இப்போது பெண் அலுவலர் சொன்னதற்கு மான வித்தியாசம் அவளுக்குப் புரிந்தது.

"உடம்புவாகு பத்தி கேலி பேசுறது நல்லதில்ல!" என்றாள்.

அந்த அலுவலர் இதை எதிர்பார்த்திருக்கவில்லை. துணுக்குற்றுப் போனாள். உடற்தகுதியின் முதல்படி உயரத்தைக் கணக்கிடுவது. தன்னைத் தாண்டித்தான் எல்லாமே. தான் சுழித்துவிட்டால் மொத்தமும் சுழிதான் என்று இறுமாந்துபோயிருந்த பெண் அலுவலர், எதுவோ ஒன்று தன் பின்னந்தலையில் இடித்து, தலைசுற்ற வைத்து விட்டதாக உணர்ந்தாள். தேர்வு நடந்துகொண்டிருக்கும் ஆயுதப்படை மைதானம் யாருமற்று அவள் மட்டுமே தனித்துவிடப்பட்டிருப்பதாகப்பட்டது. தனது அதிகாரம் உடைபட்டுப் போய்விட்டதாகப் பதறினாள்.

ஆனாலும் நொடிகளில் மீண்டுவிட்டாள். “ராக்கம்மா... இவ நம்பர் எம்பத்தேழுதானே! குறிச்சுட்டியா? உயரம் என்ன போட்டுருக்க. நூத்தி அறுவத்தொண்ணா! அத அடி. மறுபடியும் அளக்கணும். ஏய்... இந்தாம்மா... வந்து நில்லு” என்றாள்.

‘ஏய்... இந்தாம்மா...’ என்ன மாதிரியான சொற்கள் இவை? படித்த, பொறுப்பிலுள்ளவர்கள் இதுமாதிரியான சொற்களை உச்சரிக்கும்போது நா கூசாதா! இந்தச்சொற்களின் மீது திவ்யாவுக்கு ஒருவித அசூயை இருந்தது. உடம்பில் முட்கள் பூத்தன.

“பாருங்க மேடம். இந்த ‘ஏய், இந்தாம்மா’ல்லாம் நல்லால்ல. இது சுமையும் சோர்வுமானப் பணிதான். இச்சலாத்தியாதான் இருக்கும். அதைக் கடந்துதான் செயல்படணும். நீங்க ஏழெட்டு பத்துவருஷத்துக்கு முன்னாடி இந்தவேலைக்கு வந்துருப்பீங்க. நாங்க இப்ப வர்றோம். அவ்வளதான். சீனியர்ஸ்க்கு மரியாதை கொடுக்கணும்ங்க்றது முக்கியம்தான். ஆனா ஜூனியர்ஸ்க்கு சீனியர்ஸ்தான் நல்ல வழிகாட்டியா இருக்கணும். எம்பேரு திவ்யா. அப்டித்தான் ரிஜிஸ்டர்ல இருக்கு. அதச்சொல்லியே கூப்டலாம்!”

‘என்ன செஞ்சுட்டு வந்த?’ என்று டேட்டி மாறி வருகின்றவர்களெல்லாம், கேட்டுக் கேட்டு விசாரணைக் கைதியை போலீஸ் ஸ்டேஷனில் அடித்து உதைப்பதுபோல, உயரத்தை அளவெடுக்கும் பெண் அலுவலர் உணர்ந்தாள். ‘அடிப்பது தானல்ல. அடிபடுவதுதான் தான்’ என்பது தெரிந்தபோது, அவமானமும் உக்கிரமும் ஒன்றுசேர்ந்து கறுத்த அவள் முகத்தில் அடர் சிகப்பேறியது.

அவளது உதவிக்கு நின்றிருந்த பெண் அலுவலருக்கு உள்ளுக்குள் சிரிப்புப் பொங்கியது. அடி தட்டுப்படாத ஆழமானக் கிணற்றில் குதித்து, மண்ணை அள்ளிக் கொண்டுவரும் மகிழ்ச்சியில் மூழ்குவது போல உணர்ந்தாள். சிரிப்பை அடக்கி உதடுகளை வாய்க்குள் மடித்ததில் ஆஞ்சநேயர் முகம்போல ஆகியிருந்தது. கையால் வாயைப் பொத்தி, தன்னை வேறுபக்கம் திருப்பிக்கொண்டாள். வாய்விட்டு குலுங்கிக் குலுங்கி சிரிக்க வேண்டுமென்று ஆசைப்பட்டாள்.

“ஓ... இன்னும் செலக்டே ஆகல. இதுல சுப்பீரியர் ஆபிசர்க்கு அட்வைஸா? வா... மறுபடியும் உன்ன அளவெடுக்கணும்!” வார்த்தைகளில் அடர்வும் கடுமையும் இருந்தது. லேசான முனகல்போதும். முனகியவனை முற்றிலுமாக நிர்முலமாக்கிவிடும்

துறை. கல்லெறிக்கு எல்லா பாம்புகளும் பதுங்குவதில்லை என்று திவ்யா எப்போதோ படித்திருந்தாள். அது சம்பந்தமில்லாமல் இப்போது நினைவுக்கு வந்துதொலைத்தது. பாம்புகளை அவளும் பார்த்திருக்கின்றாள். தங்களை அவை தற்காத்துக் கொள்வதில் நுட்பம் நிறைந்து நடந்துகொள்ளும். நுட்பங்கள் நுணுக்கமானவை. அலாதியானவை. தப்பியோட முயற்சிக்கும் எல்லா பாம்புகளும் வழியில் தென்படும் துளைகளில் முதலில் தலையை நுழைத்து, பிறகு உடம்பை உள்ளிழுத்துக்கொள்ளும். நாகப்பாம்பின் நுட்பம் நூதனமானது. வேகமாக ஊர்ந்தோடி, தப்பிப்பதற்கான துளை தென்பட்டதும் அப்படியே திரும்பி நின்று எதிராளியை எதிர்த்து சீறும். எதிராளி தயங்கி நிற்கும் நொடிகளில் அது, துளைக்குள் முதலில் தனது வாலையும் பின்னர் உடம்பையும் நுழைத்துக்கொண்டு, ‘விசுக்’ கென்று தலையையும் உள்ளிழுத்துக் கொள்ளும்.

எதிரே நிற்கும் பெண் அலுவலரின் முகத்தில் நாகப்பாம்பின் சீறல் இருந்தது. ஆனால் சாரைப்பாம்பின் வலுவோடு தெரிந்தாள். நாகப்பாம்பை ஒரு கீரியால் சண்டையிட்டு கடித்துக்கொன்று ஜெயித்துவிட முடியும். இரண்டும் ஒன்றூக்கொன்று நேர் நின்று சமர்புரிபவை. ஆனால் சாரைப்பாம்பு அப்படியல்ல. கீரியுடன் அது சமர் புரிவதில்லை. மாறாக, கீரியின் உடம்பைச் சுற்றி தன்னைப் பின்னிக்கொள்ளும். அதிலிருந்து விடுபடவிடாமல் கீரி மீது பிடியை இறுக்கும். துள்ளத்துள்ள கீரியின் உடம்பை நெறித்துக் கொன்றுவிடும். பெண் அலுவலர் சாரைப் பாம்பாகத் தெரிந்தாள். கொத்திக்கொல்லும் ஆளை நம்பலாம். நெருக்கிக்கொல்லும் ஆளிடம் கவனமாக இருக்க வேண்டும்.

“உமன் கேண்டிடட்டுக்கு உயரம் நூத்தி அம்பத்தியொம்பது சென்டி மீட்டர்தான். நான் நூத்தி அறுவத்தோரு சென்டிமீட்டர்.”

“அத நாங்க அளந்து சொல்லணும். நீ சரியா நிக்கல. எக்குன மாதிரி தெரிஞ்சது. சந்தேகமாருக்கு. வந்து நில்லு.”

‘‘ஏற்கனவே அளந்து நீங்க சொன்னதுல உங்களுக்கே சந்தேகமா?”

“ஆமா, அப்டித்தான். நக்கலு. ஒண்ணு வந்துநில்லு. இல்லாட்டி வெளில போ!”

“செலக்‌ஷனுக்கு வந்த கேண்டிடட்ட அட்டெண்ட் பண்ணவிடாம வெளில போகச் சொல்றது தப்பு மேடம். நல்லவேளை... பெண் விண்ணப்பதாரர்களுக்கு மார்பு அளவு எடுப்பதில்லை!”

இயல்புக்கு மாறாக, அந்த இடத்தில் லேசான சலசலப்பு இருப்பதை இன்னுமொரு அதிகாரி கவனித்தார். அவர் பெண் அலுவலருக்கு மேலதிகாரியாக இருக்க வேண்டும். தொனியில் மேற்பார்வையிடும் பாங்கு தெரிந்தது. “வாட்ஸ் த பிராப்ளம். அன்நெசசரிலி நாய்ஸ் அரெளஸஸ்!”

‘நடந்ததையெல்லாம் கவனித்திருப்பாரோ?’ பெண் அலுவலர் பதற்றமானாள். “நத்திங் சார். எவ்ரி திங்க் இஸ் ரைட், சார்.”

அவர் நகர்ந்தார். திவ்யா அவரை நோக்கி, “எக்ஸ்க்யூஸ் மீ சார்!” என்றாள். இரண்டு மூன்று அடிகள் நகர்ந்திருந்தவர் நின்று திரும்பி, “யெஸ்...” என்றார்.

“அன்நெசசரிலி ஷி ஸ்பென்ட்ஸ் அபியூசிங் வேர்ட்ஸ் ஸார்!”

“இஸிட்?” அந்தப்பெண் அலுவலரை அவர் ஒரு புழுபோல பார்த்தார்.

“யெஸ் ஸார். ஷி டோல்டு மீ....”

பெண் அலுவலர் பதறி, உளறினாள். “நோ, நத்திங் சார். ஸ்மூத் கோயிங் சார்...”

மேலதிகாரி நேரடித் தேர்வு எழுதி, டிஸ்டிங்ஷனில் தேறிவந்தவர். அந்த கம்பீரம் அவரிடம் தெரிந்தது. “கமான். லெட்ஸ் சீ. ப்ரசீட்!”

பதற்றத்தை வெளிக்காட்டிக் கொள்ளாமல் நிதானமாக அந்தப்பெண் அலுவலர் திவ்யாவின் உயரத்தை அளந்தாள். “நூத்தி அறுவத்தோரு சென்டிமீட்டர் உயரம். ஒனக்கு... ஒங்களுக்குத் தகுதியிருக்கு. ராக்கம்மா கரெக்ட்டா குறிச்சுக்க. திவ்யா நூத்தி அறுவத்தொண்ணு!”

உயர் அதிகாரி புன்சிரிப்புடன் கடந்துபோனார்.

அவர் போனதும், “யேய்... என்ன... பெரிய ஆபிசர்ட்ட போட்டுக் குடுக்குறியா! ஒனக்குப் பெரிய இவங்க்ற நெனப்பா?” காதருகில்

பெண் அலுவலர் கறுவினாள்.

திவ்யா அலட்சியமாக நடந்து, அடுத்த திறன் காணும் பந்துவீச்சுக்குப் போனாள். தங்கள் பணிகளில் ஈடுபட்டிருந்த மற்ற அலுவலர்கள் தூரத்தில் நடந்துகொண்டிருக்கும் இந்தக்காட்சியைப் பார்த்தார்கள். திவ்யாவின் பிம்பம் எல்லோருக்கும் பதிந்திருந்தது.

'நல்லவேளை... அன்னிக்கு அந்த ஆபீசர் வந்ததால, நம்மள அந்த லேடி ஆபீசர் லேசுல விட்டா! அந்தநொடியில் அந்த ஆபீசர் வந்திருக்காவிட்டால்...?' அவரைப் பார்த்து அந்தப்பெண் அலுவலர் உளறியதை இப்போது நினைத்தாலும் சிரிப்பாக வந்தது.

ஆட்டோவிலிருந்து இறங்கிய திவ்யாவுக்குள் போலீஸ் ஸ்டேஷன் கோவிலின் பிறிதொரு தோற்றமாய் விரிந்தது. வாசலில் 'அய்யா'வின் வாகனம் நின்றிருந்தது. அதிலிருந்த வயர்லெஸ் கருவி, காற்றுடன் பேசிக்கொண்டிருந்தது. 'பெரே' தொப்பியை ஹோட்டல் சர்வர்போல சோல்டர் லூப்பில் செருகி வைத்திருந்த டிரைவர், புலனாய்வு வார இதழ் ஒன்றில் புதைந்திருந்தான்.

சீருடையில் வாசலில் வந்திறங்கும் பெண்ணைப் பார்த்ததும் நிமிர்ந்தான். முன்னர் பார்த்திராதபோதும், தன்னைவிட உயர்பதவிக்கான சீருடையை அணிந்திருந்த அவளுக்கு கம்பீரமாக வணக்கம் வைத்தான்.

'ஓ... இந்த டிரஸ்க்கு இந்தளவு மரியாதை இருக்கு!' மனதுக்குள் நினைத்துக் கொண்டாள். பதிலுக்கு புன்னகையுடன் வணக்கம் வைத்தாள்.

போலீஸ் ஸ்டேஷனின் வலதுபக்கம் பெரியாறு கால்வாய் மேட்டு புறம்போக்கு டீ கடையில் அரசமணி ஏட்டையா உட்கார்ந்திருந்தார். எஸ். ஐ., புரமோஷனில் கடைசி ஆறுமாதங்கள் பணியைக் கழித்தவர். ரிட்டையர் ஆகி ஆறு ஆண்டுகள் ஆகிவிட்டன. பதவி உயர்வுக்கான பணப்பலன் இன்னும் வரவில்லை. அதுகூட பரவாயில்லை. முப்பத்தேழு ஆண்டுகளுக்கும் மேலாக காக்கிச் சட்டை அணிந்து பழக்கப்பட்டவருக்கு இப்பொழுது பொழுது போவதில்லை. விடிந்ததிலிருந்து இருட்டும்வரை அந்த டீக்கடை யில் கதியாகக் கிடந்தார். ஸ்டேஷனுக்கு வந்துபோகின்றவர்களிடம், 'என்ன... ஏது?' என்று விசாரித்து, வெளியே ஒரு போலீஸ் ஸ்டேஷன்

நடத்திக்கொண்டிருந்தார். எஸ்.ஐ., ஆக பணிமுடித்திருந்தாலும் இன்னமும் அவர் எல்லோருக்கும் ஏட்டையாதான்!

“இன்னிக்கு புதுசா டூட்டி ஜாய்ன் பண்ணப்போறதா சொன்னாய்ங்க. இந்தப் பீசுதானா அது? டோமினோ லெக் பீஸ் மாதிரி கிரிஸ்ப்பா இருக்குதேய்யா!”

காலையிலேயே டீ குடிக்க வந்திருந்த கான்ஸ்டபிள் ஒருவர், “கழிஞ்ச வயசுல இன்ன போடு போடுறீங்களே ஏட்டையா.. சர்வீஸ்ல இருக்கப்ப என்னென்ன செஞ்சுருப்பீங்க?” என்று சொல்லிக்கொண்டே காலி கிளாஸை வைத்துவிட்டுப் போனார்.

“கார்மேகம், பதில கேட்டுட்டுப்போ. கேள்வி மட்டும் கேட்டுட்டுப் போனா எப்டி?”

டீ கடையிலிருந்த வாடிக்கையாளர்கள், பேப்பர் படிக்க வந்தவர் கள், ஏட்டையாவின் வாய் பார்க்க வந்தவர்கள் அத்தனைபேரும் ஒன்றுபோல சிரித்தார்கள். காதில் விழுந்ததைக் கேட்டுச் சிரித்தபடி ஸ்டேஷனுக்குள்போன கார்மேகத்திடம், பாரா கான்ஸ்டபிள், “எதுக்கு இந்த சிரிப்பு?” என்று கேட்டார்.

“எல்லாம் அரசமணி ஏட்டையாவோட அலும்புதான்!”

ரோல்கால் நோட்டில் எதையோ ஆராய்ந்துகொண்டிருந்த ரைட்டர் கோதண்டம் ஏட்டையாவிடம் தான் பணியேற்க வந்திருப்பதாக திவ்யா சொன்னாள்.

“இருங்கம்மா.. ‘அய்யா’ட்ட நீங்க வந்துருக்குற தகவல் சொல்லிட்டு வர்றேன்!” என்று எழுந்துபோனார். போனவேகத்தில் திரும்பிவந்து, “போய் பாருங்கம்மா!” அறைப்பக்கம் திசை காட்டினார்.

‘அய்யா’ இருந்த அறைநோக்கி திவ்யா சென்றபோது, அவரது பார்வை வெளியில்தான் இருந்தது. அவருக்கு சீருடைப் பணி முறையில் அட்டன்ஷனுக்குப்போய் வணக்கம் வைத்தாள். பதிலுக்கு வணக்கம் சொன்ன ‘அய்யா’, “வாங்க!” என்றார்.

முறையான அலுவலக அணுகல்களைத் தொடர்ந்து, பொதுக் குறிப்புப் புத்தகத்தில் திவ்யா பணிப்பொறுப்பு ஏற்றுக்கொண்டதாக எழுதி, கையெழுத்து வாங்கினார். அந்தப்புத்தகத்தை எடுத்துப்போக வந்த ரைட்டர் கோதண்டம் ஏட்டையாவிடம், “ஈவ்னிங் ரோல்கால

எல்லாரும் அட்டென்ட் பண்ணனும்னு சொல்லிருங்க. மேடத்தை அறிமுகம் செ ஞ்சு வைக்கணும்” என்றார்.

சட்டம் — ஒழுங்கு எஸ்ஐ.யின் அறை அவளுக்கு ஒதுக்கப்பட்டது. சீனியர் பெண் எஸ்.ஐ., மல்லிகாவும் கிரைம் எஸ்.ஐ., பாண்டியனும் புதிதாகப் பணிப்பொறுப்பேற்ற திவ்யாவுக்கு வாழ்த்து சொன்னார்கள். ஏட்டையாக்களும் கான்ஸ்டபிள்களும் அவளுக்கு வணக்கம் வைத்துவிட்டுப் போனார்கள்.

அன்றுமாலை நடந்த ரோல்காலில் ‘அய்யா’, முறைப்படி திவ்யாவை அறிமுகம் செய்து, “எல்லாரும் உதவியாருக்கணும்!” என்ற வழக்கத்தை சொல்லிவைத்தார். பெண் எஸ்.ஐ., மல்லிகாவின் முகத்தில் இறுக்கம் படர்ந்தது.

பெண் எஸ்.ஐ., மல்லிகா, கான்ஸ்டபிளாகப் பணியில் சேர்ந்து, படிப்படியாக தலைமைக் காவலராகி, பின்னர் பதவி உயர்வில் எஸ்.ஐ., ஆகியிருந்தாள். இருபதாண்டு காலப் பணியில் சட்டங்கள், விதிகள், நடைமுறைகள், அதை கையாளும் நுட்பங்கள் எல்லாவற்றையும் அறிந்திருந்தாள். மகளிர் விவகாரங்களை தீர்த்துவைப்பதில் தனித்துவம் பெற்றிருந்தாள். ஆனாலும் இந்த ‘அய்யா’ அவளை ஒருபொருட்டாகக் கருதுவதில்லை. வரதட்சணை வழக்கொன்றில் மேலிருந்துவந்த நெருக்கடிக்கு கடுப்பாகிப்போய், “என்ன செஞ்சு வெச்சுருக்க, அரிசி மூட்டை!” என்று அவர் திட்டியதிலிருந்து அவளுக்குள் வெளிக்காட்ட முடியாத வன்மம் மூண்டிருந்தது. அதற்கு முன்புவரை அவளை, ‘ஆகா... ஓகோ நை என்றெல்லாம் புகழ்ந்திருக்கின்றார். புகழ்ச்சியில் ஒருநாள் இரவு கழிந்தது. அதன்பின்பு கட்டாய இரவுகளும் வந்துசேர்ந்தன.

கொட்டாம்பட்டி சுந்தர் தடைகள், தடுப்புகள் ஏதுமற்று காற்று புகுவதுபோல உள்ளே வந்தான். புதிய பெண் எஸ்.ஐ.,யைப் பார்த்து வணக்கம் வைத்தான். ஒரு பெண் கான்ஸ்டபிள்தான் அவனைப் பற்றி திவ்யாவிடம் சொன்னாள். ஆழமாய்ப் பார்த்துக் கொண்டே சாவதானமாக ‘அய்யா’வைப் பார்க்கப் போனான். அவனைப் பார்த்ததுமே ‘அய்யா’, “சுந்தர்... ஏதும் தெரிஞ்சுதா?” என்று கேட்டார்.

“ஆமாண்ணே... நீங்க சொன்னதுக்கப்பறம்தான் எனக்கு உறைச்சுச்சு. அந்தப்புள்ள வேலைசெஞ்ச கம்பெனில எங்க சொந்தக்காரப் பொண்ணு ஒண்ணு வேலை செய்யுது. அதுட்ட

விசாரிச்சன். கல்யாணமான புதுல ஒருத்தன்ட்ட அந்தப்புள்ள பேசிட்டே இருக்குமாம். இப்ப அவன் அந்தக்கம்பெனில இல்ல. வேற எங்கியோ வேலைக்குப் போய்ட்டதா சொல்லுது, நம்ம சொந்தக்காரப்புள்ள. அந்தப்பயலும் மேலூர்காரன்தானாம். அதுக்குப் பின்னாடி அந்தப்புள்ள தானுண்டு தன் வேலை உண்டுனு இருக்குமாம்!"

அவன் சொல்வதைக் கேட்டபடி 'அய்யா', தனது இருக்கையில் இலகுவாக சாய்ந்து அமர்ந்தார். அறையில் அவரும் அவனும் மட்டுமே இருந்தார்கள். "உக்காரு" என்றார். உட்கார்ந்தான். எப்போதும் வந்துபோகும் அறைதான். இப்போது புதிதாகத் தெரிந்தது. அறைக்குள் ஒளிர்ந்துகொண்டிருந்த விளக்கு லேசாக மங்கியதுபோலவும் தெரிந்தது. சட்டங்களையும் விதிகளையும் தாண்டிய அணுகுமுறைகளும் நுட்பங்களும் நுணுக்கங்களும் அந்த அறைக்குள் அணுத்துகள்களாக நிறைந்திருப்பதுபோல கொட்டாம்பட்டி சுந்தர் முதன்முதலாக உணர்ந்தான். அதிரடிக் குரல்களும் மிரட்டல்களும் அலும்பல்களும் தேம்பல்களும் கண்ணீரும் கைக்கூப்பலும் அதிகார வார்த்தைகளும் அமைதி யான நன்றிகளும் குறுக்கும் நெடுக்குமாய் அந்த அறைக்குள் ஊர்ந்தும் தவழ்ந்தும் தாவியும் திரிந்தன. அவற்றிற்கிடையில் அவர்களிவரும் உட்கார்ந்திருப்பதாக அவன் உணர்ந்தான். சட்டையின் நெஞ்சில் அவர் குத்தியிருந்த பெயர்ப்பட்டியின் பொடி எழுத்துகள் மணிமாறன் என்பதை பூதக்கண்ணாடியில் தெரிவதுபோல பெரிதாகித் தெரிந்தன.

"நான் சொன்னேன்ல. ஏதோ இருக்குதுனு. நீ கூட்டிட்டுவந்தியே ஒம்பிரண்டு, அவன் நல்ல பயலாத்தான் இருக்கான். நல்ல பயலுக எல்லாம் பொண்டாட்டிக்கு புடிச்ச பயலா இருக்கணும்னு சட்டமா என்ன?"

"அண்ணே?"

"எத்தனை கேஸ் பாத்துருப்பேன்!" அனுபவங்களின் வழியேயான பயணங்கள் அவரிடம் நிறைய இருந்தன. எதையும் அணுகிப்பார்ப்பதில் தவறில்லை என்ற அணுகுமுறையும் அவரிடம் இருந்தது. எதிராளியின் வார்த்தைகளில் ஒளிந்திருக்கும் உண்மையின் சதவீதத்தைக் கண்டுபிடித்துவிடும் ஆற்றலும் இருந்தது. அதை வெளிக்கொணர விட்டுப்பிடிக்கும் தந்திரமும் இருந்தது.

கொட்டாம்பட்டி சுந்தரை உற்றியபடி, நீண்ட நேரம் அமைதியாக இருந்தார். பழைய வழக்குகளின் அனுபவங்கள் அவருக்குள் அலை அலையாக ஓடியபடி இருந்தன.

"அந்தப்புள்ள வீட்ட ஒருதடவை சோதனை செய்றோம்!"

"அண்ணே?"

"ஆமா சுந்தர். அந்தப்புள்ள ரொம்ப கிளவர். ஆனாலும் வீட்டுல ஏதாச்சும் ஒரு க்ளூவ விட்டுட்டுதான் போயிருக்கும். நான் நம்புறேன்!"

"எப்பண்ணே போகலாம்?"

"நாளக்காலைல புதுசா வந்துருக்குற எஸ்.ஐ.,ய ரெண்டு லேடி கான்ஸ்டபிளோட அனுப்பலாம். நிச்சயம் ஏதாச்சும் சிக்கும்!"

வேலைக்குப் போன பவளம் வீடு திரும்பாமல் நான்கு நாட்கள் ஆகியிருந்தன. வயர்லெஸ் இறைந்தபடியிருந்தது. 'கருப்பாயூரணி தாண்டி வீரபாஞ்சான் போற வழில உள்ள வயக்காட்டுல பயன்பாடு இல்லாத கிணத்துல ஒரு பெண் பிணம் கிடக்குது. கிராம நிர்வாக அலுவலர் புகார் குடுத்துருக்காரு. இருபத்துநாலு இருபத்தஞ்சு வயசுருக்கும். பூப்போட்ட சுடிதார் போட்டுருக்கு!.." அது தொடர்ந்து இறைந்தபடியே இருந்தது.

'அய்யா' பேச்சை நிறுத்தினார். ரைட்டர் கோதண்டம் ஏட்டையாவைக் கூப்பிட்டார். "கன்ட்ரோல கூப்புட்டு, கெணத்துல லேடி டெட்பாடினு சொன்னத என்னான்னு டீடெய்ல் கேளுங்க!" என்றார்.

"ம்ம்ம்... அப்பறம் சுந்தர். வேற என்னென்ன நடக்குது?"

"சுத்துபத்துல மறுபடியும் ஊரே தேடிப்பாத்துச்சுணே. ஒண்ணுந்தெரியல. நான்தான் சங்கர இங்கே வரவேணான்னு சொன்னேன். வந்தா, இதப்பத்தி உங்கக்கிட்டப் பேச முடியாதுல்ல. காணாமப்போன புள்ளட்ட ஒருத்தன் பேசிக்கிட்டுருப்பான்ங்க்ற தகவல் சொன்ன பொண்ணுகிட்டயும் பெருசா ஒண்ணும் நான் காட்டிக்கல. இனிமேதான் மத்ததக் கேக்ககணும். இன்னிக்கு நைட் கச்சிராயன்பட்டி கோடாங்கிட்ட குறிகேக்கப் போறாய்ங்க. அவரு என்ன சொல்லப் போறாருங்க்றதக் கேக்க ஊரே ஆவலா

இருக்கு. அவரு கன் மாதிரி கரெக்டா சொல்லுவாருணே."

"அப்டீங்க்ற?" என்ற நொடிகளில், ரைட்டர் கோதண்டம் ஏட்டையா, கையில் குறிப்போடு வந்தார். "கன்ட்ரோல்ல கேட்டேங்கய்யா. லேடி. வயசு இருவத்தஞ்சாம். பொண்டாட்டி புருஷனுக்குள்ள தகராறு. சூசைட்தானாம். பாடிய அடையாளம் காட்டி கிளெய்ம் பண்ணீட்டாங்களாம்!"

உதடு சுளித்த 'அய்யா', "சரி" என்றார். "நாளைக்கு சின்னதா ஒரு செர்ச் பண்ணுவம்... என்ன சுந்தர்!"

"சரிங்கணே... இந்நேரம் குறிகேக்க கூடிருப்பாய்ங்க. கேட்டுட்டு வர்றேன்!".

4

'எங்கேருந்தாவது தகவல் வந்துவிடாதா?' என்ற ஆவலாதியில் சங்கர நாதனைப் பெற்றவள் பரிதவித்துக் கிடந்தாள். அதனால் கோடாங்கியிடம் குறி கேட்பதற்கு கிழவியிடம் ஒப்புதல் வாங்க ஊர்க்காரர்களுக்கு சிரமமெல்லாம் இருக்கவில்லை.

கிழவி ஒப்புதல் தராமல்போனால், ஊர் சார்பில் குறி கேட்பதற்கும் சிலர் தயாராக இருந்தார்கள். குறி கேட்டு கோடாங்கி அடிக்கும்போது உக்கிரத்தைப் பொறுத்து தெரிந்த கதைகள், தெரியாத கதைகள், அரசல்புரசல் கதைகள், சந்தடிசாக்கில் கோர்த்து விடும் கதைகள், நம்பமுடியாத கதைகள், நம்பியே ஆகவேண்டிய கதைகள் எனப் பலப்பல கதைகள் வந்துவிழும். ஒவ்வொருவர் முகபாவனையும் கதைகளுக்கேற்ப மாறும். புருவநெறிப்புகளுக்கும் ஆச்சரியங்களுக்கும் உச்சுக்கொட்டும் வாய்களுக்கும் 'ஆமாமாம்' தலையாட்டலுக்கும் 'அச்சச்சோ' பரிதாபத்துக்கும் அதிக வாய்ப்பிருக்கும். தங்கள் கதையேதும் வந்துவிழுமோ என்ற அச்சமும் நிறைந்திருந்கும். நேரம் சுவாரசியமாகப் போகும். அதுவும் கச்சிராயன்பட்டி கோடாங்கி என்றால் இன்னும் சுவாரசியம். 'அதிரி புதிரி' கேள்விகளும் பதில்களும் மாறிமாறி வந்துவிழும். கோடாங்கி

சத்தம்கேட்க எல்லா காதுகளும் விடைத்துக் கிடந்தன.

கச்சிராயன்பட்டி கோடாங்கிக்கு மந்தையன் முனுசாமி என்று பெயர் இருந்தது. ஆனால் அந்தப்பெயர் அவருக்கே மறந்துபோயிருந்தது. யாரும் பெயர்சொல்லி அழைத்ததில்லை. அணுகும்போது சாமி என்றே விளித்தார்கள். அவரில்லாமல் பொதுவில் பேசும் போது, கோடாங்கி என்றார்கள். பேய் ஓட்டுவதில் நிபுணத்துவம் பெற்றிருந்தார். ஆனால் அது வம்சத்தொழில் இல்லை.

இளைஞனாகும்வரை மந்தையன் முனுசாமி மாடு மேய்த்துக் கொண்டிருந்தான். மலைக்கரட்டின் அடிவாரத்தில் எந்த நிலம் யாருக்குச் சொந்தம் என்ற மனப்பட்டியல் அத்துவாரியாக அவனிடமிருந்தது. காட்டிலாக்கா இடமும் புறம்போக்கும் புள்ளிவிவரத்துடன் அவனுக்குத் தெரிந்திருந்தது. அவனது மேய்ச்சல் மாடுகள் ஒருநாளும் அடுத்தவர் நிலத்தில் வாய் வைத்ததில்லை. நூல்பிடித்து நடந்துகொண்டன. பட்டிபோடுவதிலும் கெட்டிக்காரனாக இருந்தான். காடுகளில் அலைந்து திரிந்து, முகம் மழிக்காமல், தலைமுடி நீண்டு காட்டுப்பயலாக அலைந்த தருணத்தில் கவட்டையம்பட்டி சதுரக்கிணற்றில் ஒரு பெண் பிணம் மிதந்தது. ஊரே கூடிநின்று வேடிக்கைப் பார்த்தது. மந்தையன் முனுசாமியும் எட்டிப்பார்த்தான். அத்தனைபேரும் பரிதாபத்துடன் உச்சுக்கொட்டத் தொடங்கிய நேரத்தில் சிரிக்க ஆரம்பித்தவன்தான், அவன். பிணத்தை வெளியில் எடுத்து, போலீஸ் கேசாகி, அது தற்கொலை என்று முடிவானபோதுதான் சிரிப்பை நிறுத்தினான்.

அதன்பின்பு தினமும் சதுரக்கிணற்றுக்கு வந்து எட்டிப்பார்ப்பான். அப்படியே நகர்ந்து, அங்கிருந்த புன்னைமர நிழலில் உட்கார்ந்து கொள்வான். 'செத்தவ புருஷன் அறுவதுநாள்ல கல்யாணம் செஞ்சுக்குவான்' என்ற வாசகத்தை திரும்பத் திரும்பச் சொல்லிக்கொண்டிருந்தான். யாரும் அதைப் பொருட்டாக எடுத்துக்கொள்ளவில்லை. அவன் சொன்னதுபோல செத்தவள் புருஷன் அடுத்த ஆறுவாரத்தில் அழகான மனைவியுடன் ஊர் வந்துசேர்ந்தான். மந்தையன் முனுசாமி சொல் முதல்முறையாக அம்பலம் ஏறியது அப்போதுதான்.

அடுத்து, ஊரில் என்ன நடந்தாலும் அவனிடமும் கேட்டுவிட்டுத்தான் செய்வதென்று எழுதப்படாத விதி ஒன்று உருவானது. அவன் கையில் கோடாங்கி ஏறியது. குறிசொல்லும் மாயவித்தையை

அவன் கையிலெடுத்தான்.

அதை எங்கும்போய் யாரிடமிருந்தும் கற்றுவரவில்லை. எல்லாம் சுயம். புதிய வடிவம் அவனை அவராக்கியது. காணாமல்போன மனிதர்களைப் பற்றி, காணாமல்போன கால்நடைகள் பற்றி குறி சொல்வார். அச்சுபிசகாமல் அப்படியே நடந்திருக்கும்.

ஒருமுறை, கொள்ளைபோன செட்டியார்பட்டி வைரவன் கோவில் சிலைகளைப் பற்றி விசாரிக்க வந்த போலீசுக்கும் குறி சொன்னார். 'கிழக்கு தெசைல ஏழாவது கல்லுல ஒரு சதுரக்கிணறு இருக்கு. அந்தக்கெணத்துல சாமி சிலை இருக்கு. சாமி என்கூட பேசுது' என்று. அது பலித்துவிட்டது. 'தூக்கிட்டுப் போனது மூணுபேரு. ஒருத்தன் வடக்கால ஆள்பிடிக்கப் போயிருக்கான். ரெண்டுபேரு கிணத்தச் சுத்தியே இருக்காய்ங்க. அதுல ஒருத்தன் நொண்டி' என்றார்.

ஏழாவது கல்லில் அவர் சொன்னதுபோலவே கிணற்றையொட்டிய குடிசையில் கால் ஊனமான ஒருவன் இருந்தான். அவனைத் தட்டிய இரண்டாவது தட்டில், சிலை திருடிய மற்றவர்களை, அவித்த குழாய்ப்புட்டை குச்சிவைத்துத் தள்ளுவதுபோலக் காட்டிக் கொடுத்துவிட்டான். மூன்றுபேரையும் அள்ளிக்கொண்டுவந்து போலீஸ் நொங்கு எடுத்துவிட்டது. தண்டனைமுடிந்து வெளியில்வந்த அந்தக்கோஷ்டி அடுத்தத் திருட்டை, கோடாங்கி வீட்டிலிருக்கும்போதே பட்டப்பகலில் செய்தது. அதைப் பார்த்து பரிதவித்து நின்றிருந்த கோடாங்கியை, போகும்போது நாலு சாத்துவேறு சாத்திவிட்டுப் போனது. அந்தக்கொள்ளையை போலீஸில்கூட சொல்லாமல் அவர் அமுங்கிக் கொண்டார்.

அதன்பின்பு போலீஸுக்கு மட்டுமல்ல யாருக்கும் குறி சொல்வதில்லை. காக்கி உடுப்புகளைக் கண்டாலே, 'இப்பல்லாம் நான் சொல்றது பலிக்கிறதில்ல!' என்று 'ஜகா' வாங்கிவிடுகிறார். ஆனால் கைக்கு வந்த வித்தையையும் அதன் வரவாகக் கிடைத்த மரியாதையையும் விட்டுவிட அவர் தயாராக இல்லை. 'குறி சொன்னாத்தானே பலிக்கும்போது தேடிவந்து கும்முவாய்ங்க. நாம மத்தவங்கள கும்மணும்னா பேயோட்டலாம்' என்று அதே தொழிலில் இன்னொரு வித்தையைக் கையிலெடுத்தார். பிரச்சனை வராத விஷயங்களில் மட்டும் எப்போதாவது குறி சொல்வார். அதேவேளையில், 'பண்ணைக்காரர் பழனிராசு சொன்னார்' என்று 'பொய்யாக'ச் சொன்னாலும் போதும் மெனக்கெட்டு

எதையும் செய்வார். பண்ணைக்காரர் பழனிராசு, வீடு திரும்பாத பெண் விஷயத்தில் அவளைத் தேடிப்பிடிக்க ஆர்வம் காட்டுவது கோடாங்கியின் காதிலும் விழுந்திருந்தது.

இரவு உச்சிவேளையில் குறி கேட்பதாக முடிவானது. பண்ணைக்காரர் பழனிராசு, 'ஆதங்கத்தோடு' முன்னால் இருந்தார். கச்சிராயன்பட்டிக்கே போய் கேட்கலாம் என்றுதான் பேசிக்கொண்டார்கள். பின்னால் ஒரு குரல், 'பெரியப்பு'விடம் ஒரு வார்த்தைக் கேட்கலாம் என்று சொன்னதும், அவர்தான் 'நம்ம ஊர்ல வெச்சுக் கேக்கலாம்' என்றார்.

இரவு உச்சிவேளையில், கச்சிராயன்பட்டி கோடாங்கியின் குறிதெய்வம் மாமுண்டி மந்தைக் கருப்பு உக்கிர உலாவில் இருப்பார் என்றும் அப்போது அவரிடம் கேட்கும் கேள்விகளுக்கு சொல்லும் பதில், துளி பிசகாது என்றும் ஊர் நம்பியது. இருட்டு, இரவு, மரணம் எல்லாமே கருப்புக்குள் அடங்கிய உகந்த நேரமுமாக அது இருந்தது.

இரவு உச்சிவேளை சென்னகரம்பட்டி தூக்கத்தைத் தொலைத்து புலிப்பட்டிக்குள் புகுந்திருந்தது. கச்சிராயன்பட்டி கோடாங்கி குறி சொல்கிறார் என்று கேள்விப்பட்டு வந்துசேர்ந்த கூட்டம் மண்மேட்டுக் கோவில் திருவிழாபோல நிலா வெளிச்சத்தில் நிறைந்து வழிந்தது. அவரவருக்குத் தெரிந்த கதைகள் அலங்காரமாக அவிழ்க்கப்பட்டன. 'இதென்ன கதை' என்று ஒவ்வொரு எதிர்வாயும் புதிய கதையை மென்று துப்பியது. பெரிய வீட்டுக் கதைகள் ரகசியமாகப் பேசப்பட்டன. ஊரிலுள்ள பல பேர் நிர்வாணமாகத் தெருவில் போனார்கள். கேட்டுக்கொண்டிருந்த பலரின் முகத்தில் நம்பிக்கையும், நம்பிக்கையின்மையும் முகவாய்க் கட்டையைத் தாங்கிய கேள்வியாகத் தொங்கியது.

ஒருசிலர் மட்டும் கருப்பின் கதை பேசினார்கள். கவட்டையம்பட்டி மகேந்திரன், அவர் ஆத்தாவும் கருப்பனும் சகஜமாகப் பேசிக் கொள்வார்கள் என்று சொல்லிக் கொண்டிருந்தார். அப்போது மல்லிகை வாசம் மணக்கும் என்று பிரலாபித்தார். பேசிமுடித்த பின் கருப்பன் குதிரையேறிப் போகும் குளம்படி சத்தத்தை வாயால் இசைத்துக் காட்டினார். அப்படியே தன் சந்தேகத்தையும் போட்டு வைத்தார். "வயசான கெழவிக, புருஷன் விட்டுட்டுப்போன பொம்பளைங்க, கல்யாணமாகாத பொண்ணுகளுக்கு மட்டும்தான் சாமி வருமா?"

'கோடாங்கி வரும்வரைக்கும் அவர் வாயைப் பார்த்து வைப்போமே' என்று அவரைச் சுற்றி உட்கார்ந்திருந்த ஏழெட்டு பேர், "அதானே!" என்றார்கள்.

கோடாங்கிக்கு சொந்தமாக கார் இருந்தது. ஆனாலும் பண்ணைக்காரர் பழனிராசு அனுப்பி வைத்தக் காரில் வந்திறங்கினார். நீண்ட மயிரை அள்ளி உச்சிக்கொண்டை போட்டிருந்தார். திருநீறும் அதன்நடுவில் வட்டக்குங்குமமும் தூசிதுடைத்து வண்ணம் பூசப்பட்ட அறிவிப்புப் பலகைபோல அவர் நெற்றி இருந்தது. மஞ்சளும் குங்குமமும் சரி விகிதத்தில் குழைத்துப் பூசிய தங்க மாங்கனி நிறத்தில் பசும்நிலா வெளிச்சத்தில் ஓங்கு தாங்காகத் தெரிந்தார். நீளநீளமான கைகள் முழங்காலுக்குக் கீழே தொங்கின. மணிக்கட்டில் பலவண்ணங்களில் கயிறு முடிச்சுகள். வலதுகையில் கனமான தங்கக்காப்பு. ஒரு காதின் கீழ்வளவில் ஓட்டை இருந்தது. அதில் நீள்செவ்வகத்தில் கனத்த தங்கக் கம்பி வளையம் அணிந்திருந்தார். புருவங்களிலும் கண் இமைகளிலும் நிறைய மயிர். அதை சீராக வெட்டியிருப்பதும் தெரிந்தது. மூக்கின் இடதுபுற வைரத்துளி நிலவொளியில் நீலக்கதிரை சிந்தியது. சட்டையணியாமல் மினுமினுத்த மார்பின் மயிரை வழித்தெடுத்திருந்தார். நெஞ்சின் இருபுறத்திலும் சதைக்கோளம் பிரமாண்டமாகத் திரண்டிருந்தது. ஆனால் வயிறு ஒட்டியிருந்தது. இடையில் அரக்கு நிற வேட்டியைச் சுற்றியிருந்தார். கால்களில் ஓசையெழுப்பும் தண்டைகள். உள்ளீடாய் மாணிக்கப் பரல்கள் இருக்கலாம். காலடி எடுத்துவைக்கும்போது இதமான ஓசையை எழுப்பின.

மந்தை மேய்த்துக் கொண்டிருந்தபோது அவரைப் பெற்றவர்கள் பெருமந்தைக் கொண்ட சம்பந்தம் வேண்டுமென்று நீண்டநாட்களாகத் தேடிக்கொண்டிருந்தார்கள். குறி சொல்லத் தொடங்கியதும் அந்தப்பேச்சு மந்தையிலிருந்து விலகிய மாடாகிவிட்டது. கல்யாணம் என்பது அவருக்குக் கனவாகிப் போனது.

கீழே இறங்கி நின்ற அவர், ஊருக்கு வடக்கே பார்த்து ஒரு கும்பிடு போட்டார். தெரிந்த முகங்களைப் பார்த்து நட்புடன் தலையாட்டினார். "வணக்கம் பண்ணை" என்று அவர் முகமன் சொல்லியக் குரலில் அதிகாரம் இருந்தது. ஓசையில் அடர்த்தியிருந்தது. காலடி எடுத்து வைத்தபோது தண்டைகள் அதிர்ந்து ஒலியெழுப்பின. காரிலிருந்து அவருக்குப் பின்னால் சிஷ்யன் ஒருவன் இறங்கினான். அச்சு அசலே அவன், குருவின்

சின்ன வார்ப்பாக இருந்தான். அவர்களிருவரையும் ஊர் கும்பிட்டது.

இரவு உச்சிவேளை நிலா, பம்பரத்தின் கொண்டை ஆணிபோல ஆகாயத்தின் மையத்தில் தெரிந்தது. அதன் வட்டவிளிம்பில் சிதறிய கதிர்களாய் குளிரொளி சிந்துவதும் 'சரேலெ'ன மேகங்களுக்குள் புகுந்துகொண்டு போக்குக் காட்டுவதுமாய் விளையாடியது. மந்தையை அடுத்திருந்த பெரிய புன்னை மரத்தடியில் வைக்கோல் பரப்பி, அதன் மேல் விரிப்பு போட்டிருந்தார்கள். மந்தைக்கருப்பனுக்குப் பிடித்தமான சுருட்டு, அவனுக்காகவே காய்ச்சப்பட்ட சிறப்பு சரக்கு சாராயமும் விரிப்பின் மீது வைக்கப்பட்டன. சிஷ்யன் அவை எல்லாவற்றையும் தன் கையால் வடக்குத் திசைபார்த்து வைத்தான்.

அசைவில்லாமல் எல்லா மரங்களும் அமைதியாக இருந்தன. இலைகள்கூட ஆடவில்லை. அந்தவெளியில் பிசுபிசுத்த அடர்த்தியாய், காற்றில்லாத எதுவோ ஒன்று மெல்லப் பரவுவதை உணரமுடிந்தது. பேச்சுகள் அடங்கி, கனத்த மௌனம் உருவானது.

எல்லாம் தயாரானதும் தண்டைகள் அதிர நடந்து வந்தார், கோடாங்கி. 'தங்கு தங்'கென்று தரை அதிரும் ஓசை எழுந்தது. மலைபெயர்ந்து நடப்பது போலிருந்தது, அவர் உருவம். அதிர்வில், நள்ளிரவு சூறைக்காற்று எங்கோ உருவாகி, புலிப்பட்டிநோக்கி திரண்டுவந்து மரங்களை அசையாட்டம் போடவைத்தது. மெல்லமெல்ல அமைதியைக் கிழித்தப் பெருங்காற்று வானத்திலிருந்து இறங்குவதாய்ப் பேரோசைக் கேட்டது. எல்லோரும் பயத்தில் உறைந்துப்போய் அவரையே பார்த்துக்கொண்டிருந்தார்கள். அவரிடம் 'அதிரி புதிரி'யாக ஏதாவது கேட்க வேண்டுமென நினைத்திருந்தவர்கள் இப்போது எச்சில் முழுங்கினார்கள்.

மந்தைக் கருப்பனின் துள்ளல் தனக்குள் வந்திறங்குவதாக உணர்ந்த நொடிகளில், "வாடா கருப்பா!" என்று வடக்கே பார்த்து இரு கைகளையும் உயர்த்தி, ஒரு குழந்தையை ஏந்தத் தயாராகும் தாயைப்போலக் கூவினார். அது இடிமுழக்கத்தை ஒத்திருந்தது. மந்தை, மரங்கள், கிணறு, வயல்வரப்புகள், மலை மற்றும் சுத்துப்பத்து எல்லாவற்றிலும் அந்தக்குரல் எதிரொலித்தது. திடீரென எழும்பியக் குரலில் மரங்களில், பக்கத்து மலையின் இண்டு இடுக்குகளில் குடியிருந்தப் பறவைகள் கெட்ட கனாக்கண்ட குழந்தைகள்போல பயத்தில் திடுக்கிட்டு, கதறி கூடுகளிலிருந்து

வெளியேறிப் பறந்தன. திசைதெரியாமல் ஓலமிட்டன. சிறுவிலங்குகள் மறைவிடத்திலிருந்தும் புதர்களிலிருந்தும் வெளிப்பட்டு, 'என்ன பிரளயம், இது?' என அதிர்ந்து மிரண்டு அங்குமிங்குமாய் ஓடின. எங்கிருந்தோ ஒரு பசு பெருங்குரலில் கத்தி, தன் தாயை அழைத்தது.

அது, கோடாங்கியை இன்னும் உசுப்பேத்தியது. 'அஹஅஹஅஹஅஹஅஹ அஹஅஹஅஹ' என்று தன் உடம்பைக் குலுக்கினார். இசையும் நடனமுமாய் உடம்பு குலுங்கியது. பயிற்சியெடுத்த ஆட்டக்காரனின் துல்லியம் அதிலிருந்தது. இடதுகையில் ஏந்திய கோடாங்கியை தலைக்குமேலே தூக்கி, வலதுகை விரல்களால், 'டுண்டுண்டு டுண்டு... டுண்டுண்டுடுண்டு... டுண்டுண்டுடுண்டு...' என்று முழங்கவிட்டார்.

காற்றில் எதிரொலித்த கோடாங்கி சத்தத்தில் அதிர்வு இருந்தது. அடிவயிற்றில் புகுந்த அதிர்வு அங்கிருந்தோரை கதிகலங்க வைத்தது. கோடாங்கியின் உடம்பு உலுக்கலில் புளியம்பழங்கள் உதிர்வதுபோல 'சடபுட'வென அந்த சத்தத்திற்கேற்ப வார்த்தைகள் காற்றில் தெறித்து மிதந்தன.

"எங்க கருப்பசாமி...
நீ எங்க கருப்பசாமி...
முன்கொண்டைக்காரன் நீ...
முன்கோபக்காரன் நீ...
சந்தனப் பொட்டுக்காரன்...
அழகருக்குக் காவக்காரன்...
எங்க கருப்பசாமி நீ...
எங்க கருப்பசாமி.
சாட்டைமுடிக்காரன் நீ...
பிள்ளைகளைக் காப்பவன் நீ...
சல் ஆடையைக் கட்டி நீ,
சாஞ்சி சாஞ்சி ஆடிடுவாய்...
எங்க கருப்பசாமி நீ...
எங்க கருப்பசாமி...
வில்லுபாட்டுப் பாடிவந்து
விதவிதமாய் ஆடிடுவாய்...

பந்தம் கையில் பிடிச்சிவந்து
பாரிவேட்டை ஆடிடுவாய்...
எங்க கருப்பசாமி நீ...
எங்க கருப்பசாமி.
சுந்தரப்பெருமாள் ஆண்டவரின்
மரகதத்து நீள்மலையில்
பதினெட்டாம்படி கருப்பன் நீ...
எங்க கருப்பசாமி நீ...
எங்க கருப்பசாமி...
தட்சையைக் கட்டி வா...
கை அருவா காட்டி வா...
ஓம்மீசையை முறுக்கி வா...
நீ முச்சந்தியில் நடந்து வா...
எங்க கருப்பசாமி நீ...
எங்க கருப்பசாமி.
கர்ப்பூர ஆழிமுன்னே
கடவுளாக நின்றிடுவாய்...
ஓய்... கருப்புவேட்டி கட்டிக்கிட்டு...
பாவங்களை போக்கிடுவாய்...
எங்க கருப்பசாமி...
நீ எங்க கருப்பசாமி..."

கோடாங்கியின் பிசிறற்ற கனத்த குரல், தூரத்து மடிப்பு மலைத்தொடர்களில் பட்டு, திரும்ப ஊருக்குள் எதிரொலித்தது. துவக்கப்புள்ளியில் இருந்த சத்த அளவு, மலைத்தொடரில் பட்டுத்திரும்பியும் அதே அளவு இருந்தது. எல்லோரும் வடக்குத் திசை பக்கமாகவே பார்த்தபடியிருந்தார்கள். மூச்சுவிடும் சத்தம்கூட அவரவருக்குள் பெரிதாக எதிரொலித்தது.

கோடாங்கி சத்தத்தில் உயிர்த்தெழுந்து, பசுமை போர்த்தியிருந்த மலைகளுக்குள் ஒரு மரம் நிலைகுலைந்து ஆடுவதுபோல நிலவொளியில் தெரிந்தது. தூரத்துப் பார்வைக்கு கைகால் முளைத்த தோற்றத்தில் அது இருந்தது. நேரமாக ஆக, கூப்பிட்ட குரலுக்கு ராட்சச மனிதனொருவன் நடந்துவருவதுபோலவும்

எஸ். அர்ஷியா

தெரிந்தது.

“அந்தா, கருப்பன் வாறான்” யாரோ பயபக்தியில் கூச்சலிட்டார்கள். அந்தக்கூச்சலுக்கு கூட்டத்துக்குள்ளிருந்து பதிலொளி கேட்டது. “ஆமா, அந்தா.. கருப்பன் வாறான்.”

அழைத்த குரலுக்கு கருப்பன் வந்துவிட்டதாக மகிழ்ந்த கோடாங்கியின் கண்கள் சிவந்திருந்தன. குரலில் அடர்த்தி ஏறியிருந்தது. உடம்பின் ஆட்டம் கூடியிருந்தது. வார்த்தைகளில் செழுமை படர்ந்திருந்தது. எதிரே நடந்துவரும் மரத்தைப் பார்த்து, உரத்தக் குரலில் கூவினார்.

“எங்க கருப்பன் வாரான்... அதோ...
எங்க கருப்பன் வாரான்...
கார்மேகம்போல வாரான்...
அந்தா வாறான்...
இந்தா வாறான்...
நாகவல்லி கொண்டுவாறான்...”

எல்லோரும் பயபக்தியுடன் கன்னத்தில் போட்டுக்கொண்டார்கள். மரம் ஊரருகே வந்துவிட்டிருந்தது. அதற்குத் தூதுவிடுபவர்போல கோடாங்கி நடந்துகொண்டார். கூடியிருந்தக் கூட்டத்தின் எல்லைவரை கோடாங்கியடித்தபடியே ஓட்டப்பந்தய வீரனைப்போல தடதடத்து ஓடினார். எல்லையில் நின்று, ‘டுண்டுண்டுடுண்டு... டுண்டுண்டு டுண்டு... டுண்டுண்டுடுண்டு...’ என்று கோடாங்கியை ஆக்ரோஷமாக முழங்கவிட்டார். அதிர்வின் தாக்கம் எல்லோருக்குள்ளும் மின்சாரமாய் ஊடுருவியது.

கூட்டத்திலிருந்த ஒரு கிழவி, “பாதுகாக்க வந்த பதினெட்டாம்படி கருப்பா.. பாசம் வைச்சக் குடும்பத்தை பரிதவிக்க விட்டுட்டியே... நியாயம் சொல்லு, கருப்பா! உன் நீதியைச் சொல்லு கருப்பா!” என்று சாமிவந்து ஆடினாள். ஆட்டத்தில் நீதி கேட்கும் ஆவேசம் இருந்தது. எல்லோரும் அவள் பக்கமாகத் திரும்பினார்கள்.

சங்கர நாதனைப் பெற்றெடுத்தவள், அந்தக்கூட்டத்தின் மூலையில், ‘கருப்பன், என்ன பதில் சொல்லப் போகின்றான்?’ என்றுகேட்க காதுகளை ஆவலாகத் தீட்டிக்கொண்டு உட்கார்ந்திருந்தாள். மூன்றுநாட்களில் மகள் வயிற்றுப்பேத்தியும் மருமகளுமானவளைத் தேடுவதற்கு நிறையவே மெனக்கெட்டிருந்தாள். கைக்காசை

இறைத்திருந்தாள். இரு குடும்பத்துக்கான இணைப்பு அவள்.

கருப்பனை எதிர்கொண்டழைக்க கூட்டத்தின் விளிம்புக்குச் சென்று 'டுண்டுண்டுடுண்டு- டுண்டுண்டுடுண்டு- டுண்டுண்டுடுண்டு-' என்று முழங்கவிட்ட கோடாங்கி, சூழல் தடம்மாறுவதை உணர்ந்து, அதே ஓட்டத்தில் திரும்பிவந்தார். கிழவி தனது இடத்தைக் கைப்பற்றிவிடுவாளோ என, 'அத்தாம்பெரிய' கோடாங்கிக்குள் லேசான பயம் இருந்தது. ஆதரவற்ற வயதுமுதிர்ந்த பெண்கள், கணவனால் கைவிடப்பட்ட பெண்கள், திருமணத்தை சந்திக்காத முதிர்பெண்கள் சமூகத்தில் தங்களுக்குக் கிடைக்காத அங்கீகாரத்தை இதுபோன்ற சபைகளில், 'சாமி வந்ததாக' ஆடிக்காட்டி, காலம் முழுமைக்கும் தங்கள் மதிப்பீட்டை உயர்த்திக்கொள்கிறார்கள் என இல்லாத பாம்பின் காலை கோடாங்கி அறிந்திருந்தார். அவர் குரல் இப்போது வேறாக இருந்தது.

"ஓய்... முன்கோபக்காரன் வாறான்...
அருவாளு தூக்கி வாறான்...
ஜவ்வாது வாசக்காரன்...
வெள்ளிப்பிரம்பு கொண்டு வாறான்...
ஓய்... வேகமாக ஆடி வாறான்
வேகமாக ஓடி வாறான்...
காத்துல ஆடி வாறான்...
வாட்டசாட்டமான அவன்
ஓங்குதாங்கா தாவி வாறான்..."

கிழவியை மிரட்டுவதற்காக, ஊரையே மிரட்டிய கோடாங்கி, கருப்பனை எதிர்கொண்டழைத்தார். கேள்வி கேட்பவர்களுக்கு பதில்சொல்லத் திரட்டியிருந்த நுட்பமானக் கதைகள் கிழவியின் திடீர் சதிராட்டத்தில் அவருக்கு மறந்துபோயிருந்தன. 'அன்னிக்கு அப்டித்தான்...' என்று அவர் ஆரம்பித்தால், இடைநிற்காமல் ஓடும் தொடர்வண்டிபோல பல கதைகள் ஒன்றைத்தொட்டு ஒன்றாய் வந்துசேரும். கிழவியின் இடைபுகுதல் அவரது ஓட்டத்தை மாற்றிவிட்டது. அதனால் கருப்பனை வேறெங்கும் போய்விடாமல் தன்னிடம் இருத்திக்கொள்ள அவர் பாடுபட வேண்டியிருந்தது.

"நூபுர கங்கையில

பெருக்கெடுக்கும் வெள்ளத்துல
கருப்பன் வரும்வேளையிலே
நீந்திநீந்தி குளிச்சி வாறான்...
கருப்பசாமி ஆடி வாறான்...
நெஞ்சளவு தண்ணியிலே...
பௌந்துகிட்டு வாரானப்பா...
துள்ளிக்கிட்டு ஓடி வர்றான்.
கழுத்தளவு தண்ணியிலே...
கருப்பசாமி நீந்தி வாறான்...
அந்தளவு தண்ணியிலே
ஆங்காரமா ஓடி வாறான்...
எங்க கருப்பன் ஓடி வாறான்...
எங்க கருப்பன் ஓடி வாறான்.
பாங்காக வாறான் ஐயா,
அந்தா வாறான்...
இந்தா வாறான்...
பெரியான வட்டம் வாறான்...
சிறியான வட்டம் வாறான்.
ஓய்.. கரிமால் மலையை ஏறி வாறான்...
திருமால் மலையைக் கடந்து வாறான்...
தடைகளெல்லாம் தாண்டி வாறான்...
சாமிவனம் புகுந்து வாறான்...
வனமெல்லாம் தாண்டி வாறான்...
வட்டக்கெணறு கடந்து வாறான்...
சென்னகரம் தாண்டி வாறான்...
கச்சிராயன் வழியா வாறான்...
புலிப்பட்டி தொட வாறான்."

அத்தனைபேர் பார்வையும் இப்போது கிழவியிடமிருந்து மீண்டு, கோடாங்கியின் பக்கம் வந்துநின்றது. கிழவியின் ஆட்டத்தில் லேசாகப் பதறிப்போயிருந்த கோடாங்கிக்குள் இப்போதுதான் நிம்மதி வந்தது. உள்வெக்கையை வாயைக் குவித்து ஊதினார். 'அஹ அஹ அஹ அஹ அஹ அஹ அஹ அஹ' என்று உடம்பை

உலுக்கினார். அப்போது பார்த்து காற்று வேகமாக வீசத்தொடங்கியது. அதைத் தனக்கு சாதகமாக ஆக்கிக்கொள்ள, அடுத்த வரிகளை வாய்வழியே உருவிவிட்டார்.

"புலிப்பட்டி தொட்ட கருப்பன்...
சுத்தும்முத்தும் பார்த்து வாறான்...
எம்பெருமான் கருப்பனுக்கு
மலர்கள் என்றால் கொள்ளை ஆசை.
மலர்களால் சல் ஆடைகட்டி
வந்துநிக்கும் வேளையிது.
ஆகா... கருப்பா...
ஆகா... ஆகாகா... கருப்பா...
வந்துட்டான் என் கருப்பன்.
அழகான வட்ட மீசை...
குலசாமி மந்தைக் கருப்பன்...
குளிர்நீல ஆணழகன்...
ஆகா... காணக் கண்கோடி வேண்டும்"

எல்லோர் கண்களும் கோடாங்கியின் மீது நிலைத்து நின்றன. மறுபடியும் ஒரு முறை, 'அஹஅஹஅஹஅஹஅஹஅஹஅஹ' என்று உடம்பை உலுக்கினார். புகையும் சுருட்டுவாடையும் தூரத்தில் எங்கிருந்தோ வந்தது. கனிந்த சிவப்பில் ஒரு புள்ளியும் தூரத்தில் தெரிந்தது. எல்லோரும், "அந்தா கருப்பன்... சுருட்டு குடிச்சுகிட்டு வர்றான்.." என்று சொல்லி, கன்னங்களில் போட்டுக்கொண்டார்கள். அந்த ஒளி தங்களை நெருங்கி வருவதை உணர்ந்தவர்களாய், "எங்களைக் காப்பாத்து கருப்பா!" என்று வேண்டிக்கொண் டார்கள். எங்கும் அமைதி விரிந்துகிடந்தது.

கோடாங்கியின் சிஷ்யன் கூட்டத்திலிருந்த இளம் பெண்ணொருத்தியிடம் ரகசிய மொழியில் ஏதோ சிரித்துச் சிரித்துப் பேசிக்கொண்டிருந்தான். அதைப் பார்த்தும் பார்க்காததுபோல நடந்துகொண்ட கோடாங்கி, விரிப்பில் வைக்கப்பட்டிருந்த சாராய பாட்டில்களில் ஒன்றை எடுத்து, கோழியின் கழுத்தைத் திருகுவதுபோல மூடியைத் திருகி, 'மடக்மடக்' கென்று வாய்க்குள் ஊற்றினார். புனல்வழியே ஊற்றப்படும் பச்சைத் தண்ணீராய் உள்ளே இறக்கியவர், ஒருகட்டத்தில் எதுக்களித்த சாராயத்தை

எஸ். அர்ஷியா 67

‘புர்’ரென்று யானை தும்பிக்கையால் வெளியேற்றுவதை ஒத்து துப்பினார். தலையை சிலுப்பினார். அப்படியே பாடலைத் தொடர்ந்தார்.

“எடுத்து வைக்கும் கால்களுக்கு
சாமந்தி சல் ஆடை.
முன்னே வைக்கும் கால்களுக்கு
முல்லைப் பூ சல் ஆடை.
பின்னே வைக்கும் கால்களுக்கு
பிச்சி பூ சல் ஆடை.
அள்ளிவைக்கும் கால்களுக்கு
அரளி பூ சல் ஆடை.
துள்ளி வைக்கும் கால்களுக்கு
துளசியால சல் ஆடை.
வீசி வைக்கும் கால்களுக்கு
வீரத்தாலே சல் ஆடை.
ஓய்... உச்சந்தல கட்டி வாறான்...
புலிப்பட்டிக்கு ராஜா வாறான்...
அழகர்மலை காவக்காரன்...
ஆங்காரமாய் ஓடி வர்றான்...”

இரண்டுகைகளையும் விரித்து, கருப்பனை எதிர்கொண்டழைத்து தனக்குள் அடைக்கலமாக்கித் தழுவிக்கொள்வதுபோல கட்டிக் கொண்டார். கருப்பன் அவருக்குள் இறங்கிவிட்டதை அவரது கூச்சல் நிரூபணம் செய்தது.

“ஆஆஆஆஆஆஆஆ...
ஆஆஆஆஆஆஆஆ...
புலிப்பட்டி எல்லையிலே
புதுக்காத்தா வந்தேனய்யா...
ஆங்காரமா வந்தேனய்யா...
ஆவேசமா வந்னேனய்யா...
காவலாளி வந்தேனய்யா.
உதவிகேட்டு வந்தவர்க்கு

உருத்தா நின்று உதவி செய்ய

புலிப்பட்டிக் கோட்டைக்குள்ளே

கும்மாளமா வந்தேனய்யா...

கேள்விகள கேட்பவர்க்கு

நியாயமான பதில சொல்ல

நெஞ்சு நிமுத்தி வந்தேனய்யா...

நேசமாகக் கேட்டவர்க்கு

நெறைய அள்ளித்தர வந்தேனய்யா...“

கனத்த அமைதியில் கோடாங்கியின் குரலைத் தவிர, காற்றின் சத்தம்கூட கேட்கவில்லை. கோடாங்கியின் உடம்புக்குள்ளிருந்து கருப்பன் பேசினான்.

“பாசம்வெச்சுக் கேட்டவர்க்கு

பலமடங்கு தர்றவன் நான்...

ஊருசனம் கூடிநின்னு

என் தயவ நாடிநின்னு

கேள்வியொண்ணு கேக்குதய்யா...

நிலையழியாக் கேள்வி இது...

நிலைநிறுத்தி பதில சொல்வேன்.”

விரிப்பில் ஒற்றைக்கால் மண்டியிட்டிருந்த கோடாங்கி, மந்தைக் கருப்பனாக ஆகியிருந்தார். மந்தைக்கருப்பன் கேள்விக்காகக் காத்திருந்தான்.

ஆங்காரம் குறைந்திருப்பதுபோல தெரிந்தது. ஆனாலும், ‘அப்டிக்கேப்பேன்... இப்டிக்கேப்பேன்... அதிரிபுதிரியா கேப்பேன்’ என்று வாய் பேசியவர்களெல்லாம் பம்மிப்போய் நின்றிருந்தார்கள். ‘எக்குதப்பா கேட்டு ஏதாச்சும் ஆயிட்டா?’ பயத்தில் கண்கள் உறைந்திருந்தன. பண்ணைக்காரர் பழனிராசும் கருப்பின் பதிலுக்காக, கேள்வியில்லாமலேயே உட்கார்ந்திருந்தார்.

சங்கர நாதனைப் பெற்றவள்தான் கேள்விகேட்டாள். “மந்தக்கருப்பா. மாமலைச் சாமியே... அழகரைக் காப்பவனே... என்ன குத்தம் என் வீட்ல? ஏன் இப்டி நடக்கவிட்ட? பாசம்பெத்த புள்ளை இவன். பராரியாப் போறானே! வெளக்கேத்த வந்த லெட்சுமி இருட் டாக்கிப் போய்ட்டாளே. உசுரோட இருக்காளா? உம்பதிலச்

சொல்லு சாமி!" முந்தானையைக் கையிலேந்தி மடிப்பிச்சைக் கேட்டாள்.

கோடாங்கிக்குள்ளிருந்த மந்தைக்கருப்பன் மண்டியிட்ட நிலையிலிருந்து பந்தாகத் துள்ளியெழுந்தான். சதங்கையொலிக் கிளம்ப கூட்டத்திலிருந்து விலகி மேற்கே போய் நின்றான். அவனைப் பின்தொடர்ந்து ஒட்டுமொத்தக் கூட்டமும் ஓடியது. எல்லைத்திசையில் நின்று 'தங்குதங்'கென்று ஆடினான். 'சட்'டென்று தென்கிழக்காகத் திரும்பி, யாரிடமிருந்தோ தகவல் பெறுவதுபோல கைகளை மேலே ஏந்தியிருந்தான். மேகத்துக்குள் நிலா ஒளிந்துகொண்டது. பூமியெங்கும் இருள். 'ஹ¬ஹ¬ஹ¬ஹ¬ஹ¬' என்று தன்னை உலுப்பினான். தூரத்துத் தூதனொருவன் தகவல் தருவதுபோல, 'ஊங்'கொட்டினான்.

சில நொடிகளில் கருப்பன் குரலில் நிதானம் வந்தது. "இந்தத் தெசை..." என்று மேற்கே கை காட்டினான். "நேரா நூறு கல்லு தூரம்... அண்டைப்பயலத்தேடி அலுங்காமப் போயிருக்கா. திட்டம் ஏதுமில்ல. தெசை வழியா போயிருக்கா. மனசுக்குப் புடிச்சவ னோட மகிழ்ச்சியா போயிருக்கா. தெசையறிஞ்சு தேடுனா... பார தூரம் இல்லாம பத்திரமா கெடைச்சுருவா!"

அத்தனைபேரும் நிலவொளியில் முழுசாகத் தெரியாத அவர் வாயை, காதால் கேட்டுவிட்டு, "உசுரோடத்தான் இருக்காப்பா... கோடாங்கி குறி தப்பாதே. கருப்பன் பொய்சொல்ல மாட்டான்ல்ல!" என்றார்கள்.

"அடப்போங்கப்பே, கோடாங்கி எப்பவுமே ஒரு கேள்விக்கு ஒம்பது கதை சொல்லும். இன்னிக்கு ஒத்தக்கதையோட அதுவும் பவளம் எங்கேருக்கானு தெசை சொல்றதோட நிறுத்திருச்சு." ஒவ்வொருவருக்கும் ஒரு கவலை இருந்தது. அர்த்தராத்திரியிலும் புகையிலையை மென்று 'புளிச்'சென்று துப்பிய ஆள் ஏமாற்றத்துடன் நடந்துபோனான். "கிழவி ஒண்ணு சாமிவந்து ஆடுச்சுல்ல. அதுல கோடாங்கி பயந்துட்டாரு!"

அது கோடாங்கியின் காதிலும் விழுந்தது. மேற்கு திசையிலிருந்து கோடாங்கி எதுவுமே நடக்காததுபோல இயல்பாக நடந்துவந்தார். பண்ணைக்காரர் பழனிராசுவும் அவரும் பேசத் தொடங்கினார்கள்.

கொட்டாம்பட்டி சுந்தரும், "மணி ரெண்டாயிருச்சு. போய் தூங்குவம்!" என்று புறப்பட்டான்.

கூட்டம் கொஞ்சங் கொஞ்சமாய்க் கலைந்தது.

5

கொட்டாம்பட்டி சுந்தர் தகவல்களைத் திரட்டிக்கொண்டிருந்தான். எதுவுமே அவனால் நம்பக்கூடியதாக இருக்கவில்லை. அதிர்ச்சியையும் ஆச்சரியத்தையும் வெளிக்காட்டிக் கொள்ளாமல் உறவுக்காரப் பெண் சொல்வதை தலையசைத்துக் கேட்டுக்கொண்டான்.

“பழைய கதைணே, அது. அவ கல்யாணத்துக்கு அப்பறம்தான் அவனோட பேச ஆரம்பிச்சா. அவன் ஆர்யா மாதிரி செவப்பா, அழகா இருப்பான். மீசை இருக்காது. கம்பெனில கட்டரா இருந்தான். மொதலாளி, மேனேஜர் எல்லாரும் அவனை மதிப்பாங்க. மீட்டிங்குக்கு அவனையும் கூப்புடுவாங்க. டிசைனிங்கும் அவனுக்குத் தெரியும். அவனோட கட்டிங்ல ரசனை இருக்கும். மத்த கட்டர்கமாதிரி அலட்டிக்க மாட்டான். சரியா தைக்கலனா, ‘இப்டி செஞ்சா... நல்லா வரும்’னு புரியுற மாதிரி அமைதியா சிரிச்சுக்கிட்டே சொல்வான். அதுனால அவனை எல்லாருக்கும் புடிக்கும். அவன் பேரு கூட என்னமோ... அவன் முஸ்லீமா? பேரு வாயில நொழையாது. எல்லாரும் அவனை, எப்டியோல்ல கூப்புடுவாங்க. அவன் வேலைய விட்டுப்போயி மூணு நாலு வருஷத்துக் கும்மேல ஆச்சா. ‘சட்’னுபேரு வரமாட்டேங்குது.

ஆனா, வாய்க்குள்ளயே இருக்கு. ஆங்... 'முஜம்ண்ணே. முஜம்... முஜம்...'னுதான் கூப்புடுவாங்க. அவன் பேரு முஜம்மின். இந்த மெயின் ரோட்டுலருந்து வேதக்கோயிலுக்குப் போக குறுக்கால ஒரு சந்து வரும்ல. மம்மதியாபுரம். அந்தத் தெருக்காரன். ஆஸ்பத்திரிக்கு, மார்கெட்டுக்குப் போறப்ப, முந்தி அவனை அந்தப்பக்கம் பாத்துருக்கேன். ஏன்ணே... திரும்பத் திரும்பக் கேக்குறீங்க? ஏதும் பிரச்சனயா? நான் ஒரு மாசமா லீவுல இருக்கேனா... எனக்கு எதுவும் தெரீல! பவளம் நல்லவண்ணே. அழகாருப்பாளா... கம்பெனில அவள எல்லாருக்கும் தெரியும். யார் வம்பும்தும்பும் அவட்ட இருக்காது. பெருசா எதையும் வெளில காட்டிக்கவும் மாட்டா. இப்ப அவன் இங்கே இல்லனு நல்லா தெரியும். வேலை முடிஞ்சதும் அவ பஸ் ஏறுறத தெனமும் பாத்துருக்கேன். அநாவசிய லீவு போட மாட்டா. கரெக்டா வேலைக்கு வர்றவங்க பட்டியல்ல அவபேரு இருக்கும். மத்தபடி என்னன்னு தெரியாதுண்ணே!"

உறவுக்காரப் பையன்தானென்றாலும் வேறு ஒரு பெண்ணைப் பற்றி துருவித் துருவிக் கேட்கும் கொட்டாம்பட்டி சுந்தரிடம், "என்னப்பா நீ, இவ்ள வெவரமா விசாரிக்கிற?" தகவல் சொன்ன பெண்ணின் தாயார் கேட்டார்.

"ஆமா சித்தி. நமக்கு வேண்டிய குடும்பம். தங்கச்சி வேலை செய்ற கம்பெனிலதான் அந்தப்புள்ள வேலை செஞ்சுச்சு. வேலைக்குப் போனது வீடு திரும்பல. அதான்!"

"அட... யாரு? நேத்துக்கூட புலிப்பட்டில கோடாங்கி குறினு சொல்லீக்கிட்டாங்க. அந்தப் புள்ளயா? நல்லா தேடுனாங்களா?"

"தேடியாச்சு சித்தி!"

"இன்னிக்கு அஞ்சு நாளா? அடப்பாவமே! இந்தப்புள்ளைக மனசுல என்னாருக்குனு தெரியவே மாட்டேங்குது!"

உறவுக்காரப் பெண் சொல்வதை வைத்துப் பார்த்தால், அவள் காணாமல் போனது திட்டமிட்டு நடந்ததாகத் தெரியவில்லை. கோடாங்கியின் குறியும் அதைத்தானே சொல்கின்றது. 'நேரா நூறு கல்லு தூரம். அண்டைப்பயகூட அலுங்காமப் போயிருக்கா. திட்டம் ஏதுமில்ல. தெசை வழில போயிருக்கா. மனசுக்குப் புடிச்சவனோட மகிழ்ச்சியா போயிருக்கா. தெசையறிஞ்சு தேடுனா, பார தூரம் இல்லாம பத்திரமா கெடைச்சுருவா!' என்று.

கொட்டாம்பட்டி சுந்தர் இரண்டு விஷயங்களையும் ஒரு துப்பறியும் போலீஸ்காரன்போல குறுக்கும் மறுக்குமாக யோசித்தான். உறவுக்காரப் பெண் சொன்னதில் கோடாங்கிக் குறியில் சொன்ன ஒரு விஷயம் ஒன்றுடன் ஒன்று அப்படியே பொருந்திப் போவதாக இருக்கின்றது. திட்டமிட்டு இது நடந்ததில்லை. இரண்டாவது... கோடாங்கி சொன்ன வார்த்தைகளில் ஒன்று, 'அண்டைப்பயகூட!' அதற்கு என்ன அர்த்தம்? ஒருவேளை வேற்று மதத்தை அப்படிச் சொல்லியிருப்பாரோ? அப்படியாக இருந்தால், உறவுக்காரப் பெண் சொன்ன தகவல் உபயோகமுள்ளதுதான். ஊரிலோ அல்லது அவள் வேலை செய்யும் கம்பெனியிலோ யாரும் காணாமல் போனதாகத் தகவல் இல்லை.

ஏதோ ஒன்று, ஒன்றையொன்று இணைப்பதாக கொட்டாம்பட்டி சுந்தருக்குப் புரிந்தது. அவனுக்கு மம்மதியாபுரத்தில் நண்பர்கள் இருந்தார்கள். அவர்களில் ஒருவனைத் செல்போனில் தொடர்பு கொண்டு விசாரித்தான். வண்டியை ஓட்டிக்கொண்டு கழுத்துக்கும் காதுக்குமிடையில் செல்போனை இடுக்கியபடி பேசுவது கஷ்டமாக இருந்தது. அதனால் வண்டியை ஓரம் கட்டினான்.

"முஜம்மினா?... அந்தா ரெடிமேட் எக்ஸ்போர்ட் கம்பெனில கட்டரா இருந்தானே. அவனா? நமக்கு சொந்தமெல்லாம் இல்ல. ஏரியாக்காரன். நல்ல பயலாச்சே. இப்ப அவன் இங்கன இல்லியே சுந்தர். கல்யாணமானதும் திருப்பூர்க்கு குடும்பத்தோட போய்ட்டான். மூணு நாலு வருஷம் இருக்குமே! அங்கே ஏதோ ஒரு பெரிய கம்பெனில டிசைனரா இருக்கான்னு கேள்விப்பட்டேன். அவனோட தாதா, தாதி இங்கனதான் இருக்காங்க. பெரிய குடும்பம். நிக்காஹ், மௌத்துன்னா வந்துபோவான். என்னா விஷயம்? நீ கேக்குறன்னா விஷயமில்லாம இருக்காது. ஏதும்னா சொல்லு. விசாரிப்பம் சுந்தர்!"

"ஆமா, அவன் ஆள் எப்டின்னு கொஞ்சம் விசாரிச்சு வை" என்றவன் புறப்பட வண்டியை ஸ்டார்ட் செய்தான். செல்ஃப் ஸ்டார்ட்டரை அழுத்தினால், அது உறுமி உயிரைவிட்டது. இரண்டு மூன்று முறை உசுப்பிப் பார்த்தான். தான் பூரண கண்டத்தில் இருப்பதாக ஒவ்வொருமுறையும் செத்து செத்து அறிவித்தது. கிக்கரை காலால் நிமிர்த்தி, 'அவசரத்து அத்துவிட்டுரும் சனியன்' மனதுக்குள் திட்டியபடி உதைத்தான். உயிர்ப்பிடித்து உறுமியது. 'மதுரக்குப்போய் பாஸ்கர்ட்ட வண்டிய வேலைக்கு விடணும்!' ஆக்ஸிலேட்டரைக் குறைக்காமல் போலீஸ் ஸ்டேஷனுக்கு

அவசரமாகப் போனான்.

‘அய்யா’ பொலிரோவில் ஏறியிருந்தார். வாகனம் புறப்படும்நிலையில் தயாராக இருந்தது. வண்டியைத் திருப்ப டிரைவர் வியூ பார்த்துக்கொண்டிருந்தபோது, சிரித்தபடி அவருக்கு வணக்கம் சொன்னான்.

“என்னா சுந்தர்? குறி கேட்டியா? ஒங்கோடாங்கி என்ன சொல்லுச்சு?” என்று கேட்டார், கிளம்பிக்கொண்டிருந்த நிலையிலும். அதில் அவருக்கு ஏதோ ஆர்வமிருந்தது.

“அண்ணே... மேற்குப்பக்கம் நூறுகல்லு தூரத்துல எடம்னு கோடாங்கி சொல்லுச்சுணே. அப்பறம் நான் சொன்னேன்ல, எங்க சொந்தக்காரப் பொண்ணு... அது நிறைய டீடெய்ல் சொல்லிருக்குண்ணே. நமக்கு யூஸ்புல்லா இருக்கும்!”

“அப்டியா? சரி. நான் எஸ்பி மீட்டிங் போறேன். திரும்ப மத்தியானமாயிரும். புது எஸ்.ஐ.,ய அந்த வீட்ட பார்மலா செர்ச் பண்ணச்சொல்லி, கூடரெண்டு உமன் கான்ஸ்டபிளயும் கூட்டிட்டுப் போகச் சொல்லிருக்கேன். நீ ஃபிரியா இருந்தா, கூட போய்ட்டு வா. உன் பிரண்ட் வீடுதானே. மத்தியானம் பேசி ஒரு முடிவு எடுப்போம். தகவல் மேல போயிருச்சுபோல. டிஎஸ்.பி., என்னன்னு கேட்டாரு!” டிரைவருக்கு சைகை காட்டினார்.

வண்டி வட்டமடித்துக் கிளம்பியது. போலீஸ் ஸ்டேஷனுக்குள் அவன் நுழைந்தபோது, பார்மல் செர்ச்சுக்கு புறப்பட புது எஸ்.ஐ., திவ்யா தயாராகியிருந்தாள். ஒரு பெண் கான்ஸ்டபிள் அவள்கூட இருந்தாள். இன்னொருத்தி புறப்பட ‘தா’ காட்டிக்கொண் டிருப்பது தெரிந்தது.

சீனியர், தான் இருக்கும்போது புதியவளை அனுப்பிவைத்த ‘அய்யா’வை நொடித்துப்பேசி, அந்த இன்னொருத்தியை நிறுத்தியிருந்தாள், எஸ்.ஐ., மல்லிகா. கொட்டாம்பட்டி சுந்தர், பார்த்தவுடன் நிலைமையை உணர்ந்துகொண்டான். “என்ன மயினி, ரொம்ப பிசிபோல. பேசக்கூட மாட்டேங்கிறீங்க?” என்றான்.

“என்னத்த பிசி? கொழுந்தனுக்குத் தெரியாம பிசியாயிற முடியுமா? வாக்கப்பட்ட எடமும் சரியில்ல. வந்துசேர்ந்த எடமும் சரியில்ல!”

அவள் என்ன சொல்ல வருகிறாள் என்பது அவனுக்குப்

புரிந்தது. "அப்டித்தான் மயினி எல்லாம்!"

"ஆமாமா... எல்லாம் அப்டித்தான். ஒனக்கென்ன!"

அவர்கள் பேசிக்கொள்வது புது எஸ்.ஐ., திவ்யாவுக்குப் புரிபடவில்லை.

"புலிப்பட்டிக்கு புதுமேடம்கூட நானும் போறேன்!"

'நடக்கட்டும்... நடக்கட்டும்...' என்பதாக நக்கலாகப் பார்த்தாள், எஸ்.ஐ., மல்லிகா.

நீதிமன்றத்துக்கு வந்தவர்களை இறக்கிவிட்ட ஷேர் ஆட்டோவை மடக்கி, கொட்டாம்பட்டி சுந்தர்தான் பேசினான். அவனை ஆட்டோகாரருக்குத் தெரியும். மீட்டருக்கு மேலே கொடுப்பான். மீட்டர் இல்லாதபோது கணிசமாகவும் கொடுப்பான். பேரம் இல்லாமல் வண்டி நகர்ந்தது.

போலீஸ் ஸ்டேஷனின் வலதுபக்கம் பெரியாறு கால்வாய் மேட்டு புறம்போக்கு டீ கடையில் உட்கார்ந்திருந்த அரசமணி ஏட்டையா, விசுக்கென்று எழுந்து ஓட்டமும் நடையுமாக வந்தார். "வண்டி எந்தப்பக்கம் போகுது?" என்று ஆட்டோவின் கம்பியைப் பிடித்துத் தடுத்தார்.

"புலிப்பட்டிக்கு ஏட்டையா!"

"அட... நானும் அங்கனத்தான் போகணும்!" என்றவர், "ஒரு வேலையிருக்கு. எவனாவது நம்ம பய அந்தப்பக்கம் போனா போகலாம்னு இருந்தேன். நல்லதாப் போச்சு. நீயே போற!" கொட்டாம்பட்டி சுந்தரிடம் சொல்லிக்கொண்டே டிரைவர் இருக்கையைப் பகிர்ந்துகொண்டார். அப்படியே உள்பக்கமாகத் திரும்பி, "புதுசா ஜாய்ன் பண்ணீருக்கிங்களாம்மா?" திவ்யாவிடம் கேட்டுவைத்தார்.

அவள் புன்னகைத்தாள். "ஆமா!"

அவரைத் தவிர்க்க முடியாது. கூட இருந்தாலும் பலம்தான் என்று கொட்டாம்பட்டி சுந்தர் நினைத்தான். ஆட்டோ கிளம்பியது.

இருக்கையில் மூன்றுபெண்களும் அடுக்கிய மூடைகளாய் இருந்தார்கள். அவர்களுடன் கொட்டாம்பட்டி சுந்தரும் இருந்தான். அரசமணி ஏட்டையா ஒட்டிக்கொள்ளாத பட்சத்தில் அவன்

எஸ். அர்ஷியா

டிரைவருடன்தான் இருக்கையைப் பகிர்ந்திருப்பான்.

"என்னா சுந்தரு... அந்தப் பவளம் புள்ளையப் பத்தி மேத்தகவல் ஏதும் இருக்கா?" பணியில் இல்லாதபோதும் போலீஸ் ஸ்டேஷனில் நடக்கும் அத்தனை விஷயங்களையும் விரல்நுனியில் வைத்திருந்தார், அரசமணி ஏட்டையா.

"ஒண்ணும் சிக்கல ஏட்டையா! அதான் மேடத்த 'அய்யா', அந்தவீட்டுல ஒரு செர்ச் பண்ணிப்பாருங்க. ஏதும் கிடைக்குதா பாக்கலாம்னு சொல்லிருக்காரு. அதுக்குத்தான் போறோம்!"

"அப்டியா! நேத்துக்கூட புலிப்பட்டில கோடாங்கி குறி கேட்டாங்களாமே!"

பரபரப்பிலிருந்து விலகிய ஆட்டோ அமைதியான அழகர்கோவில் ரோட்டில் நுழைந்தது. சாலையெல்லாம் நிழலாடியது. மரங்கள் விட்டுவைக்கப்பட்டிருந்தன. மொட்டைத் தென்னையிலிருந்து இரண்டு பச்சைக் கிளிகள் சந்தோஷக் கூச்சலுடன் அதிவேகமாக ஒன்றையொன்று துரத்திப் பறந்தன. ஊரையொட்டியிருந்த மரியம்பீவி தர்ஹாவில் ஆட்டோ நின்றது. டிரைவர் இறங்கி, அங்கே அடக்கமாகியிருந்த மரியம் பீவி கபர் முன்பு சில நிமிடங்கள் மௌனமாக நின்றுவிட்டு திரும்பிவந்தான்.

எல்லோரும் அமைதியாகக் காத்திருந்தார்கள். திவ்யா, 'என்ன நடக்கிறது?' என்று ஆர்வத்தோடு பார்த்தாள்.

டிரைவர் ஆட்டோவை திரும்பவும் ஸ்டார்ட் செய்தான். விட்டதிலிருந்து அரசமணி ஏட்டையா தொடர்ந்தார். "கோடாங்கி யாரோ 'அண்டைப்பய'னு சொல்லுச்சாமே. அதுக்கு அர்த்தம் தெரிஞ்சுதா சுந்தர்?"

"டூட்டில இல்லாட்டாலும் பாஸ்ட்டாருக்கீங்க ஏட்டையா. நேத்து கோடாங்கி குறி சொன்னப்ப மணி ஒண்ணு ஒண்ரை இருக்கும். அதுக்குள்ளாற உங்களுக்கு வந்துருச்சு!"

"அதவிடு சுந்தரு. அவ யாரோ முஸ்லீம் பையனோடத்தான் ஓடிருக்கா!"

"எப்டி ஏட்டையா, அவ்ள கன்ஃபார்மா சொல்றீங்க!"

"நம்ம ஐஎஸ்காரன காலைல பாத்தேன். எஸ்.பி., கேம்ப்

ஆபிஸ்க்குப் போயிட்டு திரும்பி வந்துட்டுருந்தான். அவன்ட்டருந்து உருவுனதுதான்!"

'தகவல் மேல போயிருச்சுபோல. டிஎஸ்பி., என்னன்னு கேட்டாரு!' என்று 'அய்யா' சொன்னது, இந்தப்பேச்சுடன் ஒத்துப்போனது. "இருக்கலாம் ஏட்டையா. கோடாங்கி, 'அண்டைப்பய'னு சொன்னது நீங்க சொல்றதோட ஒத்துப்போகுது. என்ட்டயும் ஒரு தகவல் அப்டித்தான் இருக்கு!"

"ஆனாலும் இந்தக்கோடாங்கிப் பயலுக சந்தடிசாக்குல புளுகிருவானுக, சுந்தர். இந்தக் கச்சிராயன்பட்டிக்காரன் இதுமாதிரியே ஒருதடவை தெசை சொல்லிப்புட்டான். பார்ட்டி போலீஸ்ட்ட வந்து சொல்லுது. அப்பருந்த இன்ஸ்பெக்டரு நம்மாளு. 'அரசமணி நீரு போய்வாருமய்யா'னு என்னய சாட்டி விட்டுட்டாரு. பார்ட்டியோட கார்ல நானும் போறேன். விடிகாலை நாலு மணி. கோடாங்கி சொன்ன மாதிரியே இடம் இருக்குறதா பார்ட்டி சொல்றான். திருச்சியத் தாண்டி சமயபுரத்துக்கு முன்னால லால்குடி ரோட்டுல ஆங்கரைனு ஒரு ஊருன்னு தெளிவா சொன்னானாம். அந்தச் சின்னூர்ல ரோட்டோர டீக்கடை. அதுக்கு சொந்தக்காரி ஒரு பொம்பளன்னும் சொன்னானாம். சொன்னது மாதிரியே அந்த டீக்கடைக்கு ஓனரு, ஒரு பொம்பளதான். எல்லாமே அப்டியப்டியே இருந்துச்சு. ஆனா தேடிப்போன பொண்ணு அங்கன இல்ல. அந்தப்பொம்பளய நோண்டி நோண்டி விசாரிச்சால்ல தெரியுது, கோடாங்கியோட மொள்ளமாரித்தனம். அவ இவங்கப்பனுக்கு தொடுப்பு. ஏதோ பழைய கணக்க தீத்துக்க அந்தப்பொம்பளய மாட்டிவுட்டவன் நம்மாளு."

ஆட்டோ டிரைவரிலிருந்து அத்தனைபேரும் அரசமணி ஏட்டையாவின் வாயைப் பார்த்துக்கொண்டிருந்தார்கள்.

"ஏப்பா... ரோட்டப் பாத்து ஓட்டு!"

பேச்சினூடே புலிப்பட்டி வந்திருந்தது. ரேசன் கடையில் பொருட்களை வாங்க வரிசையில் நின்றிருந்தவர்கள் ஆட்டோவில் போலீஸ் ஊருக்குள் போவதைக் கண்டு ஆச்சரியமாகவும் பயமாகவும் பார்த்தார்கள். மேல்நிலைத் தண்ணீர்த் தொட்டியின் கீழ் தண்ணீர் பிடித்துக்கொண்டிருந்தவர்கள், 'யார் வீட்டுக்கு? பவளத்தை தேடிப்புடிச்சுட்டாங்களோ?' என்று பேசிக்கொண்டார்கள்.

சங்கர நாதன் வீட்டுவாசலில் உட்கார்ந்திருந்தான். துக்கவீடுபோல

இருந்தது. கோடாங்கி சொன்ன குறியை மையமாக வைத்து, பண்ணைக்காரர் பழனிராசுவின் வழி காட்டுதலின்படி தேடுதலைத் தொடங்க வேண்டும் என்று அவனைப் பெற்றவள் திட்டம் சொல்லிக்கொண்டிருந்தாள். அவனுக்கும் அதுதான் சரியென்றுபட்டது. குழந்தை ரஞ்சனி மடியில் உட்கார்த்திருந்தது. அவ்வப்போது அது அம்மாவை நினைத்து அழும். கையில் ஏதாவது கொடுத்தால் அமைதியாகிவிடும்.

"நூறுகல்லு தொலவுல என்னென்ன ஊர் இருக்குனு பாருடா. அவளால வேலைக்குப் போகாம இருக்க முடியாது. அவளுக்கு தைக்கிற தொழில்தானே தெரியும். அந்தக்கம்பெனிக இருக்குதானு தேடு. அங்கனயெல்லாம் போய்ப்பாரு. ஊர்க்காரங்க ரெண்டுபேரோட போ. இப்டியே ஒக்காந்துருந்தா எதுவும் நடக்காது."

வீட்டுவாசலில் ஆட்டோ நின்றதும் குழந்தை ரஞ்சனியை கீழே இறக்கிவிட்டு, சங்கர நாதன் எழுந்துநின்றான். ஆட்டோவிலிருந்து இறங்கிய கொட்டாம்பட்டி சுந்தரைக் கண்டதும் ஆசுவாசமானான். தூதுகொண்டுவரும் தேவதூதனாக அவனைப் பார்த்தான். "என்னா சுந்தரு... ஏதாச்சும் தெரிஞ்சுதா?"

"இல்லடா... பவளத்தப் பத்தி சரியான துப்பு எதுவும் இல்லியா. அவ வேலை செஞ்ச கம்பெனில விசாரிக்கப் போனப்ப, 'இங்கே எதுவும் நடந்துருக்க வாய்ப்பில்ல'னு மேனேஜர் வெளில தள்ளிவுட்டுட்டான். எதுலயும் பட்டுக்கக்கூடாதுனு கம்பெனிக்காரன் நினைக்கிறான். என்னதான் உண்மையா, நேர்மையா வேலை செஞ்சாலும் சம்பளத்தோட உறவு முறிச்சுக்கிர்றதா கம்பெனிக இருக்குது. அதான்... அந்தப்புள்ள ஏதாச்சும் துப்பு நிச்சயமா வீட்ல விட்டுருக்கும்னு இன்ஸ்பெக்ட்ரு சொல்றாரு. இவுங்கள அனுப்பி வீட்டுல ஏதாச்சும் தட்டுப்படுதானு ஒரு பார்வை பாத்துறச் சொன்னாரு. நம்ம வீடா? அதான் நானும் கூடவந்தேன். எதுக்கும் ஒருதடவ பவளம் பயன்படுத்துற பீரோ, அலமாரி, பெட்டி, புத்தகம் ஏதாச்சுன்னா பாத்துறலாமே!"

ஒன்று என்று தொடங்கிவிட்டால், அது ஓராயிரம் புள்ளிகளில் கொண்டுநிறுத்தும் என்பதை முதல்முறையாக உணர்ந்தவனாக அவன், பெற்றவள் முகம் பார்த்தான். கொளுத்துமுன்னே பற்றிக்கொள்ளும் கற்பூரத்தை கையிலேந்திக்கொண்டு நிற்பவளாக அவள் இருந்தாள். "அதயேன் விட்டுவைக்கணும். ஆனது ஆகிப் போச்சு. வந்தவங்க பாக்கட்டுமே. அப்டி நாம ஒண்ணும்

யோசிக்கலியே!"

ஆட்டோவில் பயணித்த அத்தனைநேரமும் தனக்கு அளிக்கப்பட்ட முதல் பணியை எண்ணி திவ்யா உள்ளுக்குள் சிரித்துக்கொண்டாள். உமன் மிஸ்ஸிங் கேஸ். அதுவும் சி.எஸ்.ஆர்.கூட எழுதப்படாத அனாமத்து கேஸ். ஆட்டோவிலிருந்து கீழே இறங்கி நின்றிருந்தாள். நகர்ப்புறத்திலிருந்து வந்திருந்த அவளுக்கு ஊரின்தன்மை 'பசே லெ'ன்றுபட்டது. தூரத்து மலையை ஆச்சரியமாகப் பார்த்தாள்.

"சுந்தரு, பத்து பதினஞ்சு நிமிஷ வேலைதான். போனதும் ஓடியாந்துருறேன். விட்டுட்டுப் போயிறாத!" அரசமணி ஏட்டையா, தான்வந்த வேலைக்குப் போய்விட்டார்.

வீடு ஒன்றும் பெரியதாக இருக்கவில்லை. கிராமத்திற்கே உரிய, ஆனால் சற்றே வசதியானதாக இருந்தது. பவளத்திற்கென்று தனியாக ஒரு அறையும் இருந்தது. அந்த அறையில் மரத்தால் செய்த பெண் சிற்பமொன்று ஐந்தடி உயரத்தில் இருந்தது. எளிமையான வீட்டுக்குள் அதற்கு ஒவ்வாத வகையிலிருந்த மர சிற்பத்தை ஆச்சரியமாகப் பார்த்தாள். செய்துதரச் சொல்லி, பின்னர் வாங்காமல் விட்டதாக இருக்கலாம் என்று அதைத் தொட்டுப் பார்த்தாள்.

"எல்லாம் நம்ம தொரை செஞ்ச சிற்பம்தான் அது. பொண்டாட்டி மேல செல செய்ற அளவுக்கு பாசம்!" என்றபடி சங்கர நாதனைப் பெற்றவள் பீரோவைத் திறந்துவிட்டாள். அலமாரியைக் காட்டினாள். "இது அவ பெட்டிம்மா!" என்று சதுரவடிவிலிருந்த சூட்கேஸ் ஒன்றை கட்டிலுக்கு அடியிலிருந்து இழுத்துப்போட்டாள்.

"அதெல்லாம் சுத்தமாதான் வெச்சுருப்பா!" பேத்தியும் மருமகளுமான பவளத்தை மெச்சிக்கொண்டு அடுத்த அறைக்குப் போனாள்.

ஆடைகள், உள்ளாடைகள், தைக்கப்படாத துணிகள், கை, காது, மூக்கில் மாட்டும் பேன்சி பொருட்கள் நிறைந்திருந்தன. பீரோவின் உள்ளறையில் சின்னச்சின்ன தங்க நகைகள், விதவிதமான கவரிங் வளையல்கள், மூவாயிரம் ரூபாய்வரையில் பணமும் இருந்தது. திட்டமிட்டுப் போகின்றவளாக இருந்திருந்தால், நகையையும் பணத்தையும் எடுத்துக்கொண்டு போயிருக்கலாம்.

அவற்றை எடுத்துப் பார்க்கும்போது குழந்தை ரஞ்சனி,

“இது எங்கம்மாது... இதுவும் எங்க அம்மாது!” என்று பதறியது. பறிக்க முயற்சி செய்தது. சொல்லும் வார்த்தைகளில் பாவனை இருந்தது.

திவ்யா இரண்டொரு நிமிடம் அந்தக் குழந்தையைப் பார்த்தாள். அம்மாவின் ஏக்கம் முகத்தில் படிந்திருந்தது. குழந்தை அம்மாவின் சாயலாக இருக்கவேண்டும். சங்கர நாதன் அப்படியாக இல்லை. டிவிப்பெட்டி மீதிருந்த படப்பெண்ணின் கையடக்கச் சுருக்கப் பதிப்பாக குழந்தை தெரிந்தது.

பெற்றவர்களுக்கு திவ்யா ஒற்றைப் பெண். அதனால் உறவுப் பதிவுகள் அத்தனை ஈர்ப்பாக அவளிடம் இருந்ததில்லை. என்றாலும், ஹாஸ்டலில் தங்கிப் படித்தபோது, வாசலிலிருந்த நிறுத்தத்தில் ஒரு பெண் கான்ஸ்டபிள் பணிமுடிந்து திரும்பும்போது ஒரு குழந்தையை தோளில் சாய்த்து தூங்கவைத்தபடி பேருந்துக்காக நின்றிருப்பதை தினமும் கவனித்திருக்கின்றாள். ‘சீருடையிலிருக்கும் அந்தப்பெண்ணுக்குள்ளும் அவள் பெண்ணாகத்தான் இருக்கின்றாள். தாய்மைக்கு ஆடையில்லையோ?’ என்று எண்ணிக்கொண்டது இப்போது நினைவுக்குள் புகுந்து அவளை அலையாட்டியது.

“இது அம்மாதா!” என்று கால் மடித்து, முட்டிபோட்டு சமதை யாக உட்கார்ந்து குழந்தையிடம் திவ்யா கேட்டாள்.

“ஆமா... அம்மாது!” என்று அதைப் பறிக்கப் பார்த்தது.

இருவரின் உரையாடல் சத்தம்கேட்டதும் சங்கர நாதனின் அம்மா வந்து, குழந்தையைத் தூக்கிக்கொண்டாள். “அவங்க பாக்கட்டும். அது அம்மாதுதான்!”

பெண் கான்ஸ்டபிள்கள் குறிப்பிட்டுச் சொல்லும் அளவில் ஒன்றும் கிடைக்காததால் களைத்துப்போய் ஒருவர் முகத்தை மற்றவர் பார்த்துக்கொண்டார்கள்.

சங்கர நாதனும் அவனைப் பெற்றவளும் கொட்டாம்பட்டி சுந்தரிடம் கோடாங்கி சொன்ன நூறு கல் தொலைவுக்கு எப்படி... எப்போது... போவது என்று பேசிக்கொண்டார்கள். குழந்தை ரஞ் சனி அவர்கள் முகத்தை மாறிமாறிப் பார்த்தது.

திவ்யாவுக்கு அந்த சதுர சூட்கேஸ் வினோதமாகப்பட்டது. பூட்டு ஏதும் போடப்பட்டிருக்கவில்லை. நெம்பினாள். திறந்துகொண்டது. எல்லாம் பழைய பொருட்கள். அடிக்கடி திறந்து எதையோ

எடுத்துவைத்தாற்போல பொருட்கள் அழகாக அடுக்கப்பட்டிருந்தன. பொருட்களினிடையே ஒரு டைரி இருந்தது. திவ்யா அதை கையில் எடுத்தாள். தூசிப்படலம் ஏதுமற்று சுத்தமாக இருந்தது. விரித்தாள். முதல் பக்கத்தில்,

'முத்தமிட்டு முத்தமிட்டு
நின் சிறகினில் சித்திரம் வரைந்த
காதலன் யாரென்று சொல்
வண்ணத்துப் பூச்சியே!
நான், வண்ணத்துப் பூச்சி!'

என்று எழுதியிருந்தது. அழகானக் கையெழுத்தில் சிறிதும் பெரிதுமான கவிதைகள் நிறைந்திருந்தன.

திவ்யாவை ஆச்சரியம் கவ்விக்கொண்டது. கற்பனாவாதத்தின் கனிந்த நுனி அந்தக்கவிதை. இசையும் சொல்லாட்சியும் மிகையுணர்ச்சியும் இயல்பாகக் கலந்து கிடந்தது. அவசரமாய்ப் புரட்டினாள்.

'மெல்லத் தழுவி
மோகச் சிறுபொறி முத்தமிடும்.
பற்றி மெய்யெரியக்
காமத் தழலுயிர்க்கும்.
முத்தப் பண்பாடி
காமக் கூத்து கட்டுகிறது
மோக வண்டு.'

பார்வையை அதிலிருந்து மீட்க முடியவில்லை. எளிய வார்த்தைகள் என்றாலும் அத்தனை இலகுவாக எழுதிவிடக்கூடிய வார்த்தைகளாக அவையில்லை. எதையும் உணர்ந்து, அதிலிருந்து உருவாகும் எண்ணங்களின் வழியே கோர்த்த எழுத்துகளாக அவை இருந்தன.

தன்னை வண்ணத்துப் பூச்சியாக்கி, தன் மீது சித்திரம் வரைந்த அவனை யார் என்று கேட்கும் கேள்வியில் ஒரு கோபிகாவாக அவள் இருந்திருக்க வேண்டும் என்று கருதிய திவ்யா, மீண்டுமொருமுறை வாசித்தாள். 'மோக வண்டு யாராக இருக்கும்?'

'ஆகா... குலப்பெண்கள் கதை, கவிதை வாசிப்பதே கற்புக்கு

இழுக்கு' என்று முக்காடுபோட்டு மூடிவிடும் இந்த சமூகத்தில் திருமணத்துக்குப் பின்பு ஒரு எளிய பெண்ணால் இப்படியெல்லாம் எழுதிவிட முடியுமா? ஆச்சரியமாகப் பரபரவென்று பக்கங்களைப் புரட்டினாள்.

எல்லாப் பக்கங்களிலும் கவிதைகள். கடைசிப் பக்கத்தில் பார்வையை நிறுத்தினாள். அவளை அள்ளிக்கொண்டு போயின வார்த்தைகள்.

'கண்களை மூடிக்
கன்னம் காட்டியது கருமேகம்.
அள்ளி வளைத்து
இறுகப் பற்றி
இதழ் கவ்வியது
மோகக் காற்று.
கிறங்கிப் பெய்கிறது
என்னுள் பெருமழை!'

தனக்குள் பெரும்காதலைப் பொத்தி வைத்தவளாக இருக்க வேண்டும் என்று திவ்யா நினைத்தாள். 'ஒத்தவரி நமக்கு எழுத வராது. என்ன போடு போட்டுருக்கா?' ஒருமுறை ராபர்ட் குரூஸ் ஹுயூபர்ட்டிடம், 'எனக்கு கவிதை எழுத வரமாட்டேங்குதுப்பா!' திவ்யா சொன்னபோது, 'எழுதுனாலும் எழுதாட்டாலும் நீ கவிதைதானே!' என்றது, நினைவில் வந்துபோனது. சூழலை மறந்து சிரித்துக்கொண்டாள்.

நிச்சயமாக, இது ஒற்றை டைரியுடன் நின்றிருக்காது என்றும் நம்பினாள். அந்த சதுர வடிவ சூட்கேஸை மேலும் குடைந்தபோது, இன்னும் இரண்டு டைரிகள் இருந்தன. அவையும் தேதியிடப்படாத பழையனவாக இருந்தன. பக்கங்களைப் புரட்டியதில் ஓரிடத்தில் திவ்யாவின் பார்வை நிலைத்து நின்றது.

'தூரத்தில் ஒரு மேகம்
நிலத்தின் இதழ் கவ்வி
முத்தமிட்டுக் கொண்டிருந்ததை
நீலச் சிகரத்தின் உச்சியில் அமர்ந்தபடி
பார்த்துக் கொண்டே இருக்கிறேன்...

வாடா!'

அக்கவிதைக்குக் கீழே ஒரு இளைஞனின் சித்திரம் பென்சிலால் அழகாக வரைந்திருந்தாள். அந்தச் சித்திரம் ஒரு நடிகரின் சாயலை ஒத்திருந்தது. நிறுத்தி நிதானமாகப் பார்த்தாள். எளிய மானுடக் காதல்தான். ஆனால் எய்தவே முடியாதது அல்லவே! 'மகத்தான பிரபஞ்ச வெளிகளை, கொஞ்சம்கூட கருணையே இல்லாத சமூகத்தை காலத்தில் தாண்டிச் சென்றுவிட்டாளோ?'

"மேடம்... வீடுபூரா அலசி தேடியாச்சு. ஒண்ணும் கிடைக்கல. இதென்னங்க மேடம்- டைரியா?" இரண்டு பெண் கான்ஸ்டபிள்களும் ஆர்வமாகக் கேட்டார்கள். "அந்தப்புள்ளையோடதா மேடம்!"

"ஆமா... இதுவொண்ணுதான் கெடைச்சுருக்கு. இதுலருந்து ஏதாச்சும் கிடைக்குமானு பாக்கணும்."

"மேடம்... பர்ஸ்ட் அட்டெம்ப்ட்டே சக்சஸ் ஆயிருக்கு!" என்றபடிவந்த கொட்டாம்பட்டி சுந்தர், டைரியில் என்ன எழுதியிருக்கிறது என்று தெரிந்துகொள்ளும் ஆவலில் இருந்தான். ஆனால் புதிய நபரான, அதுவும் பெண் எஸ்.ஐ.,யிடம் எப்படிக் கேட்பது என்று தயங்கினான்.

"இது உங்க ஒய்ஃப் எழுதுன டைரிபோல. இதுதான் கெடைச்சுருக்கு. இதக் கொண்டுபோறோம். சார் என்ன சொல்றாருனு சாயங்காலம் ஸ்டேஷனுக்கு வந்து தெரிஞ்சுக்குங்க!" சங்கர நாதனிடமும் அவன் அம்மாவிடமும் சொன்ன திவ்யா, "போகலாம்!" என்றாள்.

வெளியே வந்தபோது, சங்கர நாதனின் அம்மா, காபி போட்டு நாலைந்து எவர்சில்வர் தம்பளர்களில் ஊற்றி எடுத்துவந்தாள். அரசமணி ஏட்டையாவும் தனது வேலையை முடித்துவிட்டு வந்துவிட்டிருந்தார்.

வீட்டுவாசலில் கூட்டம் கூடியிருந்தது. திவ்யாவிடம், "பவளம் எங்கருக்கானு தெரிஞ்சுச்சாங்கம்மா?" என்று கேட்டது. கேட்டவர்களின் நினைவுகளில், சுவரில் காகித நாட்காட்டியொன்று காற்றில் சுழன்று சுழன்று உருவாக்கியத் தடம்போல, அவள் ஊருக்குள் ஒரு பெண்ணாய் நடமாடிய சித்திரம் இருந்தது.

"சீக்கிரம் கண்டுபிடிச்சுருவோம்!" தேர்ந்த அதிகாரியைப்போல பதில் சொன்ன திவ்யா, ஆட்டோவில் ஏறினாள். 'என்னவோ... ஏதோ...'வென்று வந்து கூடியிருந்த பெண்கள் கண்கலங்கி,

துயரத்தைப் பெருமூச்சாக வெளியேற்றினார்கள். ஊராரின் பேச்சுச் சத்தம் பின்தொடர்ந்தபடியே இருந்தது.

வந்ததுபோலவே ஆட்டோவில் திரும்பும்போதும் பேச்சு தொடர்ந்தது. ஆனால் திவ்யாவின் மனம் அதில் லயிக்கவில்லை. டைரிகளின் வழியே மிதந்துகொண்டிருந்தது. 'இதை அவள் எந்த காலகட்டத்தில் எழுதியிருப்பாள்? கல்யாணத்துக்கு முந்தியா? பிந்தியா?' 'நான் வண்ணத்துப் பூச்சி!' என்பது எதன் குறியீடாக இருக்கும்? 'பென்சிலால் வரைந்திருக்கும் இந்தச் சித்திரத்தில் இடம் பிடித்திருப்பவன் யார்?'

திவ்யாவுக்குள் பாலியல் சார்ந்த ரசனைகள் குறித்து பலவாறான பகுப்பாய்வுகள் இருந்தன. நிறைய வாசித்து, கேட்டு, விவாதித்து, யோசித்து அறிந்து வைத்திருந்தாள். குறிப்பிட்ட வகையான நிறம், முக அமைப்பு, பேச்சு முறை, ஆளுமை என ஒவ்வொருவருக்கும் ஒரு தெரிவு இருக்கும். இந்த ரசனை எப்படி உருவாகின்றது என்று சொல்லிவிட முடியாது. பெண் உடலில் ஆணுக்குக் கிளர்ச்சியை உருவாக்கக்கூடிய உறுப்புகளே ஒவ்வொரு ஆணுக்கும் மாறுபடும். ஒருசிலருக்கு உதடுகளின் மீது ஈர்ப்பு இருக்கும். இன்னும் சிலருக்கு இடுப்பில். மேலும் சிலருக்கு பெண்களின் நெஞ்சில்... இது அப்படியே பெண்ணுக்கும் பொருந்தக்கூடியதுதான். இந்த டைரிகளை முழுவதுமாகப் படித்தால் ஓரளவு அவளது மனவெக்கை தெரியவரலாம் என்று திவ்யா நம்பினாள்.

'நிச்சயமாக இந்தக்கவிதைகள் கற்பனாவெளியில் உருவானவையாக இருக்க முடியாது.' முந்தைய எண்ணத்தை இப்போது மாற்றியிருந்தாள். கற்பனாவாதம் முதிரா நிலைகொண்டது. பக்குவமடைந்த மனிதர்கள் கற்பனாவாதத்தை தாண்டிவிடுவார்கள். இந்த எழுத்துகள், காணாமல்போனவளின் உச்சகட்ட ஞான மெய்ப்பாடு' என்று கருதினாள். அதேவேளையில் யதார்த்தத்திலிருந்துதானே கற்பனை தோன்றுகின்றது. ஆக்கப்பூர்வமான கற்பனை யதார்த்தமாவதுதானே வாழ்வின் இயக்கம் என்றும் கருதினாள்.

ஆட்டோவுக்குள் அரசமணி ஏட்டையாவின் வம்பளப்பில், பண்ணைக்காரர் பழனிராசுவின் கதை போய்க்கொண்டிருந்தது. "இந்த மேடம் மாதிரி அப்ப நான் டூட்டிக்கு வந்த மொத நாள். டூட்டி ஜாய்ன் பண்ணவொடனேயே அப்பருந்த இன்ஸ்பெக்டர் 'அய்யா' என்னைய, பண்ணைக்காரர் பழனிராசுகூட கொல்லத்துக்குப் போய்ட்டாரச் சொன்னாரு. கார்ல பண்ணைக்காரர், அவர்ட்ட

வெவாகாரத்து வாங்குன அவரோட பொண்டாட்டி, நான், மூணு பேருமட்டும்தான். பண்ணைக்காரரே கார் ஓட்டுனாரு. அந்தம்மாமேல அவருக்கு ரொம்ப உசுரு. ரெண்டுபுள்ளைங்க பெறந்த பின்னால, வீட்டுபெருசுககிட்ட, 'இவர கோழி மிதித்திருச்சு'னு அந்தம்மா பிராது பண்ணிருச்சு. பண்ணை அப்ப எளந்தாரி. வேட்டைக்குப் போனப்ப, பின்னாலருந்து முட்டுன காட்டெருமையோட கொம்ப கையாலயே முறிச்சு எடுத்தவரு. இருந்தும் அந்தப்புள்ள அப்டி சொல்லிருச்சு. பிடிக்காததுகூட இருக்குறது நல்லதில்லனு எளந்தாரி பண்ணை சொல்லிட்டாரு. வீட்லயே தீத்துட்டாய்ங்க. முறிகாயிதம் எழுதிட்டாய்ங்க. புல்லு முறிச்சும்போட்டாச்சு. ஆனா அந்தப்புள்ளைய போட்டுத் தள்ளிறணும்னு ஊர்ல ஒரே பொகைச்சல். அது ஏதோ வெளிநாட்டுல படிக்கப் போறேன்னு சொல்லுச்சாம். அதுனால பண்ணையே பத்துறமா அந்தப்பொண்ணை இங்கேருந்து கொல்லத்துக்கு கார்ல போயி, அங்கருந்து கப்பல் ஏத்திவிட்டாரு. இன்ஸ்பெக்ட்ரு அய்யா அவருக்கு தோஸ்த். ஒரு பாதுகாப்புக்கு என்னைய அனுப்புனாரு. பின்னாடி அந்தக்கதை சினிமாவா வந்துச்சு. ஆனா பண்ணை செஞ்ச மாதிரி யாரும் பெருமனசோட செஞ்சதில்ல!" என்றுகொண்டிருந்தார்.

அதைக்கேட்டு பெண்கள் மூவருமே ஆளாளுக்கு முகம்பார்த்துக் கொண்டார்கள்.

பெண் கான்ஸ்டபிள்களில் ஒருத்திதான் அரசமணி ஏட்டையாவிடம், "என்னமோ கோழி மிதிச்சு... கோழி மிதிச்சுன்னீங்களே... அப்டின்னா என்ன ஏட்டையா!" என்று கேட்டாள்.

அவள் அப்படிக் கேட்டதும் அவருக்கு சிரிப்பு தாங்கவில்லை. 'கெக்கேபிக்கே' என்று சிரித்தார். உடனிருந்த கொட்டாம்பட்டி சுந்தருக்கும் ஆட்டோ டிரைவருக்குமே கூட அந்த சொற்களின் அர்த்தம் தெரிந்திருக்கவில்லை. அரசமணி ஏட்டையா நிச்சயம் வினயமான விஷயத்தைத்தான் சொல்லியிருப்பார். கீழே இறங்கிய பின்பு 'அப்டினா என்ன?' எனக்கேட்டுத் தெரிந்து கொள்ளலாம் என்றிருந்தார்கள்.

பெண்களிடமிருந்தே கேள்வி வந்ததும், "அதுவா, ஆம்பள ப்யூஸ் போய்ட்டானு அர்த்தம்!" என்றவர், சிரிப்பைத் தொடர்ந்தார். கேள்வி கேட்டவள், இரவுகளின் இயலாமையை எண்ணிக்கொண்டாள்.

ஸ்டேஷனுக்குத் திரும்பியபோது, 'அய்யா'வும் மீட்டிங் முடிந்து

வந்துவிட்டிருந்தார். திவ்யா அவரிடம் ரிப்போர்ட் கொடுத்தாள். அந்த டைரிகளையும் அவர் முன்னால் வைத்தாள். "இந்த ப்ளூகலர் டைரில பென்சில் டிராயிங் ஒண்ணு இருக்கு சார். அந்த ஆள்ட்டதான் அந்த லேடி பேசிக்கிட்டுருந்துச்சானு தெரிஞ்சாலோ அல்லது பேர் என்னனு தெரிஞ்சாலோ... ஈசியா டிரேஸ் பண்ணிறலாம், சார்!"

டைரிகளை கையில் எடுத்தார். "குட். நிச்சயம் இதுல ஏதாவது ஒரு ஐடியா கெடைக்கும். ஹௌ டூ யூ ஃபீல் யுவர் ஃபர்ஸ்ட் டே எக்ஸ்பீரியன்ஸ்?"

"கவிதையா போகுது சார்!"

அதைக்கேட்டு, "ஓ... கவிதையாவா? இட்ஸ் நைஸ்!" என்றபடி, டைரியின் பக்கங்களை தோராயமாகப் புரட்டிக்கொண்டிருந்த 'அய்யா', பென்சில் சித்திரத்தின் பக்கத்தில் தேங்கினார். "நீ சொல்ற ஆளு இவனா சுந்தர்?"

"பேருதான்ணே தெரியும். ஆளைத்தெரியாது. அத ஒரு ஜெராக்ஸ் போடுவோம். எங்க சொந்தக்காரப் பொண்ணுக்கு அவனத் தெரியும். மம்மதியாபுரத்துல நமக்கு ஆளுக இருக்காய்ங்க. அவிய்ங்கக்கிட்ட காட்டி இவன்தானா அவன்னு தெரிஞ்சுக்கலாம்!"

"சரி... நீயே போயி ஜெராக்ஸ் எடுத்துட்டு வா. இங்கே யார்ட்டயும் காட்டாத!" அவனை வெளியே அனுப்பிவைத்தவர், "சாப்பாட்டுக்கு என்ன பண்ணுவீங்க?" என்று திவ்யாவிடம் பேச்சுக் கொடுக்க ஆரம்பித்தார்.

6

மந்தமாக ஊரும் புழுவாக போலீஸ் ஸ்டேஷன் இயங்கிக்கொண்டிருந்தது. 'அய்யா' இன்னும் வந்திருக்கவில்லை. கிரைம் எஸ்.ஐ., பாண்டியன், பெண் எஸ்.ஐ.,க்கள் மல்லிகா, திவ்யா, ரைட்டர் கோதண்டம் ஏட்டையா, பிற ஏட்டையாக்கள், போலீஸ்காரர்கள் நேற்றைப்போலவே இன்றும் அவரவர் வேலையில் இருந்தார்கள்.

ஸ்டேஷனுக்கு வருபவர்கள் பணிவுடன் நடந்துகொண்டார்கள். யாரும் சொல்லாமலேயே பணிந்துபோகச் செய்வதாக அந்த இடம் இருந்தது. அதிகாரக் காற்று கட்டிட வெளியெங்கும் துகள்களாய் படர்ந்துகிடந்தது. நிமிர்ந்து வருபவர்களில் ஒருசிலரைத் தவிர, மற்றவர்களெல்லாம் அந்த இடத்தில் கால்வைத்ததும் பம்முவது ஏதோவொன்றின் நீட்சியாகவும் இருந்தது. அந்தப்பணிவை அங்கிருப்பவர்கள் அனிச்சையாக எதிர்பார்த்தார்கள். தங்களுக்கு சாதகமாக ஆக்கிக்கொண்டார்கள். வருபவர்களின் ஆடைகளும் அவர்களின் நடவடிக்கைகளும் பார்த்தமாத்திரத்தில் எடைபோடப்பட்டன. ஆளுக்குத் தகுந்தாற்போல நடந்துகொள்ளும் பாவனை ஸ்டேஷன் ஆட்களிடம் புழுதிப்பூச்சாய் அப்பிக்கிடந்தது. உள்நுழைந்ததும் தட்டுப்படும்

எஸ். அர்ஷியா | 87

'உங்கள் நண்பன்' என்ற பலகை, வாசிப்பவரைப் பார்த்துச் சிரிப்பதுபோல இருந்தது.

சிஆர்பி நிறுவனத்தின் மீது புகார் கொடுத்துவிட்டுச் சென்ற தாரா முருகேசன், நேற்று இரவு செட்டிக்குளம் போகும் வழியில் சிஆர்பி நிறுவன எடுபிடிகளால் வழி மறித்து மிரட்டப்பட்டதாக, மீண்டும் ஒருபுகார் வந்திருந்தது. கொலை மிரட்டல் புகாராக, தாரா முருகேசன் அதைக்கொடுக்க வந்தபோது, 'அய்யாதான் அத விசாரிக்க முடியும்!' என்று இரவுப்பணியில் இருந்த காப்பு ஏட்டையாவால் திருப்பி அனுப்பப்பட்டிருந்தாள்.

தாரா முருகேசன் இதை அத்தனை சீக்கிரத்தில் விடமாட்டாள் என்பதை அறிந்திருந்த நிறுவனம், ஆள்வைத்து மிரட்டியதுடன் மேலாளரையும் ஸ்டேஷனுக்கு அனுப்பியிருந்தது. ஸ்டேஷனுக்கு வந்த மேலாளருக்கு மாப்பிள்ளை வரவேற்பு.

தாரா முருகேசனின் முதல் புகாருக்கு இன்று எப்படியும் முதல்தகவல் அறிக்கை பதியப்படவேண்டும். தாமதமாகும் பட்சத்தில் அல்லது புறக்கணிக்கப்படும் பட்சத்தில் அவள் அடுத்தடுத்த நிலையின் கதவுகளைத் தட்டும் சாத்தியம் கூடிக்கொண்டேயிருந்தது. இந்தநிலையில்தான் மேலாளர், கிரைம் எஸ்.ஐ., பாண்டியனைச் சந்தித்தான். "இன்ஸ்பெக்டர் சார்ட்ட நைட் பேசுனேன். பாத்துக்கலாம்னு சொல்லிருந்தாரு. என்னா... நீங்க ஒக்காந்துருக்குற சேர் கை கட்டை இல்லாமருக்கு. மாத்திருவோம்." தனது செல்போனை எடுத்து, நகரிலிருக்கும் பர்னிச்சர் கடைக்கு போன் போட்டான்.

கிரைம் எஸ்ஐ, பாண்டியன் மண்டைக்குள் ஏற்கனவே தங்கையின் திருமணத்துக்கு வாங்கியக் கடன் பூரான்களாய் குறுக்கும் நெடுக்குமாக ஊர்ந்துகொண்டிருந்தன. வட்டிக்குக் கொடுத்தவன் நட்டுவக்காலியாய்க் கொட்டிக்கொண்டிருந்தான். இடைவிடாமல் போன் செய்கிறான். அவனது அடுத்த நிலை, 'வாங்கியக் கடனை தர மறுக்கிறார்' எனும் புகாராகத்தான் இருக்கும் என்பதை அவன் பேச்சே சொன்னது. 'இந்த எழவை மொதல்ல ஒழிக்கணும்' என்ற தத்தளிப்பில் அவர் இருந்தார். ஆறேழுமாதமாய் வலுவானத் திருட்டுக் கேஸ் ஒன்றும் அகப்படவில்லை. ஒன்றுக்கும் உதவாத பொரிகடலை கேஸாக வந்து மாட்டுகின்றது. 'பெரியகேஸ் ஒண்ணு ஆம்புட்டா எல்லாத்தையும் சரி பண்ணிறலாம்' என்று கணக்குப் போடுகிறார். அவர்போடும் கணக்கு எங்குமே நேராக மறுத்தது.

தங்க முட்டையிடும் வாத்து தன்முன்னே வந்து 'புழுக்கென்று' ஒரு சாத்துக்குடி சைஸ்கூட வேண்டாம், ஒரு எலுமிச்சைப் பழ சைஸில் முட்டையைப் போட்டுப் போனால்கூட போதும். தொல்லையிலிருந்து மீண்டுவிடலாம் எனக் குழம்பிக் கிடந்தவ ருக்குள், எதிரே உட்கார்ந்திருக்கும் ஆசாமி கற்பகத் தருவை தன்னுள் கொண்டிருக்கும் தேவதையாகத் தெரிந்தான். முதலில் எடுத்த தங்கக் கோடாரியை மறுத்தும், பின்பு எடுத்த வெள்ளிக் கோடாரியையும் மறுத்தும், கடைசியிலெடுத்த இரும்புக்கோடாரிதான் தனது என்றுசொன்ன மரவெட்டியின் இறுக்கம் அவரிடம் இருந்தாலும், வாத்தைக் கொன்று வயிற்றிலிருக்கும் அத்தனை முட்டைகளையும் அபகரிக்கும் அவசரத் தேவையும் அவரிடமிருந்தது. அதை அழகிய வார்த்தைகளாக மாற்றினார். "அந்தப்பொம்பள பெரிய டார்ச்சரா இருக்குல!"

முதல்தகவல் அறிக்கை பொன் முட்டையிடும் வாத்து என்று சக பணியாளர்கள் சொல்லும்போது, ஆச்சரியமாகப் பார்த்திருக் கின்றார். திருட்டுவழக்குகளில் கைபற்றியப் பொருட்களை பங்கு போட்டதில் வெற்றிலைக்கு சுண்ணாம்பாகத்தான் எல்லாம் இழுவிக் கொண்டுபோனது. பெரிதாக எதுவும் அமையவில்லை. அதை இப்போது உருவகம் செய்து பார்த்தார். 'தொதக்... பொதக்...' என்று நடக்கும் ஒரு வாத்து நின்ற இடத்திலெல்லாம் பொன் முட்டையிடுவது நன்றாகத்தான் இருந்தது.

எப்படி ஆரம்பிப்பது, எதைப் பிடித்துக்கொண்டு அடுத்த வார்த்தையைத் தொடுப்பது என்று எதிரே உட்கார்ந்து தடுமாறிக் கொண்டிருந்த மேலாளருக்கு, கிரைம் எஸ்.ஐ, பாண்டியனின் வார்த்தைகள் போதுமானவையாக இருந்தன. "ஆமாசார், சமூக சேவை, தோலான் துருத்தி, தெருப்புழுதி மண்ணாங்கட்டின்னுக்கிட்டு. எதுனாச்சும் தேவையா வந்து வாங்கிட்டுப்போறத விட்டுட்டு, 'நீதி, நேர்மை, சட்டம், குற்றம்'னு பேசிக்கிட்டு..."

"அதானே..." என்ற கிரைம் எஸ்.ஐ, பாண்டியன், தனது புதுப்பாதை சரியான இடத்துக்குக் கொண்டுசேர்க்கும் என்று நம்பினாலும் யாரையும் இப்போது பார்த்த மாத்திரத்தில் மதிப்பிட முடிவதில்லை என்றும் லேசாக அஞ்சினார். ஒருவேளை வஞ் சமாக, லஞ்ச ஒழிப்புத்துறையில் போட்டுவிட்டால்?.. தேவைகள் எதையும் தைரியமாகச் செய்ய வைக்கின்றன. தைரியமாகச் செய்யும் எதுவுமே சரியானவையாக சமூகத்தில் ஆகிவருகின்றன. அப்படியாக நம்ப வைக்கப்படுகின்றன. தன்னை தைரியமானவராக

எஸ். அர்ஷியா

நினைத்துக்கொண்டார். "அந்த சாக்கடை கேஸ்க்கு அந்தம்மா சிஎஸ்ஆர் வேணும்னு கேட்டு வாங்கிட்டுப் போயிருக்கு. அதுக்கு..." மேஜை மீதிருந்த ஒரு பைலைத் திறந்து, அதிலிருந்து ஒரு காகிதத்தைத் தேடியெடுத்து வாசித்தார். "ஆங்... அதுக்கு *the scheduled castes and the scheduled tribes (prevention of atrocities) amendment act, 2015* ஜனவரி 26, 2016ன்படி எப்ஐஆர் போட்டாகணும். போடாட்டி அந்தம்மா மேலே போகும் போலருக்கு. அந்த சட்டம்வேற புதுசு. நமக்கே ஒண்ணும் தெரியல. ஒங்க வக்கீல் என்னதான் கையக்கால ஆட்டிப்பேசுனாலும் புது சட்டம் வேறயா... நீதிபதி எந்தமாதிரி வேணுன்னாலும் தீர்ப்ப சொல்லலாம். இதுக்கு இடைல அந்தம்மாவ வேற மெரட்டிருங்கீங்க. அந்தம்மா எந்த மாதிரி பெட்டிஷன எழுதிக்கிட்டு வருதோ?" என்று சடவைக் கொட்டினார். "யோசிச்சு செய்ய வேணாமா?"

வார்த்தைகளில் வஜ்ஜிரம் இருந்தது. வாசத்துக்கு ஓடிவந்து மாட்டிக்கொள்ளும் சிறுபிராணிகளின் பெரிய வடிவமாக அந்த மேலாளர் இருந்தான். 'யோசிச்சு செய்ய வேணாமா?' என்ற வார்த்தைகளின் அர்த்தம் அவனுக்குப் புரியும்படியாகத்தான் இருந்தது. அதைக்கேட்டு வாய்விட்டுச் சிரித்தான். "என்ன செய்யணும்? அதை செஞ்சிருவோம்!"

கிரைம் எஸ்ஐ., பாண்டியன் அந்தவார்த்தைகளில் சூதானமானார். பெரிய நிறுவனங்களுக்கு காரியம் செய்துமுடிக்கும் இப்படியான ஆட்களின் இருப்பு எத்தனை அவசியமானது என்பதை அவனிடமே சிலாகித்துவிட்டு, "உங்க ஆளுக அந்தம்மாவ வழி மறிச்சு கத்தியக்காட்டி வேற மெரட்டிருக்காங்க. அதுக்கு, 'ஆயுதங்களைக் காட்டி கொலை மிரட்டல் வழக்கு. செக்ஷன் 506 (2)ல எப்ஐஆர் போடணும். அதுலபோட்டா கோர்ட்ல ஜாமீன் கிடைக்காது. உள்ளேதான் இருந்தாகணும். அதையே வெறும்மிரட்டல்னு செக்ஷன் 506 (1)ல எப்ஐஆர் பதிவு செஞ்சா ஸ்டேஷன்லருந்தே கைய வீசிக்கிட்டு வீட்டுக்குப் போயிறலாம். எல்லாம் எழுதுற நம்பர்லதான் இருக்கு. வழக்கோட ஜாதகமே மாறிரும்" என்றுவிட்டு நிறுத்தினார். அந்த நிறுத்தற்குறியில் கற்பகத்தரு கதவைத் திறந்துகொண்டு புறப்பட்டுவிட்டதாகவும் கடன்முழுவதும் அடைபட்டுவிட்டதாகவும் கிரைம் எஸ்.ஐ., பாண்டியனுக்குத் தோன்றியது.

"உங்க இஷ்டம்தான் சார். இனி நீங்க வேற... நிறுவனம் வேற இல்ல!"

அடுத்த அறையில் இந்தப்பேச்சு நடந்தாலும் மற்றவர்களின் காதுகள் இங்கேதான் இருக்க வேண்டும். ஒரு பெண் கான்ஸ்டபிள் அங்கு நடக்கும் பேச்சுவார்த்தையை காற்புள்ளி, அரைப்புள்ளியுடன் துளிபிசகாமல் மந்திரக் கண்ணாடியாய் விவரித்தாள்.

திவ்யாவுக்கு எல்லாமே ஆச்சரியமாக இருந்தது. இந்தப்பணிக்கு வரவேண்டுமென்பது அவள் கனவு. அதற்காகவே தன்னைத் தயார்படுத்தியிருந்தாள். பணியில் சேர்ந்த முதல்நாளே, அவள் நினைப்புக்கு மாறாகயிருக்கும் பணியின் இயல்புகளை உணர்ந்திருந்தாள். உணர்வுப்பூர்வமாக இயங்குதல் அங்கே முற்றிலுமாக அற்றுப்போயிருந்தது. ஏவுதலைச்செய்ய பழக்கப்படுத்தப்பட்ட பிராணிகளாய், கவ்விக்கொண்டுவந்து போட்டுவிட்டு, அடுத்த ஏவுதலுக்கு எஜமானரின் முகம்பார்க்கும் வழக்கம் மட்டுமே அங்கே இருந்தது.

இயல்பான தனது துள்ளல், மூன்றாவது நாளிலேயே மட்டுப் பட்டிருப்பதாக உணர்ந்தாள். தன்னை அறியாமல் ஏதோவொன்றுக்கு தான் தகவிக்கொண்டிருப்பதாகவும் அவளுக்குத் தெரிந்தது. 'நானும் அவர்களைப்போல ஆகிவிடுவேனோ!' என்ற அச்சம் அவளுக்குள் ஊர்ந்தது.

பவளத்தின் சதுர வடிவ சூட்கேஸிலிருந்து எடுத்துவந்த டைரிகளின் பிரிந்த தாளொன்று, அவள் கையில் தேங்கிவிட்டது. அதை அவள் அறைக்குக் கொண்டுபோயிருந்தாள். அதிலிருந்த வார்த்தைகள் நேற்றிரவு தந்திருந்த பரவச நினைவுகளிலிருந்து மீளாமலும் யதார்த்த நிலையை ஏற்கமுடியாமலும் மனசு பரிதவித்தது. எத்தனை ரசனை அவளுக்குள் இருந்திருக்க வேண்டும்? யாரை நினைத்து அவள் எழுதியிருப்பாள். நிச்சயமாகக் கணவனை நினைத்து அல்ல என்பது தெளிவு. ஆனால் எழுதிய கால கட்டத்தில் அவளுக்கு காதலன் இருந்திருப்பானா... ஒருவேளை, கற்பனைக் காதலன்? மீராவுக்கு மட்டும்தான் உருகி உருகிப் பாட கண்ணனோ?

உடைகளைக் களைந்துவிட்டு கட்டிலில் சரிந்தவளுக்கு அந்த ஒற்றைத்தாள் துணையாக இருந்தது. எடுத்து திரும்பவும் வாசித்தாள். இப்போது வேறு அனுபவமாக இருந்தது.

வானம் நாணும்
அந்திநேரம்

நீ முத்தமிடத் தொடங்கினாய்!
மேல் வானில்
மின்னத் தொடங்கியது
உன் முதல் முத்தம்.
இருளறியாது
பதித்துக்கொண்டே
இருக்கிறாய்
முத்தங்களை!
எத்தனை முத்தங்கள்!
அத்தனையும் நட்சத்திரங்கள்!
மின்னுமம் முத்தங்கள்
மோகத்தின் எழிற்தடங்கள்.
நீயொரு
மாய முத்தக்காரன்!

வாசித்துமுடித்தபோது, ராபர்ட் குரூஸ் ஹுயூபர்ட் அறைக்குள் இருந்தான். நெஞ்சோடு அவனைப் பிணைத்திருந்தாள். உச்சந்தலையில் மயிர்விலக்கி முத்தமிட்டு, நின்ற நிலையில் ஒன்றிய இருகால்களால் சதிராடினாள். மெதுவாய்க் கீழிறங்கி பற்கொண்டு நெற்றிமயிர் களை பறித்தாள். புருவமயிர்களுக்கிடையில் உதடுகளால் காமம் விதைத்தாள். பதிலுக்கு புதையல் அள்ளி சுமக்கமுடியாமல் மெல்லச் சரிந்தவள் நெற்றியுரசும் மூக்குத்தண்டின் மேல் கால்பரப்பி இளைப்பாறினாள். களைப்பு நீங்கி, சரியும் மூக்கின் இருபுறமும் நீர்ச்சறுக்காடினாள். வழுக்கிவழுக்கி மெல்ல மேலேறி இடதுகண் புருவத்திலும் பிறகு வலதுகண் புருவத்திலும் முத்தமாய்க் குடியமர்ந்தாள். கன்னங்களில் கடும்விஷம்கொண்ட பாம்பாய் ஊர்ந்தூர்ந்து திசைகளற்றுக் கொத்தினாள். மலர்ந்துகிடக்கும் அவன் மேலுதட்டின் மயிர்களை உதடுகளால் எண்ணினாள். கூட்டல் தவறென்று மீண்டும் எண்ணி, சிலவற்றைக் கழித்தாள். எண்ணிக்கைப் பிடிபடாமல் மீண்டும் உதடுகளால் பெருக்கினாள். எந்நிலையில் வகுத்தும் தவறாகவே விடை வந்தது. சிணுங்கினாள். காமக்குள மேலுதட்டின் விளிம்பில் தலைகீழாய் கவிழ்ந்துநின்று உதடு பொருத்தினாள். பூட்டிய வாய்களை விடிந்த பின்னும் திறக்க முடியவில்லை.

கண் திறந்தவளுக்குள் வெட்கம். ‘நீயொரு மாய முத்தக்காரன்’

என்று வாசிக்கும்போதே இத்தனைத் தகிப்பு இருக்கிறதே. எத்தனை தகிப்புடன் அவள் எழுதியிருப்பாள். கவிதையெழுதிய பவளத்தை முகம்பார்க்காமலேயே திவ்யாவுக்குப் பிடித்திருந்தது. அவளை நினைத்தபடியே, சற்றுமுன் எரிந்துமுடிந்த அகலின் வெம்மையுடன் தயாராகி பணிக்கு வந்திருந்தாள்.

வேப்பமரத்துக் காகங்களின் கூச்சலைக்கேட்டு, சற்றே தொய்வாக மேலே ஏறிட்ட பாரா கான்ஸ்டபிளின் புலனுணர்வு கண்விழித்தது. கரையும் காகம் யார் வரவை அறிவிக்கிறது. காதுகளைக் கூர்மைப்படுத்தினார். உச்சந்தலைக்குள் பதிந்துகிடக்கும் நொய்மையான சைரன் சத்தம் கொஞ்சம் கொஞ்சமாய் கூடிக்கொண்டே வந்தது. கடமை தவறாதவராய் விரைப்பானார். துப்பாக்கியை கம்பீரமாய்ப் பிடித்தார்.

சுழலும்விளக்குடன் காவல் கண்காணிப்பாளரின் வாகனம் ஸ்டேஷனை நெருங்கியிருந்தது. அதன்பின்னால் அதிரடிப்படை வாகனம். சாலையில் சென்றுகொண்டிருந்தவர்கள் பவ்யமாய் ஒதுங்கினார்கள். 'இதற்குத்தானே ஆசைப்பட்டாய்' என சாலையில் சென்ற வாகனங்கள், சைரன் வாகனம் முந்திச்செல்ல வழிவிட்டுநின்றன. ஸ்டேஷன் வாசலுக்கு நேராக, பயிற்சியெடுத்த வித்தைக்காரனாக, புள்ளிபிசகாமல் கண்காணிப்பாளரின் வாகனத்தை நிறுத்திய டிரைவர், அம்புக்கு இணையாக தன்பக்கத்துக் கதவைத் திறந்து இறங்கிவந்து மேலதிகாரிக்குத் திறந்துவிட்டான்.

பாரா கான்ஸ்டபிள் உட்புறமாய் எச்சரித்தார். அதேவேளையில் வாகனத்திலிருந்து இறங்கி, வாசலுக்கு வந்துவிட்ட மேலதிகாரிக்கு பயனைட் துப்பாக்கியுடன் முறையாக 'பிரசென்ட் ஆர்ம்' சல்யூட் செய்தார்.

இது பருவமுறையில் நடக்கும் இன்ஸ்பெக்ஷன் இல்லை. வேறு எங்கோ போகும்போது வழியிலிருக்கும் ஸ்டேஷன்களுக்கு விசிட் போவது வழக்கத்திலிருப்பது. அப்படியாகத்தான் காவல் கண்காணிப்பாளர் வந்திருக்க வேண்டும் என்று எல்லோரும் கருதினார்கள். ஆனாலும் ஸ்டேஷன் பரபரப்பாகிப் போனது. கிரைம் எஸ்.ஐ., பாண்டியன், பெண் எஸ்.ஐ.,க்கள் மல்லிகா, திவ்யா, ரைட்டர் கோதண்டம் ஏட்டையா முறைப்படி வரிசையில் நின்று, மேலதிகாரியை வரவேற்றார்கள். உள்ளே அழைத்துப் போனார்கள். உடன்வந்த அதிரடிப்படையினர் கீழே இறங்கி ஸ்டேஷனுக்கு வெளியிலேயே நின்றுகொண்டார்கள்.

“திடீர் விசிட் வந்தாத்தான் ஸ்டேஷன்களோட லட்சணம் தெரியுது. ஸ்டேஷன் ஆபீசர் எங்கே?”

எல்லோரும் ஒருவர் முகத்தையொருவர் பார்த்துக் கொண்டார்கள்.

“எங்கேயும் போறதா சொல்லீட்டுப் போயிருக்காரா? ஜீடில ஏதும் என்ட்ரி இருக்கா?” என்று கேட்டுவிட்டு, “எந்த ஆபீசர் அதை செய்றாரு, இவரு சொல்லிட்டுப் போறதுக்கு. காக்கி டிரஸ் போட்டதுமே அதிகாரியாயிர்றாங்க. அலுவலர்கதான் நாமங்க்றது நினைப்புல இருக்குறதுல்ல. ஓகே. யார் இல்லாட்டாலும் ஸ்டேஷன்ல வேலை அதுவா நடக்கணும். நெக்ஸ்ட் சீனியர் யாரு? டேக் கேர் ஆஃப் தி ஸ்டேஷன். அப்பறம்... இந்த ஸ்டேஷன்ல ரெண்டுநாளைக்கு முன்னால ஜாய்ன் பண்ணுனது, யாரு?” அங்கிருந்தவர்களை ஒவ்வொருவராகப் பார்த்தார்.

அவருக்கு அட்டன்ஷனில் சல்யூட் செய்து, “சார்... ஐயம் தட் நியூலி ஜாய்ன்ட் எஸ்.ஐ., திவ்யா!” என்றாள்.

அவளது சல்யூட்டைப் பெற்றுக்கொண்டவர், “குட்” என்றுவிட்டு ஸ்டேஷன் சுவர்களை பார்வையால் தடவினார். எவரிடமும் குறிப்பிட்டுச்சொல்லாமல், “ஸ்டேஷன் ஆபீசரை என்னைவந்து பாக்கச் சொல்லுங்க” என்றார்.

அதற்குள் ரைட்டர் கோதண்டம் ஏட்டையா, பொது நாள் குறிப்புப் புத்தகத்தையும் விசிட் புத்தகத்தையும் எடுத்து விரித்து வைத்திருந்தார். அதைப்பார்த்ததும், “இது ஆன் த வே விசிட்தான். பிளான்டு இல்ல. சரி” என்றவர், அதில் யார் யார் முன்னர் பார்வையிட்டிருக்கிறார்கள் என்ற விவரத்தைப் புரட்டிப் பார்த்தார். அங்கிருந்த ஒரு இருக்கையில் உட்கார்ந்து, தனது வருகை விவரத்தை எழுதிக் கையெழுத்துப் போட்டார். அப்படியே பாரா கான்ஸ்டபிளின் குறிப்புப் புத்தகத்தை கேட்டுவாங்கி, ‘அவர் விழிப்புடன் செயல்பட்டதற்காக’ ரிவார்ட் பரிந்துரை எழுதினார்.

மறுபடியும், “யார் இல்லாட்டாலும் ஸ்டேஷன்ல வேலை அதுவா நடக்கணும்” என்றுவிட்டுத்தான் புறப்பட்டார். மேலதிகாரிகளுக்கு பணியின் பளுவும் தெரியும். நடை முறைகளும் தெரியும். அதனால், வேறொன்றும் குறை சொல்லவில்லை.

வாசலைத் தாண்டும்போது, 'அய்யா'வின் பொலிரோ வந்து நின்றது. அது யதார்த்தமாக நடந்ததா... அல்லது யாரும்சொல்லி அவசரமாக 'அய்யா' வந்தாரா என்பது தெரியவில்லை. மேலதிகாரிக்கான மரியாதையை வாசலிலேயே மிடுக்குடன் செய்தார், 'அய்யா'. போக்குவரத்தில் இருந்தவர்கள், எதிர்ப்புறக் கடைக்காரர்கள், நீதிமன்றத்துக்கு வந்தவர்கள் அதை, 'ஆப்பீசர்ன்னா இப்டியெல்லாம் மரியாதைக் கெடைக்கும்போல' என்று வேடிக்கைப் பார்த்தார்கள்.

'அய்யா'வின் தாமதத்துக்கானக் காரணத்தை மாவட்டக் காவல் கண்காணிப்பாளர் கேட்கவில்லை. வாசலில் வைத்தே, "ஒரு உமன் மிஸ்ஸிங் கேஸ் இருக்காமே! அஞ்சு நாளா இன்னும் ஏன் எப்ஐஆர் போடாம வெச்சுருக்கீங்க? சிஎஸ்ஆரும் தரலையாமே! இதக்கூட குடுக்காம அப்டியென்ன வேலை பாக்குறீங்க, ஸ்டேஷன் ஆபீசர்?" என்றார். கடைசி சில வார்த்தைகளில் அழுத்தம் இருந்ததாகப்பட்டது.

'அய்யா'விடமிருந்து பதிலேதும் வரவில்லை. 'அப்டியென்ன வேலை பாக்குறீங்க, ஸ்டேஷன் ஆபீசர்?' என்ற கேள்வியை அவர் எதிர்பார்த்திருக்கவும் இல்லை. என்ன சொல்வதென்று தெரியாமல் தடுமாறினார். ஆயிரம்தான் கொட்டடையில் நூல் நூற்றிருந்தாலும், அவசரத்துக்கு அண்டாவுக்குள் கைபோகாத மாதிரி, 'சட்'டென்று பொய்சொல்ல வரவில்லை. பதில்தெரியாத பள்ளிக்கூட மாணவர்போல விரைப்பாக நின்றிருந்தார். அந்தக்கேள்வி ஏழு ஸ்வரங்களாக எதிரொலித்தபடி இருந்தது.

"இட்ஸ் ஓகே. இன்னும் ரெண்டுநாள்ல புல் டீடெய்ல்ஸோட ரிப்போர்ட்டும் வரணும். அந்தப்பொண்ண கோர்ட்ல ப்ரடியூஸ் பண்ணணும்!" வேறு பதில் எதையும் அவர் எதிர்பார்க்கவில்லை. டிரைவர் திறந்துவிட்ட கதவின் வழியே காரில் ஏறினார். காரும் அதைத் தொடர்ந்து அதிரடிப் படை வாகனமும் புறப்பட்டன.

வாசலிலேயே சில நொடிகள்வரை அசையாமல் நின்றிருந்த 'அய்யா', காகங்களின் கரைச்சலில் நினைவுக்கு வந்தார். தன்மேல் பல நூறு பார்வைகள் பதிந்துகிடப்பதை உணர்ந்தார். அசாதாரண மான சூழல் அது. வேர்த்திருந்தது. தொப்பியைக் கழற்றி கையில் பிடித்தபடி, ஸ்டேஷனுக்குள் நுழைந்தார். தளர்வாக இருந்தது. எவரொருவரின் சல்யூட்டுக்கும் பதில் சொல்லவில்லை. தனக்குக்

கீழ்பணிபுரிபவர்களுக்கு மரியாதைக் கொடுக்கவேண்டும் என்று முனைப்பாக இருப்பவர்தான். இருபத்தேழு வருஷ காக்கிச் சட்டை அனுபவத்தில் பல்வேறு குணாம்சம்கொண்ட அதிகாரிகளின் கீழ் சட்டம் — ஒழுங்கு, குற்றம், போதைப் பொருள் தடுப்பு, ரயில்வே (இருப்புப் பாதை) காவல் படை என்று மாறிமாறி பணியாற்றியிருக்கிறார். ஒருபோதும் புள்ளி விழுந்ததில்லை.

இருக்கையில் அமர்ந்தவர், "சுந்தர் கூட்டியாந்தானே ஒருத்தன். உமன் மிஸ்ஸிங் கேஸ். அந்த கம்ப்ளைண்ட் எடுத்துட்டு வாங்க!" என்று ரைட்டரிடம் சொன்னார்.

'சட்'டென்று உதறிவிட்டு அடுத்தவேலைகளில் தன்னை ஈடுபடுத்திக்கொள்ள அவரால் இயலவில்லை. பெரும்போக்காகவும் நடந்துகொள்ளவும் முடியவில்லை. பல நினைவுகள் அவருக்குள் பின்னோக்கி ஓடின. எத்தனை ரிவார்டுகள். எத்தனை பாராட்டு கள். ஏறுமுகத்திலேயே இருந்தவர், தனது மேலதிகாரியிடமிருந்து வந்த 'அப்டியென்ன வேலை பாக்குறீங்க, ஸ்டேஷன் ஆபீசர்?' என்ற கேள்வியில் அத்தனையும் அடிபட்டுப் போய்விட்டதாக எண்ணினார். தவறுகளுக்கு தான்தான் பொறுப்பு என்று நம்புபவர் அவர். பிறர்மீது சுமத்திவிட்டு தப்பிக்க முயலாதவர். ரயில்வே காவல் படையில் இருந்தபோது ஒருநாள் விருதுநகருக்கு விசிட் போயிருந்தார். அங்கே ஒருவனை ஸ்டேஷனில் உட்கார வைத்திருந்தார்கள். இளவயதுக்காரனாக இருந்தான், அவன். "என்ன கேஸ்யா இது?" என்று கேட்டபோது, "செல்போன் திருட்டுய்யா!" என்றார், பிடித்துவைத்திருந்த கான்ஸ்டபிள்.

"திங்க்ஸ் எங்கேருக்கு?"

"அதை கைப்பத்த முடியலங்கய்யா!"

"எந்த ஊர்டா நீ?

"மதுரைங்கய்யா!"

"மதுரைல எங்கடா?"

"முனிச்சாலைய்யா!"

மதுரைக்காரன் என்றவுடன் அவருக்கு மனதுக்குள் லேசாக இரக்கம் சுரந்தது. அவனை மதுரைக்கு அனுப்பிவைத்து விசாரிக்கலாம் என்று நினைத்தார். ஸ்டேஷனிலிருந்த கான்ஸ்டபிள் ஒருவரிடம்

அவனை மதுரைக்கு அழைத்துப் போகச் சொன்னார்.

‘விருதுநகரைக் காட்டிலும் மதுரை பெரிய ஊர். பெரிய போலீஸ் ஸ்டேஷன். ஆட்களும் அதிகமாக இருப்பார்கள். நொங்கு எடுத்துவிடுவார்கள்’ என்று திருடன் பயந்து விட்டான். வாய்வழியே அவர் சொன்னதை வைத்து, கான்ஸ்டபிள் திருடனை பதிவுகள் எதுவும் செய்யாமலேயே மதுரைக்கு அழைத்துப் போனார். ரயில் திருமங்கலத்துக்கும் கப்பலூருக்கும் இடையில் போகும்போது தப்புவதற்காக ஓடும் ரயிலிலிருந்து குதித்த அவன், எதிர்பாராமல் பக்கவாட்டு மின்கம்பத்தில் மோதி, அந்த இடத்திலேயே செத்தும் போனான்.

துயரத்தை விலைக்கு வாங்கி தோளில் போட்டுக்கொள்ளும் விக்கிரமாதித்யனாக இந்தச்சாவுக்கு பொறுப்பேற்க வேண்டியதாகிப் போனது. பெருந்துயரம். துறை விசாரணை போட்டுவிட்டார்கள். ஆவணங்கள் இல்லாமல் அழைத்துப்போன கான்ஸ்டபிளை இடைநீக்கம் செய்தார்கள். இன்ஸ்பெக்டருக்கு மனம் ஒப்பவில்லை. தான்தான் அப்படி அழைத்துப்போகச் சொன்னதை, தானாக முன்வந்து ஒத்துக்கொண்டு, கான்ஸ்டபிளின் இடைநீக்கத்தை திரும்பப்பெற வைத்தார். கான்ஸ்டபிளுக்கு சிறுதண்டனை மட்டும் வழங்கப்பட்டது. குற்றத்தை இன்ஸ்பெக்டர் தானாக ஒப்புக்கொண்டது துறையில் பெரும்பரபரப்பாகிப் போனது. அப்போது மேலதிகாரியாக இருந்தவர், அவரது கோப்பை முழுமுற்றிலுமாக அலசிவிட்டு, ‘பிளாக் டாட் ஒண்ணுமில்லையே!’ என்றார். “பைல் இப்படியே கடைசிவரை நீட்டா இருக்கணும்!” என்று விசாரணையிலிருந்து அவரை விடுவித்துவிட்டார். அதற்கேற்பவே அவரும் இதுவரை நடந்துவந்திருந்தார்.

இப்படி எத்தனையெத்தனை? நேற்று இரவுகூட ரிட்டையர்ட் ஏட்டையா சாமிநாதன் வீட்டுக்கு வந்திருந்தார். “என்னையா இந்த நேரத்துல வந்துருக்கீங்க?”

“உங்கள பாக்கணும்போலருந்துச்சுய்யா. அதான் அப்டியே நடந்துவந்துட்டேன்!”

“இந்த இருட்டுல வரணுமா? வெள்ளனமா களம்பி ஸ்டேஷனுக்குக்கூட வந்துருக்கலாம்ல்ல!”

“அங்கே வந்தா, நீங்க பிசியா இருப்பீங்க. உங்கக்கூட மனசுவிட்டு பேசிட்டு இருக்க முடியாதுல்ல!”

“சாப்டீங்களா? செல்வி, இவருக்கும் டிபன் வை!” என்றபோது மணி பதினொன்னரை. சாப்பிட்டுவிட்டு இருவரும் வெளியே வந்தார்கள். “வாங்க, ரொம்ப நாளாச்சு நானும் அப்டியே நடந்துபோயி!”

தேய்பிறை இரவின் நிலவு வெளிச்சம். சூரக்குண்டு கண்மாய் கரையில் இருவரும் நடந்தார்கள். மனசுவிட்டுப் பேசவேண்டுமென்று வந்திருந்த சாமிநாதன் ஏட்டையா பேசாமலேயே நடந்தார்.

“என்னமோ பேசணும்னிங்க?”

“ஒண்ணுமில்லையா... உங்களைப் பாத்தாலே போதும்னு இப்ப தோணுது!”

அவர் சிரித்துக்கொண்டார். “என்னையா சொல்றீங்க?”

கண்மாயில் தண்ணீர் தளும்பிக்கொண்டிருந்தது. நிலவொளியில் நீர் அலைகளின் சிணுங்கல். அலையில் மின்னும் தங்கக்காசுகளை யாரோ எண்ணும் சலசல சத்தம். மடையிலிருந்து தண்ணீர் சிலுசிலுத்து ஓடுவது, யாரோ இசைப்பதுபோலவே இருந்தது. நடந்தபடியிருந்தார்கள். நெல்வயல்களில் கதிர்கள் பால்பிடிக்கும் பருவத்துக்கு வந்திருந்தன. நிலவொளியில் மரகதப்பச்சை அழகாக இருந்தது. ரசித்தபடி நடந்தார்கள். குடும்பம், சூழல், பிற பிரச்சனைகள் அவர்களின் பேச்சாக இருந்தது.

சாலையையொட்டிய வயலொன்றில் கதிர்களுக்கு இடையில் கவிழ்த்த பானைகளாய் இருதலைகள் அசைவதுதெரிந்தது. பேசிக்கொண்டே நடந்த ‘அய்யா’ சட்டென்று நின்றார். அவருடன் நடந்துகொண்டிருந்த சாமிநாதன், “அய்யா” என்றபடி நின்றார்.

“அங்கே பாருங்க... ஆளுக மாதிரி தெரியுதுல்ல!”

“ஆமாங்கய்யா... ஆளுகளேதான்!”

கரையில்போகும் இரண்டுபேரின் பேச்சுச் சத்தம்கேட்டு வயலில் இருந்தவர்கள் பம்முவது தெரிந்தது. “யாருய்யா அது?” என்று ‘அய்யா’ குரல் கொடுத்தார். அவர்கள் வரப்பிலேறி ஓடுவதற்கு ஆயத்தமானபோது, “ஓடுனே சுட்டுருவேன்!” என்று கத்தினார்.

“போலீசு போலடா!” இருவரில் ஒருகுரல் சொல்வது

காதில்கேட்டது. "நின்னுருவோம்டா. ஓட வேணாம். சுட்டாலும் சுட்டுருவாங்க!"

"வாங்கடா இங்கே!"

வந்தவர்கள் நடுவயதுக்காரர்களாக இருந்தார்கள். மார்பின் குறுக்கே கையைக் கட்டிக்கொண்டு நின்றார்கள்.

"வயல்ல இந்நேரத்துல என்னடா பண்ணிட்டுருக்கீங்க?"

"ஒண்ணுமில்லீங்கய்யா!"

"ஒண்ணுமில்லாட்டி இந்நேரத்துல என்னடா வேலை வயல்ல?"

"சொல்லிப்புடுறோம்ய்யா... கருது கசக்கிட்டுருந்தோம்யா!"

"என்னாது? கருது கசக்கிட்டுருந்தீங்களா? என்ன ஏட்டய்யா சொல்றாய்ங்க?"

"அதுங்கய்யா... இவிய்ங்களுக்கும் வயக்காட்டுக்காரனுக்கும் ஏதும் வம்புதும்பு இருக்குங்கய்யா. அந்தப்பழியத் தீத்துக்க, இப்டி வயல்ல எறங்கி பால்புடிக்கிற கருதுகள கசக்கிவிட்டுருவாய்ங்க. வயல்ல அமோகமா தாழ்புடிச்சு வெளஞ்சுருக்கும். ஆனா எல்லாம் சாவியா இருக்கும். ஒரு மணிக்கதிரும் இருக்காது. வெதச்சவனுக்கு நட்டம் வரவைக்கிறதுய்யா!"

"முட்டாப்பயலுகளா... முட்டாப்பயலுகளா... என்னா வேலை செஞ்சுருக்கீங்க. பிச்சுப்புடுவேன் பிச்சு. யார்டா நீங்க? பேரு விலாசம் சொல்லுங்க." கேட்டுக்கொண்டவர், "நாளைக்கு ஸ்டேஷனுக்கு வயக்காட்டுக்காரனோட வரணும். ஆமா. வரலைனு வையி. நானே தேடிவந்து தூக்கிட்டுப்போயி கும்மிருவேன். ஓடுங்கடா!" என்று விரட்டிவிட்டார்.

நேரம் இரண்டுமணிக்கு மேலாகியிருந்தது. வீடு திரும்பினார்கள். ஏட்டையா இரவில் அங்கேயே தங்கினார். 'அய்யா' கொஞ்சம் கண்ணசந்துவிட்டார்.

ரைட்டர் கோதண்டம் ஏட்டையா அந்த புகார்மனுவைக் கொண்டுவந்து வைத்தார். அதைப்பார்த்துக்கொண்டே, தனது செல்போனில் கொட்டாம்பட்டி சுந்தரின் எண்ணைத் தேடி அழுத்தியவர், "சுந்தர்... ஸ்டேஷனுக்கு வா!" என்றார்.

எஸ். அர்ஷியா

7

மம்மதியாபுரம் பெரிய பள்ளிவாசலில் தாஹர் பென் ரஹ்மானி பிரசங்கித்த வெள்ளிக்கிழமை பயான், ரஹ்மத்துல்லாஹ் காதிரி நடத்திய ஜும்மா தொழுகை, உறவினர்கள் நண்பர்களுடனான முலாகத் முடிந்து, கொண்டாட்ட மனநிலையில் எல்லோரும் கலைந்துகொண்டிருந்தார்கள். முப்பதுநோன்புப் பெருநாள், சூட்டுக்கறி பெருநாளுக்குக் கூடுவதுபோல நல்ல கூட்டம். 'இத்தனைபேர் இந்த ஊரில் இருக்கிறார்களா!' என்று ஆச்சரியம் கொள்ளச்செய்யும் எண்ணிக்கையில் கும்பல்கும்பலாக, மடிப்பு கலையாத தூய ஆடை மனிதர்கள். துவைத்து அணிந்த ஆடைகளில் சில மனிதர்கள். வெளியே வருபவர்களிடம் யாசகம் கேட்கும் சர்வமத மனிதர்கள். “பாவா... ஹதியா குடுங்க பாவா...” எனும் சொற்கள் பொதுவில் எல்லா மனிதர்களிடமும் புழங்கின. ரோட்டைக் கடப்பதற்கு போக்குவரத்தை மறிக்க வேண்டியதாக இருந்தது. குழந்தைகள்முதல் முதியவர்வரை பள்ளிவாசலில் தொழுவது புண்ணியமாகக் கருதப்பட்டது. குறிப்பாக, வெள்ளிக்கிழமை ஜும்மா தொழுகை.

கொட்டாம்பட்டி சுந்தர் மேலூரிலேயே வளர்ந்தவன். அவனுக்கு ஊரின் எல்லாப்

பகுதியிலும் பழக்கவழக்கம் இருந்தது. தெருவுக்கு நாலுபேர் தெரிந்தவர்களாக இருந்தார்கள். முஜம்மின் பற்றி தகவல் விசாரித்துச் சொல்கிறேன் என்ற நண்பனுக்காக பள்ளிவாசலுக்கு எதிரே காத்திருந்தான். குறுகலான சாலையில் விரைந்துவரும் வாகனங்களைத் தவிர்த்துவிட்டு ரோட்டைக் கடப்பது சாதுர்யமும் சாகசமும்தான்!

'அய்யா' கோபக்காரர் இல்லை. பெற்றிருந்த நீண்ட அனுபவம் நெளிவுசுளிவாகப் போகக் கற்றுக்கொடுத்திருந்தது. இயல்பான மனிதராக, மனிதனுக்குரிய பலத்துடனும் பலவீனத்துடனும் இருப்பதையே விரும்புவார். ஆனால், "என்னா சுந்தர் நீ கொண்டு வந்த கேஸ் இப்டியாயிருச்சு. எஸ்.பி., வாசல்லவெச்சு அசிங்கப்படுத்திட்டாரு" என்று கவலையாகப் பேசினார். உள்ளுக்குள் குமுறுவது வார்த்தைகளில் வெக்கையாகத் தெறித்தது. "அந்தப் பயலப்பத்துன டீடெய்ல்ஸ கொண்டுவா. ரெண்டுநாள்ல அவனைத் தூக்குறோம். அந்தப் புள்ளைய கோர்ட்ல நிறுத்துறோம்!" என்றிருந்தார்.

அடைபட்ட பொந்தில் சிக்கிக்கொண்ட எலியின் கதைபோல வாசலில் நடந்த மற்றவற்றையெல்லாம் டீக்கடையில் உட்கார்ந்திருந்த அரசமணி ஏட்டையா புள்ளிவிவரமாக கொட்டாம்பட்டி சுந்தரிடம் சொல்லிவிட்டார். இன்று காலையில் சங்கர நாதன்கூட, "என்னாச்சு சுந்தரு?" என்று பரிதாபமாகக் கேட்டிருந்தான். சில்லரை சில்லரையாக எத்தனையோ காரியங்களை, அடிதடி விவகாரங்களை, இடவிவகாரங்களை, சின்னப்பஞ்சாயத்துகளை ஸ்டேஷனில் வைத்து முடித்துக்கொடுத்திருக்கின்றான். தற்கொலை முயற்சி வழக்குகளை, மனைவியை கண்மண் தெரியாமல் கணவன் அடித்த கொலைமுயற்சி வழக்கை, குழவிக்கல்லை கணவன் தலையில் தூக்கிப்போட்ட மனைவியின் சாகச முயற்சியை சாதாரண வழக்காக, ஸ்டேஷனுக்கு வெளியே வைத்தும் முடித்துக்கொடுத்திருக்கின்றான். எப்போதும் இப்படி ஆனதில்லை. உமன் மிஸ்ஸிங் கேஸ் கொண்டுசென்றது, இதுதான் முதல்தடவை.

அவன் தேடிச்சென்றிருந்த நண்பன், பள்ளிவாசலிலிருந்து தாமதமாகத்தான் வெளியில் வந்தான். பள்ளிவாசல் ஜமாத்தில் அவனும் ஓர் உறுப்பினன். தொழுகைக்குப் பின்பான வாரக்கூட்டத்தில் கலந்துகொண்டு வருவதற்கு நேரமாகிவிட்டது. எதிர்புறத்தில் காத்திருக்கும் கொட்டாம்பட்டி சுந்தரைக் கண்டதும், "நண்பா..."

என்று உரத்தக் குரலுடன் கையாட்டி, ரோட்டைக் கடந்துவந்து கட்டிக்கொண்டான். அவன் அத்தரும் ஜவ்வாதும் பூசியிருந்தான். விலையுயர்ந்த சென்ட்டும் அடித்திருந்தான். இன்னவாசம் என்றில்லாமல் கதம்பமாய் வாசம் மணத்தது. கண்களின் மேல் இமையிலும் புருவங்களிலும் மினுக்கும் மை பூசியிருந்தான்.

“நண்பா... நீ பொம்பளைப் புள்ளைங்க போடுறதெல்லாம் போட்டுருக்க?” என்றான், கொட்டாம்பட்டி சுந்தர். “அது அழகா இல்லாட்டாலும் வாசமாருக்கு!”

“டேய், அது சுர்மாடா! தொழுகைக்குப் போறப்ப இதெல்லாம் போட்டுக்கணும்னு பெரியவங்க சொன்னது. சுன்னத். அதை அப்டியே தொடர்றோம். கேலி பண்ணாதே!”

“இந்தா... தூண்ல பூனையக் கட்டிப்போட்டுட்டு புத்தக்காரங்க படிப்பு சொல்லிக் குடுப்பாங்களே அதுமாதிரியா?”

கேட்டவனுக்கும் சொன்னவனுக்குமே சிரிப்பு வந்தது. சிரித்தார்கள். “ஆமா... அப்டியே வெச்சுக்க” என்றவனிடம் தான் கொண்டுவந்திருந்த ஜெராக்ஸ் படத்தைக் காட்டினான். “இவன்தானா கட்டரா வேலை செஞ்ச அவன்?”

பார்த்தவுடன் நண்பன் பரவசமானான். “ஆமா. இவன்தான் முஜம்மின்.”

“நண்பா... இவன் கடைசியா மேலூருக்கு எப்ப வந்தான்னு தெரியணுமே!”

“நீ அன்னிக்கு செல்லுல பேசுனீல்ல. அப்பவே நான் விசாரிச்சுட்டேன். நீ கேட்டதுக்கு மூணு நாலு நாளைக்கு முன்னால, எடம் ஒண்ணு வாங்குற விஷயமா மேலூருக்கு வந்துருக்கான். எப்ப போனான்னு தெரியல. அத விசாரிச்சுருவோம்!”

“ஆமா நண்பா... விசாரிச்சுச் சொல்லு. பிரச்சனையாயிருச்சு!”

“எது... புலிப்பட்டிபொண்ணு ஒண்ணு காணாமப் போச்சே. அதுல இவனுக்கு சம்பந்தம் இருக்கும்னு கேக்குறியா? இவன் அந்தளவுக்கெல்லாம் ஒர்த் இல்லடா!”

“இந்தப்படம் காணாமப்போன அந்தப்பொண்ணோட

டைரில இருந்துச்சு! இவனப் பத்தி ஏகப்பட்ட குல்மா கவிதைய அந்தப்பொண்ணு எழுதிருக்கு!"

"அப்டியா?" மோவாயைத் தடவியவன் கொட்டாம்பட்டி சுந்தரை வீட்டுக்கு அழைத்துப் போனான். "அம்மா... சுந்தர் வந்துருக்கான்மா!"

நீண்ட இடைவெளிக்குப்பின்பு அந்த வீட்டுக்கு அவன் வந்திருந்தான். நிறைய மாற்றங்கள் தெரிந்தன. வளமையின் அளவை முன்னைக் காட்டிலும் வீடு கூடுதலாகக் காட்டியது. "வாய்யா, சுந்தர். இப்பத்தான் வழிதெரிஞ்சுதா?" அம்மாவின் குரல்மட்டும் கேட்டது. ஜும்மா தொழுதுவிட்டு துவா கேட்டுக்கொண்டிருக்கலாம். அல்லது வேறு ஏதாவது நிய்யத் செய்தபடியிருக்கலாம். அடுப்படியில்கூட இருக்கலாம். அம்மாவின் கேள்வியால் கொட்டாம்பட்டி சுந்தர் சங்கடமாக நெளிந்தான்.

"இப்பக்கூட தொரை அவரா வரலை. நான்தான் வாடானு கூட்டிட்டு வாறேன்."

"முந்தி நீ இங்கனயே கெடந்தத மறந்துட்டியேப்பா!" அம்மாவின் குரலுடன் மணக்கும் வாசமும் சேர்ந்து வந்தது. வெள்ளிக்கிழமை ஜும்மா தொழுத பின்பான மதிய உணவு சற்றே வசதியான முஸ்லீம் வீடுகளில் கொஞ்சம் ஆடம்பரமாக இருக்கும். இன்று நெய்சோறும் உருளைக்கிழங்கு கறி குருமாவும். பொறித்த கோழியும் எரால் வருவலுமாக இருந்தது.

கொட்டாம்பட்டி சுந்தர் இப்போது காரணமில்லாமல் வீட்டுக்கு வந்திருக்க மாட்டான் என்பதை அம்மா அறிந்திருந்தார். எப்போதாவது நினைவுவரும்போது, 'சுந்தரு என்ன செய்றான்ப்பா?' என்று மகனிடம்கேட்டு தெரிந்தும் வைத்திருந்தார். சாப்பிடும்போது காணாமல்போன பெண் பற்றியும் முஜம்மின் பற்றியும் பேச்சு வந்தது. "அந்தப் பையனுக்கு நிக்காஹ் ஆகி, ஒரு பொம்பளைப் புள்ளை இருக்கே. நல்ல பையனாச்சே. அவங்க தாதா மஹல்லால முக்கியமானவரு. பள்ளிவாசலுக்கு நிறைய செஞ்சுருக்காரு. நிறைய ஏழை குமருகளை கரையேத்திருக்காரு. பொண்ணு வீட்டுப்பக்கமும் பெரிய இடம். ஜமாத்ல அந்தப்பையனோட மாமனாரும் ஒரு மச்சினனும் முக்கியமானவங்களா இருக்காங்க." அவர்களுக்குப் பரிமாறினார். இருவரும் சாப்பிடுவதைப் பார்த்து ரசித்தவர், "இருந்து என்ன பண்ண? யார் மனசுல என்ன இருக்குன்னு உள்ளே நொழைஞ்சா பாக்க முடியும்? அந்தப்பய இப்டி செஞ்

சுருப்பானா?" சந்தேகமாகவும் கேட்டார்.

"அவங்க தாதா ஜும்மாக்கு வந்துருந்தாரும்மா. வாரக்கூட்டத்துலயும் இருந்தாரு. முலாகத் செஞ்சேனே. இவன முன்னமே பாத்துருந்தா அங்கேயே அவர அறிமுகப்படுத்திவிட்டுருப்பேன். வெயில் தாழட்டும். அவர வீட்டுலயே போய்ப் பாப்போம். முஜம்மின் பத்தி விசாரிப்பம். நேர்மையான மனுஷன், அவரு. பெரிய குடும்பம். நான் உன்ட்ட அன்னிக்கே சொன்னேன். ஞாபகம் இருக்கா!" என்றான், நண்பன்.

அம்மா, முஜம்மின் குடும்பத்தின் பின்னணிக் கதையை மெல்ல ஆரம்பித்தார்.

ஜும்மா பள்ளிவாசலுக்கு எதிரே மம்மதியாபுரத்துக்குச் செல்லும் பாதையின் இடதுபுறத்தில் இப்போது கட்டிடங்களாக இருக்கும் இடத்தைத்தாண்டி பட்டாளம் கம்மாய் இருந்துச்சு. அதுக்கு கீழ்புறத்துல மஞ்சனத்திக் கம்மாயும் வடபுறத்துல கள்ளுக்கடை கம்மாயும் இருந்துச்சு. தண்ணீ தளும்பும். சுத்துபத்துல தண்ணீல நின்னா அவ்வள சொகமாருக்கும். குடிச்சா எளநி ருசியிருக்கும். அந்த கம்மா பாசனத்துல கண்ணுக்கெட்டிய தூரம்வரை தேரக்காத்தான் வகையறா வயக்காடுகள். அளந்துமாளாத வரும்படி. தேரக் காத்தான் ஒரு மார்க்கமான ஆளு. அவரு ஒதுக்கமாய்ப்போய் வந்துக்கிட்டுருந்த குடிசைல செந்நாச்சின்னு ஒருத்தி இருந்தா. அந்தக்காலத்துல அத்தாம்பெரிய அழகி, அவ. கீழ நாட்டுலருந்து பிழைக்கவந்தவ. அந்நியோன்யத்துல குதூகலமாயிட்ட தேரக்காத்தான் கீழ்புறத்து வயக்காடுகள அவ பெயருக்கு மாத்தி எழுதிக்குடுத்தார். அவபோட்டிருந்த புறம்போக்குக் குடிசை கல்லுக்கட்டிடமாக மாறிருச்சு. தேரக்காத்தானே நின்னு பஞ்சாயத்து ஆபீஸ்ல பேசி இடத்துக்கு பட்டா வாங்கிப்புட்டார். அந்தப்பாத்தியதைல அவளுக்கு ஒரு பெண்குழந்தை பிறந்துச்சு. பரந்த மனசுக்கார தேரக்காத்தான் சுத்துபத்துல இதுபோல ஏழெட்டுக் குடிசைகளுக்கு பட்டா வாங்கிக்குடுத்து கல்லுக்கட்டிடங்களாக ஆக்கிருந்தார்.

ஊரெல்லாம் முழுக்கு சேவைசெய்த தேரக்காத்தானுக்கு,

ஏழோடு எட்டா இருக்க செந்நாச்சிக்கு விருப்பமில்ல. தனக்குன்னு நிலையாய் ஒருபிடிப்பு இருக்கணும்னு கொஞ்ச நாள்லயே அவ முடிவெடுத்துட்டா. தொடக்கம் கொஞ்சம் லேடுபாடா இருந்தாலும் முடிவு முழுசும் நல்லபடியாக இருக்கணும்னு நெனைச்சா. தேரக்காத்தான் உயிரோடருக்கும்போதே வயக்காட்டுக்கு மருந்து அடிக்கவந்த முத்து மொம்மதுவ கல்லுக்கட்டிடத்துக்கு தன்னை சேதாரம் பாக்க வந்துபோக அனுமதிச்சா. முத்து மொம்மது, செந்நாச்சி வயசுல பாதிதான் இருந்தான்.

தம் பாத்தியதைல இருக்குற வயக்காட்ட வேறொரு விவசாயி உழுது உரம் போட்டு மருந்து அடிக்கிறது தேரக்காத்தானுக்குத் தெரியாமலில்ல. அதையும் ஒருநா, “நா இல்லாதநேரத்துல இங்கன யாரோ வந்துபோறதா ஊர்ல பேசிக்கிறாங்க!”ன்னு கேட்டுக்கிட்டே செந்நாச்சியை அவுத்தார்.

அவ எதையும் மறைக்கல. “ஆமா... அதுக்கென்ன இப்ப?”ன்னா. மிச்ச மீதியா உடம்பிலருந்த மத்த துணிகளையும் பீச்சாங்கையால உருவி எறிஞ்சா. “ஊர்ல பேசிக்கிறாய்ங்கன்னு நீ சொன்ன அதே ஆளுகதான், என்னய நீ வெச்சுருக்கிறதாவும் பேசிக்கிறாய்ங்க. அப்டியா?.. உண்மைல நீயா என்னய வெச்சுருக்க?.. கொஞ்சம் யோசிச்சுப் பாரு. ஆம்பள எப்டி பொம்பளைய வெச்சுக்க முடியும். நான் சரினு உன்னய உள்ளாற விட்டதுனாலத்தானே நீ வீட்டுக்குள்ளாற வர முடிஞ்சது. ஆகாதுனு நான் மறுத்துட்டேன்னா, நீ உள்ளாற துணிச்சலா வந்துருவியாக்கும். அசிங்கமாயிறாது. அப்பறம் எப்டி நீ என்னய வெச்சுருக்கனு சொல்ல முடியும்? ஒருபோதும் பொம்பளய ஒரு ஆம்பள வெச்சுக்க முடியாது. பொம்பள நெனச்சாதான் எதுவும் நடக்கும். அவ அனுமதிக்கணும். பொம்பளதான் ஒரு ஆம்பளய வெச்சுக்க முடியும். அவ அனுமதிச்சாதான் எதுவும் நடக்கும். அப்டித்தான் பாக்கணும். அதவிட்டுட்டு மீசைய தடவி பேசிக்கிட்டு திரியுறது இந்த மொன்னைகளுக்குப் பொழப்பா போச்சு. அதுப்படி நாந்தான் ஒன்னிய வெச்சுருக்கேன். அதுமாதிரி அவனையும் வெச்சுருக்கேன்.

ஆம்பளைங்க மட்டும்தான் இஷ்டத்துக்கு வெச்சுக்க முடியுமா? பொம்பளையாலயும் முடியும்ல. அதான் நான் என் எதிர்கால பாதுகாப்புக்குனு வழி செஞ் சுக்கிட்டேன்.”

செந்நாச்சியின் பதிலில் தேரக்காத்தான் தெகைச்சுப் போய்ட்டார். அவரோட ஒரு வழிப்பாதைப் பயணம் ஒரு முட்டுச்சந்துல போய் இடிச்சுக்கிட்டு நின்னுது. அதிர்ச்சில விலகி, தலையை சிலுப்பிக்கிட்டு எந்திருச்சார். “நாச்சி... என்ன சொல்ற?”ன்னு கேக்க வாயைத் தெறந்தார். பேச்சு வரல. ஆனால் காத்துதான் வந்துச்சு. தடுமாறினார். அதுவரை அவரு செஞ்சுவந்த ஆம்பளைத்தனத்தை இளக்காரமான வார்த்தைகளக் கொண்டு வதைச்ச செந்நாச்சி, “எதுக்குய்யா பதறுற? ஓரமா ஒக்காந்து யோசி. எல்லாம் புரியும்!” ன்னா. சொற்கள்ல திண்மை, தெளிவு, தீர்மானமும் இருந்துச்சு. அப்போ அவ மொட்டக்கட்டையா நிர்வாணமாக மல்லாந்துதான் கெடந்தாளாம்.

அவள ஏறிட்டபடிக்கே கல்லுக்கட்டிடத்துக்கு உள்ளாறருந்து திண்ணைக்கு வந்துட்டார். உடம்பு லேசாகி, தலை பாரமாக ஆகிப்போச்சு. வேப்பமரக் காத்து வீசுது. ஆடும் இலைகளை ஆசுவாசமாகப் பார்த்தார். பார்த்துக்கிட்டேருந்தார்.

அவ சொன்னதில் ஏதோ இருப்பதாகப் புரிந்தது. ஞானத்தைக் கற்றுக்கொடுப்பவர் யார் என்பது முக்கியமில்லை. ஞானத்தை யாரும் எவரிடமிருந்தும் எந்நிலையிலும் கற்றுக்கொள்ளலாம் என்பதை உணர்ந்தார். ‘ஆத்துத்தண்ணி. அம்மா குடி, அய்யா குடினு ஆகிருச்சே’ என்று அவளது அழகிய உடலைப் பற்றி ஒரு ஓநாய்போல கவலைப்பட்டார். ‘மண்ணுக்குப்போற ஒடம்புதானே’ என்று தன்னை சமாதானப்படுத்தியும் கொண்டார். மேற்கொண்டு எதையும் கண்டுங்காணாமல் இருந்துவிட்டார். இனி, எது செய்தாலும் தனது வீரியத்தின்மேல்தான் வில்லங்கமாய் சந்தேகம் விழும் என்பது அவருக்கு உறுத்தலாய் இருந்தது. மீசையைத் தடவப்போன கையை பின்னிழுத்துக் கொண்டார்.

திண்ணையிலிருந்து தளர்வாய் இறங்கி, தள்ளிநின்று கல்லுக்கட்டிடத்தை கீழிருந்து மேலாகப் பார்த்தார். நீர்த்தழும்பியக் கண்ணுக்குள்ள நூலறுந்தப்பட்டமா அது அலையாடுச்சு. அப்டியே கண்மாய்க்கரைப் பக்கம் கால்களைத் திருப்புனாரு. கால்போன போக்குல நடந்தாரு. அவர் முதுகுல பதிஞ்சுருந்த இரு விழிகளோட உறுத்தல் தூரம் போகப்போக படிப்படியாய்க் குறைஞ்சுச்சு.

வெயில் மறைந்து வானம் மங்கிட்டு வந்துச்சு. மெதுவடிகளாக நடந்தபடி கண்களை இடுக்கிக்கிட்டு யோசிச்சார். மந்தைலயும் சாவடிலயும் பேசுற 'அறுக்கத் தெரியாதவன் இடுப்பச்சுத்தி அம்பத்திரெண்டு அருவா' கதைக நெனைவுல வந்து தொலைச்சுச்சு. ஊருக்குள்ள அவமானப்பட்டு நாறுறதுக்கு, வீட்டுக்குள்ள லேசாக அசிங்கப்பட்டு ஒதுங்குறது பரவாயில்லன்னு பெரிய மனுசனா பண்போட வெலகிட்டாரு.

செந்நாச்சி அடிக்கரும்ப கடிச்சு ருசிச்சு முத்து மொம்மது செஞ்சுவந்த வயக்காட்டு சேதாரத்துக்கு ஆரம்பத்துல தனது வரும்படில பேர்பாதிய செய்கூலியா அளந்துவிட்டவ, தேரக்காத்தான் விலகிப்போன பின்னாடி அவனைக் கல்லுக்கட்டிடத்திலேயே தங்கவைச்சுக்கிட்டா. ஐம்பது வயசுல அவன்மூலமா பெண்குழந்தை ஒண்ணு பெத்தக்கிட்டா. அதுக்கு 'மம்மதியா'னு பேர்வைச்சா.

காலக்கிரமத்துல மம்மதியாவோட ஆணிவேர் ஊரெங்கும் சல்லிவேர்களா விரிஞ்சுச்சு. செந்நாச்சிக்கு தேரக்காத்தான் வழில முன்னமே இருந்த பெண் குழந்தையும் தனது கிளைய பெரிதாகப் படர்த்தியிருந்துச்சு. ஒண்ணுக்கொண்ணு வம்சவழி தெரிஞ்சுருந்தாலும் ஒருபோதும் சச்சரவு வரல. அவுக இவுகள சின்னாத்தா புள்ளைகம்பாங்க. இவுக அவுகள பெரியாத்தா புள்ளைகம்பாங்க.

"இப்ப இதை யாரும் மம்மதியாபுரம்னு சொல்றதேயில்ல. அந்தக்காலத்துலயே முனியாண்டிபுரம்னு சொல்வாங்க. ஒருமுனியாண்டி கோவில் இங்கே இருக்கு. காலப்போக்குல

முனியாண்டிபுரம்னும் யாரும் சொல்றதுல்ல. வேதக் கோவில் சந்துன்னு பேராயிருச்சு. ஆனா இங்கன கிருஸ்தவங்க யாரும் இல்ல. இப்பத்தான் ஊரூருக்கு எங்க மண்ணு. நாங்க ஆண்ட பரம்பரை. சுத்த ரத்தம். என்னன்னவோனு அடிச்சுக்கிறாய்ங்க.. எப்டியெப்டியோ ஆகிப்போச்சு! பெறக்குற பொம்பளப் புள்ளைக்கு நம்மாளுக நாச்சியானு பேர்வெக்கிறது, அந்த செந்நாச்சி பேருதானே!"

வெயில்தாழ முஜம்மினின் தாதாவைப் பார்க்கக் கிளம்பியபோது, கொட்டாம்பட்டி சுந்தர் இதுவரைக் கிடைத்த தகவல்களை 'அய்யா'விடம் சொல்லி, அடுத்து என்ன செய்யலாம் என்று அவரிடம் கேட்டுவருவதாகச் சொல்லிவிட்டான்.

ஊர்க்காரர்களை துணைக்கு அழைத்துக்கொண்டு கச்சிராயன்பட்டி கோடாங்கி சொன்ன மேற்குத் திசையில் நூறு கல் தொலைவிலுள்ள ஊர்களாய்த் தேர்வுசெய்து கரூர், திருப்பூர், பொள்ளாச்சி, பல்லடம், அவினாசி, கோயமுத்தூர் என்று சங்கர நாதன் அலைந்து திரிந்தான். ஆயத்த ஆடைகள், பனியன், கொசுவலை தையல் நிறுவனங்களாய் ஏறியிறங்கினான். பஸ் ஸ்டாண்டு கடைகளில் பவளத்தின் போட்டோவைக் காட்டி விசாரித்தான். பெண்கள் தங்கும் விடுதிகள் ஒன்றுவிடாமல் தேடினான். ஒரு கட்டத்தில், 'கச்சிராயன்பட்டி கோடாங்கி நம்மள சுத்துல விட்டுட்டானோ?' என்றுகூட நினைத்தான். ஆனாலும் பவளத்தைக் கண்டுபிடித்துவிடலாம் என்ற நம்பிக்கை மட்டும் அவனுக்கு இருந்தது.

கொட்டாம்பட்டி சுந்தர், 'ஓம்பொண்டாட்டி சூட்கேஸ்லருந்த டைரில ஒருத்தன் படம் இருக்குடா!' என்ற தகவலையும் மேலூரைச் சேர்ந்த அந்தப்படத்துக்காரன், 'திருப்பூர்ல இருக்கான்போல' என்று செல்போனில் பேசும்போது சொல்லியிருந்தான். நேரில் பார்த்திருந்தால் அந்தப்படத்தைக் கேட்டு வாங்கியிருக்கலாம். அதைக்காட்டி விசாரிக்க வசதியாக இருந்திருக்கும் என்று இப்போது யோசித்தான்.

ஆனாலும் தேடுதல் கை கூடாமல் வந்த வழியே திரும்பும்போது, திருப்பூர் பஸ் ஸ்டாண்டில் ஒரு டீக்கடைக்காரர் பவளத்தின் போட்டோவை ரொம்ப நேரம்வரை கையில் வைத்துக்கொண்டு யோசித்தபடி இருந்தார். "நாலஞ்சு நாளைக்கு முன்னால் இதுமாதிரி

ஒரு ராத்திரி நேரத்துல இந்தப்பொண்ணு, 'மெட்ராஸ் பஸ் அடுத்து எப்ப?'னு என்ட்ட கேட்டமாதிரி ஞாபகம் இருக்கு. இதே முகம்தான். 'யாரும்மா நீ? வெளியூர் பொண்ணுமாதிரி இருக்க. தனியாவா வந்த'னு விசாரிச்ச நினைவும் இருக்கு. நான் கேட்டதுக்கு பதிலச்சொல்லாம வந்த பஸ்ல ஏறிப்போயிருச்சு. 'இந்தப் பொண்ணுதானா அது?'னு கொஞ்சம் யோசனையாவும் இருக்கு. ஒருநாளைக்கு இங்கே ஆயிரம்பேரு வேலைதேடி வர்றாங்க. ஆயிரம்பேரு வேலை புடிக்காமப் போறாங்க." சலிப்புடன் போட்டோவைத் திருப்பித் தந்தார்.

ஏதோ ஞாபகம் வந்தவனாய் தனது செல்போனை எடுத்து, பவளத்தின் எண்ணை சங்கர நாதன் அழுத்தினான். இப்போது அழைப்பு போனது. ஆனால் எடுக்கவில்லை.

'அய்யா'வின் பொலிரோ முஜம்மின் தாதா வீட்டுவாசலில் நின்றபோது, அவர் மக்ஃரீப் தொழுது முடித்துவிட்டு, பேரனின் பிள்ளைகளுடன் விளையாடிக் கொண்டிருந்தார். வாசலில் வாகனச் சத்தம்கேட்டு பிள்ளைகள் முன்பக்கமாக ஓடினார்கள். "பாத்து, விழுந்துறப் போறீங்க, மக்களே!" என்று அவர்களைப் பின்தொடர்ந்தார்.

'அய்யா' வாகனத்திலிருந்து அந்தநொடிகளில் கீழே இறங்கி நின்றார். அவருடன் கொட்டாம்பட்டி சுந்தரும் இரண்டு கான்ஸ்டபிள்களும் இருந்தார்கள். வீட்டுவாசலில் போலீஸ் வாகனம் நிற்பதுகண்டு, முஜம்மினின் தாதா முதலில் ஆச்சரியப்பட்டார். பின்பு இயல்புக்குத் திரும்பினார். பிள்ளைகள் போலீஸ் வாகனத்தைச் சுற்றிச் சுற்றி வந்து கைகளால் தட்டி விளையாடினார்கள்.

பிள்ளைகளை டிரைவர் அதட்டுவதற்கு முன்பு, "பிள்ளைகளா... அப்டியெல்லாம் செய்யக்கூடாது!' என்று தாதாவே தடுத்தார். இன்ஸ்பெக்டரைப் பார்த்து, "வாங்க, என்ன விஷயமா இங்க வந்துருக்கீங்க?" என்றுகேட்டார்.

தெருவில் நின்றபடியே கையிலிருந்த ஜெராக்ஸ் படத்தை அவரிடம் காட்டிய 'அய்யா', "இந்த படத்துல இருக்குறவரத் தெரியுமா?" என்றார்.

தெருவிலிருந்த அத்தனை வீட்டுவாசல்களிலும் ஆண் தலைகள் முளைத்திருந்தன. வாசல் பர்தாக்களுக்குப் பின்னால் உடல்

மறைத்து பெண் தலைகள் நீண்டிருந்தன. நடந்துசென்றவர்கள் நின்று திரும்பிப் பார்த்தார்கள். தெருக்குழாயிலும் ஒரு பலசரக்குக் கடையிலும் நின்றிருந்தவர்கள் தூரத்துப் பார்வையாளர்களாக இருந்தார்கள். ஜமாத்துக்கு சொந்தமான இடத்தில் கேரம்போர்டு விளையாடிக் கொண்டிருந்த இளைஞர்கள் விளையாட்டை நிறுத்திவிட்டு, நடப்பதைப் பார்த்துக் கொண்டிருந்தார்கள். எம் — 80யில் பால் கொண்டுவந்து ஊற்றும் கிருஷ்ண முத்துக் கோனார், "பாய் வீட்டுக்கு போலீஸ் வண்டி வந்துருக்கு?" என்று கேட்டுக்கொண்டே பித்தளை மணியை ஆட்டி 'நங்கநங்கநங்கநங்க நங்கநங்க'வென்று ஒலி எழுப்பினான்.

படத்தை வாங்கி, மயங்கிய இருளில் தூக்கிப் பார்த்த தாதா, "இது எம்பேரன். முஜம்மின். உள்ளாற வாங்க!" என்றார்.

வீட்டிலிருந்தப் பெண்கள், குழந்தைகளை உள்ளே அழைத்துப் போனார்கள். "தாதாவப் பாத்துப்பேச போலீஸ் வந்துருக்காங்க. அவங்களுக்கு தொல்லை தரக்கூடாது!"

டிவியிலும் சினிமாவிலும் மட்டுமே பார்த்த காக்கி உடைக்காரர்களை நேரில் பார்த்த பிள்ளைகள் பரவசமாகிப் போனார்கள். "அம்மா... டிஸ்கால். டிஸ்கால். டுப்பாக்கிம்மா! அது சுடுமாம்மா?" ஒரு குழந்தை அம்மாவிடமிருந்து விடுபட்டு, 'அய்யா'வின் கைத்துப் பாக்கியை பறித்துவிடும் யத்தனத்தில் துள்ளியது. மற்றொன்று தலையை மட்டும் திருப்பி பார்வையைத் துப்பாக்கி மேலே வைத்திருந்தது.

வீட்டின் வளமையும் தாதாவின் நேர்த்தியான அணுகுமுறையும் இன்ஸ்பெக்டர் 'அய்யா'வை நிதானமாகப் பேச வைத்தது. "இந்தப்படம் காணாமப்போன ஒருபொண்ணோட டைரில இருந்துச்சு. பொண்ணு காணாமப் போயி ஆறு நாளாகுது. பொண்ணுக்கு இந்தப்படத்துல இருக்குறவரோட பழக்கம் இருக்குனு எங்க விசாரணைல தெரிய வந்துருக்கு. அந்த உமன் மிஸ்ஸிங்ல இவருக்கு சம்பந்தம் இருக்குன்னும் எங்களுக்கு சந்தேகமிருக்கு. இந்த முஜம்மின் இப்ப எங்க இருக்காரு. அது சம்பந்தமா..."

அவர் முடிக்குமுன்னே தாதா கையமர்த்தினார். அதில் இடைமறித்தல் இருக்கவில்லை. அனுமதிகோரும் பாவனை இருந்தது. "எங்கப்பையன் அப்டிப்பையன் இல்லனு நாங்க நம்புறோம். நீங்கசொல்ற விஷயம் எங்களுக்கு ஒருபக்கம் ஆச்சரியமாவும் இன்னொரு பக்கம் அதிர்ச்சியாவும் இருக்கு. இப்ப அவன் இங்கே

இல்ல. திருப்பூர் செவன் ஸ்டார் கார்மென்ட்ஸ் எக்ஸ்போர்ட்ஸ் கம்பெனில சீனியர் டிசைனரா வேலைல இருக்கான். போனவாரம் கொஞ்சம் நிலம் வாங்குறது சம்மந்தமா ஊருக்கு வந்துட்டுப் போனான். நீங்க சொல்ற உமன் மிஸ்ஸிங் சாதாரண கேஸ் இல்லனு எனக்கும் தெரியும். பொண்ணைக் கடத்துறது பெரிய அஃபன்ஸ். அதுல ஈடுபட்டவன் எவ்வளவுதான் புத்திசாலித்தனமா நடந்துகிட்டாலும் ஒருசில ஆட்டிடியூட்ஸ் காட்டிக்குடுத்துரும். முஜம்மின் இங்கேருந்தப்ப அவன்ட்ட எந்த மாற்றமும் தெரியல. எப்பவும்போல இயல்பா இருந்தான். அதுனால அவனுக்கு இதுல சம்மந்தமிருக்க வாய்ப்பில்லனு நெனைக்கிறேன்!" நிதானமாகவும் தெளிவாகவும் அதேவேளையில் ஆழமாகவும் சொன்னார்.

அவர் வார்த்தைகளிலிருந்த நம்பிக்கை, பேசிய விதம் 'அய்யா'வை அதிகமாகப் பேச வைக்கவில்லை. யாரும் அப்படித்தான் பேசுவார்கள். கேட்க வந்த இடத்தில், தன் பக்கத்து நியாயங் களை அவர் பாதுகாப்பாகப் பேசியதாகக் கருதினார். "உங்க நம்பிக்கை உண்மையாச்சுன்னா நல்லதுதான். நானும் அப்படி இருக்கணும்னுதான் விரும்புறேன். ஆனா சந்தேகத்தை விட்டுத்தள்ள முடியாது. ஏதோ இடிக்குது. உங்கப்பேரனோட டீடெய்ல்ஸ நீங்க தரணும். நாங்க திருப்பூர்போய் அந்தப்பையன விசாரணைக்குக் கூட்டியாரணும். இதை உங்கக்கிட்ட சொல்லிட்டு செய்யணும்னு போலீஸ்க்கு எந்தவொரு நிர்பந்தமும் இல்ல. பெரிய இடத்துப் பையன்னு விசாரிச்சப்ப தெரிஞ்சுச்சு. அதான் பிராப்பரா நடந்துக்கலாமேனு வந்தேன்!"

தாதா இரு கைகளையும் விரித்து மேலே கையேந்தினார். "அல்லாஹ்வோட நாட்டம் என்னவோ அதுதான் நடக்கும். உங்க விசாரணையும் அனுசரணையும் அதோட போக்கும் நல்லா இருக்கு. எனக்குப் பிடிச்சுருக்கு. ஒரு சில ஆபீசர்ஸால மட்டும்தான் இப்டி நடந்துக்க முடியும். நீங்க நேர்மையா நடந்துக்குவீங்கன்னு உங்க நடவடிக்கையே காட்டுது. திருப்பூர் போயெல்லாம் நீங்க அலையவேணாம். அவனை இங்கே வரவழைச்சு நாளைக்குக் காலைல பத்துமணிக்கு நானே உங்கக்கிட்ட கொண்டுவந்து ஒப்படைக்கிறேன். தாராளமா விசாரிங்க. நம்மவீட்டுக்கு வந்துருக் கீங்க. கொஞ்சம் சாயா குடிக்கலாமா! நம்மவீட்டு புதினா சாயா நல்லாருக்கும்!"

இரவு கொட்டாம்பட்டி சுந்தரை, 'அய்யா' தன் வீட்டுக்கு

வரவழைத்தார். மொட்டை மாடி தேய்பிறை வெளிச்சம் பரவிக்கிடந்தது. அவருக்குள் கொந்தளிப்பு நிரவியிருந்தது. பைத்தியம் பிடித்துவிடும்போல உணர்ந்தார். யாரிடமாவது சொல்லி ஆற்றவேண்டும். காவல் துறையிலேயே நண்பர்கள் இருக்கிறார்கள். அவர்களுடன் பேசி வெக்கையை ஆற்றிக்கொள்ளலாம்தான். ஆனால் அதை அவர் இப்போது விரும்பவில்லை.

“மனசு சரியில்லை, சுந்தர். அன்னிக்கு எஸ்.பி., வாசல்ல வெச்சு, ‘அப்டியென்ன வேலை பாக்குறீங்க, ஸ்டேஷன் ஆபீசர்?’னு கேட்டு வெறுப்பேத்திட்டாரு. இன்னிக்கு என்னான்னா... டி.எஸ்.பி., அவர் ஆபீஸ்க்கு கூப்டுவெச்சு கன்னாபின்னானு பேசுறாரு. தாங்க முடியல சுந்தர்!” தெறித்துப்போன அப்பளமாய் வானத்தில் தென்பட்ட நிலவைப் பார்த்துக்கொண்டே சொன்னார்.

முன்னமே திட்டமிட்டுக் கொண்டுவந்திருந்த சரக்கு திறப்புக்காகக் காத்திருந்தது. “அதை ஒடைச்சு ரெண்டு கிளாஸ்ல ஊத்து, சுந்தர்!”

வானம்போகத் தயாராகக் காத்திருக்கும் ராக்கெட்போல ஊசி பாட்டில் ஒன்று டீப்பாய் மீது உட்கார்ந்திருந்தது. கொட்டாம்பட்டி சுந்தர் அப்படியொரு பாட்டிலை அதற்கு முன் பார்த்ததில்லை. அதிகபட்சம் அவன் பார்த்த பாட்டில்கள் சப்பட்டையாய், உருண்டையாய், சிலவேளைகளில் டானிக் பாட்டில்களை ஒத்திருந்தன. அதை கையில் ஒரு குழந்தைபோல ஏந்தினான். அப்போதுதான் பறித்து எடுத்துவந்த ரோஜாவாய் பாட்டிலின் உடம்பு சிலுசிலுத்தது. அதை மேலிருந்து கீழாகப் பார்த்தவன், “அண்ணே... இது நம்ம ஊரு சரக்காணே?” என்று கேட்டான்.

“ஆமா சுந்தர். ஏன் அப்டிக் கேக்குற?”

“இல்லணே- இங்கே விஎஸ்ஓபியே பெரிய சரக்குனு பேசிக்குறாய்ங்க. தினமலர் வாரமலர்ல அப்பப்ப ரெமி மார்டின்னு ஒரு அய்ட்டத்தைப் பத்தி எழுதுவாய்ங்க. இதை நான் பாத்ததுமில்ல. கேட்டதுமில்ல. ‘கிரே கூஸ்’ங்க்ற பேரே ஒரு கிக்கா இருக்குணே.”

வேலை, பிரச்சனை, இன்றையக் கசப்பு எல்லாவற்றையும் ஒதுக்கிவைத்து விட்டு, ‘அய்யா’வுக்கு வேறு எதையாவது பேச வேண்டும் என்றிருந்தது. அந்தளவுக்கு மனதில் நெருக்கடி பொங்கி வழிந்தது. வெக்கையைத் தணிக்கும் வடிகால் அவரைப் பொறுத்தவரை இரண்டுமட்டும்தான். ஒன்று பெண்ணுடல். மற்றது உள்ளே தள்ளும் சரக்கு. அட்டுபிட்டைக்கூட உலக அழகி

ஸ்தானத்தில் வைத்து அழகாக ரசிக்கும் அற்புத மனோபாவம் அவருக்கு உண்டு. இப்போதைக்கு முன்னதை ஏற்றுக்கொள்ள அவர் மனம் தயாராக இல்லை. ரசித்து ருசிக்க வேண்டியது, அது என்று தள்ளிவைத்துவிட்டார்.

"இந்தியன் மார்க்கெட்லயே ரொம்ப பெஸ்ட் வோட்கா இந்த அய்ட்டம்தான், சுந்தர். பகார்டிங்க்ற கம்பெனி தயாரிப்பு. நம்ம ஆளுகள்லாம் மல்லையாவையே தாண்ட மாட்டாய்ங்க. 1998ஆம் வருஷத்துல சான்பிரான்சிஸ்கோல நடந்த உலக தண்ணி அய்ட்டம் போட்டில பெஸ்ட் அய்ட்டமா கௌரவிக்கப்பட்டது. நம்மாளுக வெங்கல மெடலுக்கே குதிப்பானுக. இது பிளாட்டின மெடல் வாங்குச்சு. பிளாட்டினம் தெரியும்ல. தங்கத்தவிட காஸ்ட்லி. ஆமா!"

இதைப்பற்றிப் பேசுவது இப்போதைக்கு அவருக்குப் பிடித்திருந்தது. கேட்பதற்கு ஒரு மாக்கியான் கிடைத்தான் என்று எண்ணிக்கொண்டார். "இது மார்க்கெட்டுக்கு வர்றது ரொம்ப அபூர்வம், சுந்தர். இதையே இப்டிக் கேக்குறியே... உலகத்துலயே பத்து பெஸ்ட் அய்ட்டத்துக்கான லிஸ்ட் நம்மட்ட இருக்கு. கேக்குறியா... ஒருதடவையாச்சும் அதெல்லாம் அடிச்சு பாத்துறணும். அதோட பேரப் பாறேன். நம்ம ஊர்லயும் வெக்கிறாய்ங்க... மயிரு மட்டைன்னு. வியல்லி பான் செக்யூர்ஸ் ஆலே இது பத்தாவது இடத்துல இருக்கு. வின்ஸ்டன் காக்டெய்ல் ஒன்பதாவது இடத்துல. லீகஸிக்கு எட்டாவது இடம். இப்டியே நம்பரை கொறைச்சுக்கிட்டே வா. சாடியூ டஜைக்வம், அப்பறம் பென்போலட்ஸ் ஆம்பிள், இன்னொன்னு ஆங்... அர்மாண்ட் டி பிரிக்னாக் மிடாஸ், டால்மோர் 62 வ சூப்பர்ம்பாய்ங்க. திவா வோட்காவ அடிச்சுக்க முடியாது. ஹென்றி 4 கிராண்டேக்கு நிகரா எதுவும் கிடையாது. டிகுல்லா லே .925ன்னு ஒரு அய்ட்டம். இதுதான் உலகத்துலேயே நம்பர் ஒன். .925 அய்ட்டத்தோட வெலை என்ன தெரியுமா? ஒருபாட்டில் மூனரை லட்சம்டாலர். ஒருடாலர் எழுபது ரூவானு வெச்சுக்க. நம்மக் காசுக்கு ரெண்டுகோடியே நாப்பத்தஞ்சு லட்ச ரூவா!" புள்ளிவிவரத்துறை பேராசிரியரின் நுட்பம் அவரிடமிருந்தது.

"அண்ணே... வெலையக் கேக்கையிலேயே கிக் ஏறுதுணே." கையிலிருந்த கிரேகூஸின் மூடியை பூவாய்த் திருகினான். உள்ளிருந்து கிளம்பிய வாசமற்ற வாசம் அவர்களைச் சுற்றி ஒரு பூப்போர்வையாய் படர்ந்தது. டீப்பாயிலிருந்த இரண்டு கண்ணாடி தம்பளர்களில் அதை அத்தனைப் பக்குவமாய் மெல்லச் சரித்தான். நுரை தளும்பாமல் வாயுக்குமிழ் எழும்பாமல் நழுவிச்செல்லும் நீரோடையாய் உருக்கிவிடப்பட்ட தங்க நிறத்தில் அந்தத்திரவம்

தம்பளர்களில் நிரம்பியது.

மகிமை நிறைந்த அந்தத்திரவம் நிரம்பிய தம்பளரைக் கையில் எடுத்துக்கொண்ட 'அய்யா', "நீயும் எடுத்துக்க சுந்தர்" என்றார். "நீ தண்ணி அடிப்பேனு எனக்குத் தெரியும்!"

எடுத்துக்கொண்ட அவன், 'அப்படியென்ன உசத்தி' என்பதைத் தெரிந்துகொள்ள பௌவியமாக தம்பளரின் விளிம்பில் பொத்தினாற் போல உதடுகளைப் பொருத்தினான். மெல்ல உறிஞ்சி, திரவத்தை வாயில் நிறைத்து, மெதுமெதுவாகத் தொண்டைக்குள் இறக்கினான். காரல், கசப்பு, குமட்டல் எதுவுமில்லை. வாசம்கூட இல்லை. "அண்ணே நம்ம ஊருது மாதிரியே இல்லணே!"

'அய்யா' சிரித்துக்கொண்டார். "ஆமா, சுந்தர். இது அப்டியெல்லாம் இருக்காது. இந்தியாலயே விலையுயர்ந்த பத்து தண்ணி அய்ட்டத்துல நம்ம அடிச்சுக்கிட்டுருக்குற இந்த கிரே கூஸ்தான் நம்பர் ஒன் வோட்கா. வெலை 700 மில்லி ஆறாயிரம் ரூவா. இதைத் தயாரிக்கிற நுட்பம், பதப்படுத்த எடுத்துக்கற காலம், முறைகள், அதுமூலமா கிடைக்கிற ருசி, நிறம், சுவை, வாசம் எல்லாமே வேறயாத்தான் இருக்கும். சீக்கிரமாவும் போதை ஏறாது. நம்ம ஊர்க்காரய்ங்க சொல்வாய்ங்க பாரு, 'நான் எவ்வளவு அடிச்சாலும் ஸ்டெடியா இருப்பேன்'னு அதை இந்த சரக்குல பாக்கலாம். எவ்வளவு அடிச்சாலும் ஒரேமாதிரி மெதப்புதான். காத்துல பறவையோட இறகு அலையும் பாத்துருக்கியா. அதுமாதிரி மனுஷன் மெதப்புல அலைவான்."

இரண்டுமூன்று என்று போய்க்கொண்டிருந்தது. 'அய்யா' சொன்னதுபோல இரண்டு பேரும் காற்றில் மிதந்துகொண்டிருந்தார்கள். அப்படியே மொட்டை மாடியிலிருந்து காற்றில் மிதந்தபடி அழகர் மலையின் மடிப்புகளுக்குள் தொலைந்துவிட ஆசைப் பட்டார்கள்.

"இந்த முண்டை ஏன் தொலைஞ்சு போகணும். அதையேன் அவ புருஷன் உன்ட்ட வந்து சொல்லணும். நீயேன் அதை என்ட்ட கொண்டாறணும். நான் ஏன் அதை எப்ஐஆர் போடாம விசாரிக்கணும். இந்த எஸ்.பியும்., டிஎஸ்பி.,யும் என்னை ஏன் மாறி மாறிக் காய்ச்சணும்? ஷிட்!" கண்ணாடி தம்பளரை மொட்டை மாடித்தரையில் ஓங்கி அடித்தார். சிலிங் சத்தத்துடன் அது சுக்குநூறாய் உடைந்தது.

கொட்டாம்பட்டி சுந்தர் புதிய அனுபவத்தில் மிதந்துகொண்டி ருந்தான்.

8

இரண்டு நாட்களாகவே ஸ்டேஷனுக்குள் ஓர் அமானுஷ்யம் உலவிக்கொண்டிருந்தது. அதை ஸ்டேஷனுடன் தொடர்புடைய ஒவ்வொருவருமே உணர்ந்திருந்தார்கள். மாவட்டக் காவல் கண்காணிப்பாளரின் போக்கு விசிட் தந்த வலியில், காணாமல்போனப் பெண்ணைத் தேடும்குழுவை 'அய்யா' உருவாக்கியிருந்தார். கிரைம் எஸ்ஐ., பாண்டியன், பெண் எஸ்.ஐ., மல்லிகா, ஒரு ஏட்டையா, ஒரு ஆண் கான்ஸ்டபிள், ஒரு பெண் கான்ஸ்டபிள் அதில் இடம்பெற்றிருந்தார்கள். வழக்கமானப் பணிகளுடன் அந்தக்குழு 'அ' விலிருந்து தனது தேடுதல் பணியைத் தொடங்கியிருந்தது.

இன்று பெண் எஸ்.ஐ., மல்லிகாவுக்கும் திவ்யாவுக்குமே இரவுக்காவல் பணி வந்திருந்தது. பாரா கான்ஸ்டபிள் தவிர்த்து, காப்பு ஏட்டையா ஒருவரும் பெண் கான்ஸ்டபிள் ஒருவரும் ஸ்டேஷனில் இருந்தார்கள். எந்த நேரத்திலும் எந்த அதிகாரியும் விசிட் வரலாம் என்று புதியவளான திவ்யாவுக்கு அனுபவம்நிறைந்த மல்லிகா சொல்லி வைத்திருந்தாள். "பெருசா எதுவும் நடந்துறாது. அப்டியேதும் நடந்துருச்சுன்னாத்தான் தலை வலி தொடங்கும்."

எந்தவொரு அனுபவமும் இல்லாத நிலையில்,

அவள் சொல்வதைக் கேட்டுக் கொண்டாள் திவ்யா. சீனியர் என்ற மமதை மல்லிகாவின் வார்த்தைகளில் ஊடாடித் தெரிந்தாலும் அதையெல்லாம் இப்போதைக்குப் பொருட்படுத்த வேண்டியதில்லை என்று மனதுக்குள் சமாதானமாகியிருந்தாள்.

அப்போது உடனிருந்த பெண் கான்ஸ்டபிள், "அக்கா, எஸ்பி திடீர்விசிட் வந்தாருல்ல. அப்ப நம்ம கிரிவன்ஸ சொல்லிருக் கலாம்கா" என்றாள்.

போலீஸ் ஸ்டேஷனுக்கு ஆய்வு மற்றும் வருகை, திடீர் வருகைகளின்போது மேலதிகாரிகள் சக பணியாளர்களுக்கு வேலையில் இருக்கும் குறைகள், அவர்களின் தேவை, நடைமுறைகளில் இருக்கும் சிக்கல்கள் குறித்து விசாரித்து தீர்வுகாண்பது ஒரு முறையாக இருக்கிறது. அதன்படி மேலதிகாரிகளிடம் தங்களின் பிரச்சனைகளைத் தெரிவிக்கலாம். அதுகுறித்து பார்வைப் பதிவேட்டில் எழுதும் மேலதிகாரிகள் தீர்வுக்கு வழி செய்வதுண்டு. ஸ்டேஷனுக்குத் தேவையான வசதிகள், பணியிட மாற்றம், சிறு சலுகைகளும் அதில் அடங்கும். ஆனால் மேலதிகாரிகளிடம் தனது பணியாளர்கள் இதுதொடர்பாக முறையீடு செய்வதை நிலைய அதிகாரி எளிதில் அனுமதிக்க மாட்டார். அவ்வாறு ஏதேனும் முறையீடு செய்துவிட்டால், 'அதை ஏன் என்ட்ட மொதல்ல சொல்லல!' என்று அடுத்தடுத்து பணிச்சுமைகளை முதுகில் ஏற்றிவிடுவார். வருத்தப்பட்டு பாரம் சுமக்க வேண்டியிருக்கும்.

"நீ சொல்றது சரிதான். அப்ப 'அய்யா'வும் ஸ்டேஷன்ல இல்ல. சொல்லிருந்தா கன்சிடர் பண்ணியிருப்பாருதான். ஆனா வந்தவரு கிரிவன்ஸ் இருக்கானு கேக்கலியே!"

"அவரு என்ன மூடுல வந்தாருனு தெரில. ஆனாலும் சொல்லிருக் கலாம்!" பாரா நோட்டில் எழுதிவைத்துவிட்டு, ஸ்டேஷனிலிருந்து வெளியேவந்து பீட் ரவுண்ட்ஸ் தொடங்கினார்கள். மல்லிகா தனது ஹோண்டா ஆக்டிவாவில் திவ்யாவை ஏற்றிக்கொண்டாள். பெண் கான்ஸ்டபிள் தனது ஸ்கூட்டி பெப் பிளஸில் தனியாக வந்தாள். இரவுசாலையில் ஸ்லோ ரேஸ் போகும் போட்டிபோல வாகனங்களை உருட்டினார்கள்.

சாலையோரங்களை, பூட்டியிருக்கும் கடைகளை, பிளாட்பாரங்களில் தூங்குவோரை, திறந்திருக்கும் கடைகளை அடைக்கச்சொல்லி, எதிரே தென்படுவோரை கவனித்தபடி பேசிக்கொண்டே போனபோது அவர்களின் பேச்சு திவ்யாவிடம் வந்துநின்றது.

அப்போது கரகரத்த வாக்கி டாக்கி, ‘வாகன சோதனைகளில் ஈடுபட’ உத்தரவிட்டது.

அதைக் கேட்டுக்கொண்டிருந்த பெண் கான்ஸ்டபிள், “ஆரம்பிச் சுருவோமாக்கா?” என்று ஆர்வமாய் ஒரு இருசக்கர வாகனத்தை மறித்து ஓரம்கட்டினாள்.

பின்னால் உட்கார்ந்திருந்தவனிடம், “டே பொம்பளப் போலீசும் வண்டி பிடிக்குதுடா. இந்த எடத்துல எப்பவும் வண்டிபிடிக்க மாட்டாய்ங்கள்லே!” முணுமுணுத்தபடி ஓரம் கட்டினான் வண்டியை ஓட்டியவன். அவனிடம், “லைசன்ஸ் எடு... இன்சூரன்ஸ் எடு... ஆர்சி எடு...” என்று சோதித்து முடிப்பதற்குள் பத்து இருசக்கர வாகனங்கள் மறிக்கப்பட்டிருந்தன. வாகனங்கள் மறிக்கப்படுவதைக் கண்டதும் ஒருசில வாகனங்கள் பேயைக்கண்ட அதிர்ச்சியில் வந்தவழியே திரும்பிக்கொண்டன.

“ராத்திரியும் பகல் மாதிரியே ஆகிப்போச்சு. எத்தனை வண்டிக?” மதுரை பஸ்ஸுக்குக் காத்திருந்தவர்கள் வேடிக்கைப் பார்த்தார்கள். பஸ் வந்ததும் ஓடிச்சென்று ஏறினார்கள். ஓரிரு நான்கு சக்கர வாகனங்கள் அவர்கள் சோதனை செய்வதைப் பார்த்தபடி மெதுவாகக் கடந்துபோயின.

“அக்கா... இவன்ட்ட பேப்பர் எதுவுமே இல்லக்கா. ஆனா ரொம்ப பேசுறான்!”

“சாவிய எடுத்துட்டேல்ல. விடு. தொன்னாங்கிட்டே நிக்கட்டும்!” எல்லா வாகனங்களையும் சோதித்தபின், வாகனம்தொடர்பான காகிதங்கள் எதுவுமில்லாதவனிடம், “காலைல வந்து வண்டிய எடுத்துக்க!” என்றாள், எஸ்ஐ., மல்லிகா.

ஆரம்பத்தில், “எனக்கு எம்எல்ஏவ தெரியும். ஒன்றியச் செயலாளர் மச்சான் நான்” என்று தெனாவட்டாகப் பேசிய அவன், “அவர வந்து பேப்பர்ஸ காட்டிட்டு வண்டி எடுத்துக்கிட்டுப் போகச்சொல்லு” என்றதும் இப்போது, “அக்கா.... அக்கா... மேடம்...!” என்று கெஞ்சினான். அவனுக்கு நாற்பது வயதிருக்கும்.

“நூறுரூவா ஃபைன். கட்டு. இல்லாட்டி பேர சொல்லு. சார்ஜ் சீட் போடணும்!”

“அக்கா... அந்த கார்க்காரன் நக்கலா பாத்துட்டுப் போறான்க்கா!”

“அப்டியா?... இனி வர்ற போர் வீலர்ஸ ஓரம்கட்டு. பாதிப்பயகிட்ட டிரைவிங் லைசென்ஸ் இருக்காது. மீதிபயலுக செல்போன் பேசிக்கிட்டு ஓட்டுவானுக. இதுல நக்கல் வேறயா? அவனுகள நிப்பாட்டு. ரெண்டு டிரங்கன் டிரைவ் புடிப்போம்!”

நாற்பது இருசக்கர வாகனங்கள், மூன்று ஆட்டோக்கள், எட்டு நான்கு சக்கர வாகனங்கள், கூடுதல் பாரம் ஏற்றிச்சென்ற இரண்டு குட்டியானைகள், ஒரு லாரியை நிறுத்தி சோதனை செய்யப்பட்டதாக மேலே தகவல் தெரிவித்துவிட்டு, அந்த இடத்தி லேயே கொஞ்ச நேரம் நின்றிருந்தார்கள். அந்த இடம்வரையில் இயல்பாக வரும் வாகன ஓட்டிகள், சாலையோரத்தில் நிற்கும் அவர்களைக் கண்டதும் சோதனைக்கு நிறுத்திவிடுவார்களோ என்று கண்டும்காணாததுபோல அல்லது வேறுபக்கம் எதையோ வேடிக்கைப் பார்ப்பதுபோல வாகனங்களை ஓட்டிக்கொண்டு போனார்கள்.

அவர்கள் சோதனை செய்துவிட்டு நின்றிருந்த இடத்துக்கு எதிரிலிருந்த தங்கும் விடுதியின் இரண்டாவது மாடியின் ஏழாம் எண் அறையின் சன்னலை காற்றுக்காக திறந்த சீனியர் அகடன் புலானாய்வுப் பத்திரிகை நிருபர் சொக்கியூர் சந்தனராஜா, ‘கெக்கெக்கே’ என்று அந்த இரவில் சிரித்தபடி, “ஆபீசர்... ஆபீசர்... ஒங்க டிபார்ட்மெண்ட் ஆளுக சீரியஸா நைட் டியூட்டி பாக்குறாங்க!” என்று ஐஎஸ் எஸ்ஐ., ‘நெடுமரம்’ கணேசனிடம் சொன்னான்.

“வேலைதானப்பா செய்றாங்க. விடு. செய்யட்டும். சன்னலைத் தெறந்துட்டேல்ல. காத்துவரும். தூங்கு. மத்தத காலல பேசுவோம்!” என்று அவனைப் படுக்க வைத்தார்.

எஸ்ஐ., மல்லிகா விட்ட இடத்திலிருந்து தொடர்ந்தாள். “அதிகாரம், பொதுமக்கள்ட்டருந்து மரியாதை எல்லாம் கிடைக்கும். ஆனா டிபார்ட்மெண்டுக்குள்ளாற அதெல்லாம் துளியும் கிடைக்காது. ஒரு படிமேல இருக்கிறவனே தனக்கு கீழே இருக்குறவனை அதிகாரத்தால ஏறி மிதிக்கத்தான் பாப்பான். ஏன்னா, அதுதான் அதிகாரம். அந்த அதிகாரம் படிநிலையா கூடிப்போகுது. மேல இருக்குறவன் எது சொன்னாலும் எந்தவொரு எதிர்க்கேள்வியும் இல்லாம செய்யணும். ‘ஒபே தி ஆடர்’ங்க்றதுதான் இந்த வேலை. இந்தவேலையோட ஸ்பெஷாலிடியே அதுதான். தான் சொன்னத அடுத்தவன் செய்யணும்ங்க்றதுல ரொம்ப சீரியஸா

இருப்பாய்ங்க. அதுலயும் பெண்கள் விஷயத்துல அவிய்ங்க அணுகுமுறை தனியானது. சக பெண் பணியாளர்களை அவிய்ங்க ஒரு சகாவா பாக்குறதேயில்ல. சதையா மட்டும்தான் பாக்குறாய்ங்க.” அந்த வார்த்தைகளை கொஞ்சம் அழுத்தமாகச் சொன்னதுபோலத் தெரிந்தது. “இப்பத்தானே ஜாயின் பண்ணீருக்கீங்க. போகப்போகத் தெரிஞ்சுக்குவீங்க. யப்பபப்பப்பா!” என்று நிறுத்தினாள், மல்லிகா.

அவளிடம் நிறைய கதைகள் இருந்தன. ஒவ்வொன்றும் ஒவ்வொரு ரகம். ‘இந்தத் துறையில் மட்டும்தான் இப்படியா? இல்லை... எல்லாத்துறைகளிலும் இப்படித்தானா?’ என்றொரு நிரந்தரக் கேள்வியும் அவளிடம் இருந்தது.

கிராமத்துச் சூழலிலிருந்து வந்தவள் அவள். பிகாம் இரண்டாம் ஆண்டின்போது போலீஸ் தேர்வில் கலந்துகொண்டாள். போலீஸ் வேலைக்குப் போக வேண்டும் என்ற திட்டம் இருக்கவில்லை. ஆனால் அரசாங்க வேலைக்குப் போய்விட வேண்டும் என்ற வேகம் மட்டும் இருந்தது. அந்த வேகமும் எடுத்துக்கொண்ட காரியத்தில் முனைப்பும் அவள் நோக்கத்தை நிறைவேற்றிக் கொடுத்தது. அப்பாய்ன்மெண்ட் ஆர்டர் கைக்கு வந்தபோது அவள் அடைந்த ஆனந்தத்துக்கு அளவே இல்லை. தரையிலிருந்து சில அங்குல உயரத்திலேயே இருந்தாள். ஊரும் உறவினர்களும் ‘போலீஸ் ஆயிட்டே!” என்று கொண்டாடினார்கள். அந்த கிராமத்திலிருந்து முதல்பெண் போலீஸ். உச்சபட்ச பறத்தல் நிலையை அப்போது அவள் உணர்ந்தாள். உலகமும் அதை ஆளும் அதிகாரமும் கிடைத்திருப்பதாகக் கருதினாள். சிறகுகள்விரிந்த அதுவொரு சுவையானக் கற்பனை.

முதலில் அவளுக்கு இராமநாதபுரம் ஏஆர் கேம்பில்தான் பணி ஒதுக்கீடானது. கேம்ப்பை அவள் ஒரு அரண்மனையாகக் கற்பனை செய்துகொண்டாள். நாட்டைக் காக்கும் சேவையில் தானும் இருப்பதில் அவளுக்குப் பெருமிதம். திருமணமாகாத நான்கு பெண்களுக்குச் சேர்த்து ஒரு வீடு என்று, போலீஸ் குவார்ட்டர்ஸில் வீடெல்லாம் கொடுத்திருந்தார்கள். வீட்டுக்கு நான்கு புறச்சுவர்களும் ஒரு கதவும் ஒரு சன்னலும் இருந்தது. உள்ளே கழிப்பிடத்துக்கு கதவு இருக்கவில்லை. குழாய் இருந்தது. தண்ணீர் வரவில்லை. ‘நாலுபேர் புழங்கிப்போன இடம். அதான் இப்படியாக்கி வைத்திருக்கிறார்கள். இராமநாதபுரம் என்றாலே தண்ணீர் பிரச்சனைதானே? அதான் தண்ணீர் வரவில்லை’ என்று தன்னைத்தானே சமாதானம்

செய்துகொண்டிருந்தாள். கிராமத்தில் இதுபோன்ற பிரச்சனைகளை அன்றாடம் சந்தித்திருந்ததால், அதுவொன்றும் பிரச்சனைகளின் வடிவத்தில் அவளுக்கு உறைக்கவில்லை. எல்லாவற்றையும் இயல்பாக எடுத்துக்கொண்டாள்.

ஆரம்பத்தில் காலையில் பரேடுக்குப் போகும்போதெல்லாம் அவளுக்குள் உற்சாகம் கொப்பளிக்கும். 'எப்போதடா விடியும்?' என்று காத்திருப்பாள். தூக்கம் கலையும் போதெல்லாம் 'இன்னுமா நேரமாகலை?' என்று சலித்துக்கொள்வாள். போலீஸாக இருந்து ஏதாவது சாதிக்க வேண்டும் என்று நம்பிக்கைக் கொண்டிருந்தாள்.

அவளது ஆர்வம், வேகம், துடிப்புத்தளிர் மீது துறைகொண்டிருக்கும் சுயரூபத்தின் வழியாக வெந்நீர் மெதுவாக படர்ந்தது. ஒரு பொன்மாலைப் பொழுதில் அவளது எண்ணங்கள் கருகத்தொடங்கின. அன்று டிஎஸ்பி ஆபீசுக்கு வரச்சொல்லியிருந்தார்கள். போனாள். டிஎஸ்பி அவளை மேலிருந்து கீழாகப் பார்வையால் அளந்தார். பார்வையில் நுட்பமாக அளவெடுக்கும் ஒரு தையல் கலைஞனின் ரசனை இருந்தது. வடித்த சிலையை சற்றுதூரத்தில் இருத்தி உற்றுநோக்கி திருப்திகொள்ளும் சிற்பியின் அம்சமும் இருந்தது. அவரது மதிப்பீட்டுக்குள் அவள் வந்திருக்க வேண்டும். அடுத்து, கேள்விக்குப் போனார். "நீ என்ன சாதிம்மா?"

அந்தக்கேள்வி அவளைப் புரட்டிவிட்டது. 'என்ன படிச்சுருக்க? ஏன் டிகிரிய டிஸ்கன்டின்யூ பண்ணுன. வேலைல இருந்துக்கிட்டே நீ படிக்கலாம்' என்று விசாரிப்பும் ஊக்குவிப்பும் இருக்கும் என்று கற்பனைசெய்திருந்த அவளால், அந்தக்கேள்விக்கு உடனடியாக பதில்சொல்ல முடியவில்லை. இதற்குமுன்பு யாரும் நேரடியாக அப்படியொரு கேள்வியை அவளிடம் கேட்டதுமில்லை.

அவள் பதில் சொல்லாததால் எழுந்த அதன் துணைக்கேள்வி இன்னும் கொடூரமானதாக இருந்தது. "சாதின்னு கேட்டா மேடம் பதில்சொல்ல மாட்டீங்களாக்கும்?" என்று ஏளனமாகக் கேட்ட டிஎஸ்பி, "ஊர்ல நீ மாடு மேச்சியா... பன்னி மேச்சியா... சொல்லு. நானே உன் சாதியக் கண்டுபிடிச்சுக்குறேன்!" என்றார்.

வார்த்தைகளால் அறைக்குள் ஒருவித புழுங்கல் நாற்றம் உருவாவதை அவள் உணர்ந்தாள். டிஎஸ்பி முன்னால்நிற்பது அருவருப்பாக இருந்தது. துணைக்கேள்விக்கான பதிலைக் காட்டிலும் சாதியைச் சொல்வது எவ்வளவோ மேல் என்றுபட்டது. வேறு வழியில்லாமல்

அவள் சாதியை சொல்லித் தொலைத்தாள்.

அதைக்கேட்டதும் டிஎஸ்பி., முகம்சுளித்தார். ஆனாலும் அவள் மார்புகளை வெறித்தார். "பழைய ஆளுக பழமொழியெல்லாம் சரியாத்தான் சொல்லீருக்கானுக. அனுபவசாலிக. ஒவ்வொரு சாதிக்கு ஒரு அம்சத்த கண்டுபுடிச்சுருக்கானுக!"

அவள் குறுகி நின்றாள். "நீ சொன்னபேச்சு கேக்குறவளாத் தெரியல. போ!" வாசலை நோக்கிக் கை காட்டினார்.

'தேவுடியா மகனே. சீக்கிரமா அனுப்பித் தொலைடா!' மனதுக்குள் கறுவியபடி நின்றிருந்தவள், முறையாக சல்யூட் வைத்துவிட்டுத் திரும்பினாள். அவளின் பின்புற அசைவுகளை வைத்த கண் வாங்காமல் டிஎஸ்பி., பார்க்க ஆரம்பித்தார்.

எதற்காக அழைத்தார் என்பதைக்கூட தெரிந்துகொள்ள முடியாமல் முதல்கேள்வியிலும் அதன் துணைக்கேள்வியிலும் வெளியே அனுப்பப்பட்டுவிட்ட மல்லிகாவுக்கு அடுத்தடுத்து பாரா, பந்தோபஸ்து என்று பணி ஒதுக்கப்பட்டது. தினமும் வெயில், மழை, காற்றுத்தொல்லை இருந்தபடியே இருந்தது. அவளுடன் பணிக்குச் சேர்ந்த வேறுசில பெண்கள் ரோல்காலுக்குக்கூட வருவதில்லை. ஏன் வருவதில்லை என்பது குறித்து எதுவும் தெரிவதுமில்லை. ஒருநாள் ரோல்காலுக்கு வராத சக பெண் கான்ஸ்டபிளிடம் அதுபற்றிக் கேட்டாள்.

அந்தப்பெண் சாதாரணமாகச் சொன்னாள். "அந்த டிஎஸ்பி எங்க சாதிக்காரன்!" என்று 'ன்' விகுதியில்.

மல்லிகாவுக்கு ஆச்சரியமாக இருந்தது. இன்னொரு பெண்ணிடமும் கேட்டாள். "இங்கேருக்குற அம்புட்டு ஆம்பளைங்களயும்போல, அந்தாளும் ஒரு ஜொள்ளன்னு தெரிஞ்சுச்சுப்பா. அவன்ட்ட 'ஆமாசார்.... அப்டிசார்... இப்டிசார்...'னு சும்மா கொழைஞ் சேன். அதுக்கு அவன் வருணபகவான் மாதிரி கருணை மழை பொழியுறான். என்ன பண்ண சொல்ற? பொழப்ப ஓட்டணும்ல்ல. அதான் நனையுறேன். இல்லாட்டி நம்மள நாறவிட்டுருவாய்ங்க. எல்லாம் ஒரு அட்ஜஸ்ட்மெண்ட்தான்!"

அந்த வார்த்தைக்குப் பொருள் புரிபடாமல் ரொம்ப காலம்வரை இருந்தாள். ஒருநாள் அந்த டிஎஸ்பியைத் தூக்கிவிட்டார்கள். ஏழெட்டு பெண் கான்ஸ்டபிள்கள், ஓரிரு பெண் எஸ்.ஐ.,கள், ஒரு

பெண் இன்ஸ்பெக்டர்கூட அன்று இரவு ஒன்றுகூடி, ‘ஸ்வீட் எடு... கொண்டாடு..’ என்று சத்தமில்லாமல் பாட்டுப்பாடி குதூகலித்தார்கள். மல்லிகா அவர்களை ஆச்சரியமாகப் பார்த்தாள்.

அதன்பிறகு வேறொரு டிஎஸ்பி வந்துசேர்ந்தார். அவரிடமிருந்தும் மல்லிகாவுக்கு அழைப்பு வந்தது. போனாள். அவர் சாதி குறித்து கேள்வியெல்லாம் கேட்கவில்லை. நூதனமான ஆளாக இருந்தார். பழைய டிஎஸ்பி பார்த்ததுபோலவே அவரும் நுட்பமாக அள வெடுத்துப் பார்த்தார். அது டிஎஸ்பிகளின் பணியில் ஒருபகுதியாக இருக்கவேண்டும். “நீ ...... சாதியா?” என்று கேட்டார்.

அருவசையான அந்தக்கேள்வியைக் காட்டிலும் பார்த்த மாத்திரத்தில் எப்படி சாதியைக் கண்டுபிடித்தார் என்று மல்லிகாவுக்கு ஆச்சரியமாக இருந்தது. இதற்கென்று தனியாக பட்டயப் படிப்பு ஏதும் படித்துவந்திருப்பார்களோ என்று வியந்துபோனாள்.

“எனக்கு ....சாதிப் பெண்களை ரொம்பப் பிடிக்கும். நீயும் அந்த சாதியா. எனக்கு ஒன்னிய பிடிச்சுருக்கு!”

‘இத சொல்றதுக்கா கூப்டீங்க!’ என்று கேட்டுவிட வாய்வந்தது. ஆனால் சொல்ல முடியவில்லை. ஒருமுறை அதிகமான ரத்தப்போக்கு என்று காரணம்சொல்லி பழைய டிஎஸ்பியிடம் விடுமுறைக் கேட்டதற்கு, “லீவா? அதெல்லாம் தர முடியாது. ஒனக்கு ஜெயில்லருந்து அக்யூஸ்டை கோர்ட்டுக்குக் கூட்டிட்டுப் போற பிரிசனர்ஸ் எஸ்கார்ட் டூட்டி” என்று கொடுமையைச் சுமத்திவிட்டார். அதிகாரத்தில் இருப்பவர்கள் அதை கீழிருப்பவர்களிடம் பிரயோகிக்கவே செய்கிறார்கள். ‘வாயால் சொல்லி எதையோ புண்ணாக்கிக் கொள்வதாக’ ஒரு பழமொழி அந்த நிலையிலும் அவளுக்கு நினைவில் வந்து வாயை அடைத்துவிட்டது. அமைதியாக நின்றிருந்தாள். ஐந்து நிமிடங்களுக்கும் மேலாக அவளை நிற்கவைத்துப் பார்த்த டிஎஸ்பி., “நீ சரிப்பட்டு வர்றமாதிரி தெரியல. அம்சமா வளந்துருக்குற அளவுக்கு நீ அட்ஜஸ்டபிளா இல்ல!” முகம்சுளித்து அப்போதைக்கு அனுப்பிவிட்டார்.

அடுத்தநாள், மேலதிகாரியின் வீடு, கேம்ப் ஆபீசுக்கு டூட்டி போட்டுவைத்திருந்தார்கள். பணிக்குப்போனபோது, அங்கிருந்த டியூட்டி ஆபீசர், “மாட்ட அடிச்சு அடிச்சு பழக்குனோம்னா, அதுதானா வழிக்கு வந்துரும்” என்றுவிட்டு, கதை கேட்டுக்கொண்டி ருந்தவனிடம் நாயின் கதையொன்றை சொல்லத் தொடங்கி.... முடிக்கும்போது, “நேரம் ஆயிருச்சுனு வெச்சுக்கோயேன். அதுவா

122 அதிகாரம்

ஆஜராகி, நாம சொல்லாமலேயே வேலைய ஆரம்பிச்சுரும்... ஆமா. அப்டித்தான் இங்கே டூட்டிக்கு வந்தவங்க எல்லாம் சாஃப்டா ஆயிருக்காங்க!" என்றான். "ஆம்பளைகளையே டார்ச்சர் பண்ணி வழிக்கு கொண்டுவர்ற டிபார்ட்மெண்ட் இது. ஹிஹிஹி... பொம்பளைகளை வழிக்குக் கொண்டு வர்றது கஷ்டமா என்ன?"

அப்படித்தான் மல்லிகாவுடன் பணியில் சேர்ந்த கலாவதி, தொல்லைகளுக்கு பயந்து வேறுவழியில்லாமல் மேலதிகாரி ஒருவரின் அன்பில் பிணைந்திருந்தாள். கலாவதியைப்போல பலநூறு பெண்கள் அப்படித்தான் இருக்கிறார்கள். மேலதிகாரியின் தொடர்பிலிருக்கும் கலாவதியை மேலதிகாரிக்கும் மேலதிகாரியான உயர்பதவியிலிருக்கும் ஒரு அதிகாரி அழைத்து, "நீ பண்றது எவ்வளவு பெரிய தப்பு தெரியுமா? இதுக்காகவா நீ இந்த வேலைக்கு வந்த? போலீஸ்னா ஒனக்கு அர்த்தம் தெரியுமா? *People Of Law In Country Everywhere... Polite Obedient loyal Intelligent Courageous Efficient...* ஆனா நான்சென்ஸா நீ என்ன பண்ணிக்கிட்டு திரியுற? ஒனக்கு பெருசா ஒரு தண்டனை குடுக்கணும். என்ன தண்டனை குடுக்கலாம் நீயே சொல்லு!" 'காச்மூச்'சென்று இங்கிலீஷில் கத்தினார். அதேவேளையில் கையிலிருந்த பென்சிலை எதிரே நிற்கும் அவளாகப் பாவித்து மென்மையாக உருட்டினார்.

படிப்பை பாதியில் விட்டுவிட்டு வந்திருந்த அவளுக்கு, ஆங்கிலம் என்றாலே ஆகாது. படிக்கும் காலத்திலேயே 'தத்துபித்தாக' இருந்தாள். பாதிக்கு அர்த்தம் புரிந்தும் பாதிக்கு அர்த்தம் புரியாமலும் ஆனாலும் வெளிக்காட்டிக் கொள்ளாமல் அவள் அமைதியாக நின்றிருந்தாள். "நான் சொல்லட்டுமா... என்ன தண்டனைனு? உனக்குப் பிடிச்ச அந்த அதிகாரிய நீ எப்டி சந்தோஷப்படுத்துறியோ... அதுமாதிரி எனக்குப் பிடிச்ச உன்னை, நான் சந்தோஷப்படுத்துறதுதான் உனக்கு தண்டனை. டீல் ஓகேயா? இனி நீ எனக்கும் வேணும். ஆமா!" என்று எழுந்துவந்து அவள் தோளைத்தொட்டு, "நீ அழகுடி செல்லம்!" என்றார்.

அவரைத் தட்டிவிட்டு, "ஷிட்...!" என்று கத்தினாள்.

அதைக்கேட்டு, அவர் அதிர்ந்துபோன நொடிகளில், "போலீஸ்க்கு அர்த்தம் இப்டியும் சொல்லலாம்டா பொறுக்கி. பொம்பள பொறுக்கி. பித்தலாட்டம். பிராடு. பிரிச்சு மேய்றவன். அபகரிக்கிறவன். ஆட்டைய போடுறவன். *Police Officers Lobbying in Common Effort....*

இதுதான்டா உன்னமாதிரி போலி போலீஸ்க்கு அர்த்தம்." ஆங்கிலத்தை 'தத்துபித்து' என்று கருதும் அவள் 'தண்ணீ அடித்தவன் பேசும் இங்கிலீஷ்போல' துல்லியமாகப் பேசினாள். கத்தினாள். திசைகளெங்கும் திரும்பிநின்று கூவினாள். வாய்விட்டுச் சிரித்தாள். அப்படியே ஓடி வெளியில் வந்தாள். டிஎஸ்பி அலுவலக வாசலில் நின்று, 'கெக்கெக்கே' என்று வயிறு வலிக்க, வலிக்க சிரித்தாள். 'தடா'லென்று தரையில் விழுந்து உருண்டுபுரண்டு சிரித்தாள். எழுந்து மைதானம் முழுவதும் சிரித்தபடி ஆடிக்கொண்டே ஓடினாள். நட்டநடு மைதானத்தில் நின்று 'சடா'ரென்று தான் அணிந்திருந்த சீருடையில் மேல்சட்டையைக் கழற்றினாள். காற்றில் சுழற்றி வீசினாள். ஒட்டுமொத்த சீருடையின் மானம் பறந்துபோய் கீழே விழுந்தது. அணிந்திருந்த வெந்நிற வட்டுடையை அவிழ்த்து, அதையும் காற்றில் சுழற்றினாள். ஆகாயம்நோக்கி எறிந்தாள். வெந்நிற சீனக்களிமண் பீங்கான் கிண்ணம்போன்ற அவளது கொங்கைகள் அதிர்ந்து 'தளுங்தளுங்'கென்று தளும்பின. "இதுக்குத்தானேடா அலைறீங்க... இதுக்குத்தானேடா அலைறீங்க!" கீழாடையை அவிழ்த்து வீசி, பெண்ணுறுப்பை முன்னிறுத்திக் காட்டினாள். அவளைப் பிடித்துக் கட்டுப்படுத்த இரண்டுமூன்று பெண் கான்ஸ்டபிள்கள் ஓடிவந்தார்கள். அவர்களின் பிடியில் சிக்காமல் மைதானத்திலிருந்து வெளியேறி, சாலையில் வந்த லாரிக்கு முன்பு பாய்ந்துவிட்டாள்.

ஜோதிகாவுக்கும் இதேபோலான ரகசிய சித்ரவதைதான். வேலைப்பளுவை அதிகரித்து வீட்டுக்குப்போகும் நேரத்தைக் குறைத்துவிட்டார்கள். மனைவிக்கு வேறு ஏதோ தொடர்பு இருப்பதாக அவள் கணவன் சந்தேகப்பட்டுவிட்டான். கடும் உலைச்சலில் உழன்றுகிடந்தவள் திடீரென்று ஒருநாள் ஐந்துவயது மகனையும் ஒருவயது மகளையும் தவிக்கவிட்டுவிட்டு மருந்து குடித்துவிட்டாள். மனஉலைச்சல் கொடுத்த அதிகாரிக்கு அதிகபட்ச தண்டனையாக ஊர்மாறுதல் கொடுத்தார்கள். சொந்தக் காரணங்களால் ஜோதிகா தற்கொலை செய்துகொண்டதாக வழக்கை ஊத்தி மூடினார்கள்.

மேல்படிப்பு படிக்க விடுமுறைக் கேட்ட கோகிலா, ஏன் தற்கொலை செய்துகொண்டாள் என்பது விடைதெரியாத புதிர். ஆனால் இந்தத் துறைதான் ஊரில் நடக்கும் மரணங்களுக்கு காரணங்களைத் தேடிக்கண்டுபிடித்து வெகுமதிகளையும் பதக்கங்களையும் வாங்குவது மல்லிகாவுக்கு ஆச்சரியம் தருவதாக இருக்கின்றது. எட்டாண்டு அவஸ்தைக்குப் பிறகு ஒரு டிஎஸ்பி

தயவில் பதவிவுயர்வோடு சட்டம் — ஒழுங்குக்கு மாவட் டம்விட்டு மாவட்டம் மாறுதல் வாங்கிக்கொண்டு வந்தது, வடுவை அறுக்கும் கதை.

ரவுண்டஸ் முடித்து திரும்பி ஸ்டேஷனுக்கு வந்துசேர்ந்தார்கள். "இந்த இன்ஸ்பெக்டர் இருக்கானே... அவன் பாதி மனுஷன். மீதி மிருகம். ஆனாலும் பரவால்ல. பாதி மனுஷனாவாவது இருப்பான். இதுக்கு முன்னால சமயநல்லூர்ல இருந்தேன். அங்கேருந்த இன்ஸ்பெக்டருக்கு வெள்ளைத் தோல்னா குஷியாயிருவான். டேஸ்லகூட விடமாட்டான். அதுக்கு புருஷய்ங்க கொடுமை எவ்வளவோ பரவால்ல. வேணாம்ய்யான்னா விட்டுருவாய்ங்க. இவிய்ங்க இதுலயும் 'ஒபே தி ஆடர்'ங்க்றத, அவிய்ங்க சொன்னதைக் கேக்கணும்ங்க்றத சீரியஸா எதிர்பாப்பாய்ங்க. இந்த பாதி மனுஷன் இருக்கானே... அவன் ஒருநாள், 'நீ வெள்ளைத் தோலா இருந்தா பெர்மனன்டா வெச்சுப்பேன். கறுப்புலயும் நீ அழகு'ன்னு மேலக்கெடந்து, கடிச்சுக்கொதறி பொலம்புனான். நீங்க வெள்ளைத் தோலா... அழகா இருக்கீங்களா... மொதல்ல ஒங்கமேல எனக்குப் பொறாமை இருந்துச்சு. இப்ப பாவமா தோணுது!"

'சாப்பாட்டுக்கு என்ன பண்றீங்க?' என்று இரண்டாவது நாளில், 'அய்யா' கேட்ட அந்த அனுசரணையான வார்த்தைகளில் பூசியிருந்த தூண்டில் வாசத்தை இப்போது திவ்யா உணர்ந்தாள்.

"அக்கா நீங்களே பேசிக்கிட்டு வர்றீங்க... நான் கொஞ்சம் சொல்லிக்கிறேன்!" பெண் கான்ஸ்டபிள் தன் கதையை சொல்ல முனைந்தாள்.

"ஏய் விடுறி. மேடம் இங்கேதானே இருக்கப் போறாங்க. ரெண்டுபேரும் சேந்து எத்தனை டூட்டி பாக்கப் போறீங்க. அப்ப சொல்லு. ஒரேநேரத்துல தம்ப் பண்ணவேணாம். இவட்ட ஏகப்பட்ட இன்ட்ரஸ்டிங் அய்ட்டம் இருக்கு!"

ஸ்டேஷன் வந்திருந்தது. "யாராச்சும் ஓர் ஆள் ரெஸ்ட் எடுக்கலாம். நீங்க ஒரு ரெண்டுமணிநேரம் ரெஸ்ட் எடுங்க. அப்பறம் நான் எடுக்குறேன்!" மல்லிகா சொன்னாள்.

திவ்யாவின் எண்ணங்கள் அலையாடின. துறையிலிருக்கும் ஆண்கள் ஒட்டு மொத்தமாகவே இப்படித்தான் இருக்கின்றார்கள்? ஒரு நபர்கூடவா யோக்கியனாக இல்லை? துறையின் அதிகாரத்தில், அதைக் கைக்கொள்ளும் முறைமைகளில் சுரண்டாத அதிகாரியே

இல்லையா? சுரண்டப்படாத பெண்ணே இல்லையா? எவரொருவரும் அடையாளம் காணப்படவே இல்லையே! 'நான் சுத்தமானவன்' என்று ஏன் எந்த ஆணாலும் அறுதியிட்டுச்சொல்ல முடியவில்லை? அதிகாரப் பின்னணியில் தவறு செய்யும் ஒரு ஆணை ஏன் மற்ற ஆண்கள் கண்டிப்பதோ, தண்டிப்பதோ இல்லை? அணுகப் படும் எல்லாப்பெண்களும் எதனால் அவர்களை மழுங்கடித்துக் கொள்கின்றார்கள்? துறையின் உயர்பதவியிலிருக்கும் பெண் அதிகாரிகளுக்கு இதுவெல்லாம் தெரியாதா? தெரிந்திருந்தும் ஏன் அவர்கள் கமுக்கமாக இருந்துகொள்கிறார்கள்? துறையிலிருக்கும் ஆண்கள் மட்டும்தான் இப்படியா? துறையின் உயர்அதிகாரத்திலிருக்கும் பெண்கள் தவறுகள் ஏதும் செய்வதில்லையா?

அதிகாரத்தின் உயர்பதவியிலிருக்கும் பெண்கள் இதுபோன்ற செயல்களில் ஈடுபடவே செய்கிறார்கள் என்று அவள் கேள்விப்பட்டி ருக்கின்றாள். உதாரணத்துக்கு உயரத்தை அளவெடுத்த பெண் அலுவலர். அவ்வப்போது செய்தித்தாள்களில் வாசித்த உயர் அதிகாரிக்கும் வாகன ஓட்டுநருக்குமான கள்ள உறவு...

ஒரு பெண் ஒரு 'உயர்' அதிகாரியின் கட்டுப்பாட்டில் இருக்கிறாள் என்பது வெளிப்படையாகத் தெரிந்துவிட்டால், அதன்பின் அவளுக்கான மரியாதையே வேறு, அந்தஸ்து வேறு. காரியம் செய்து தரச்சொல்லி வரும் கோரிக்கைகள் மாளாது. 'உயர்' அதிகாரியின் கட்டுப்பாட்டு எல்லைக்குள் இருக்கும் அத்தனை போலீஸ் ஸ்டேஷனுக்கும் அவள்தான் முதலாளி.

ஒரு கவிஞன் எதையோ பொதுவில் வைக்கச் சொன்னானே!...

திவ்யாவுக்கு அசத்தியது. மேஜையின் மேற்புறம் கோப்புகள் எதுவுமில்லாமல் துப்புரவாக இருந்தது. அதில் தலையைக் கவிழ்த்தாள். இரண்டுமுறை ராபர்ட் குரூஸ் ஹுயூபர்ட் அழைத்திருந்தான். எடுக்க முடியவில்லை. அழகான ராட்சசன். ஒரு மனிதனால் இத்தனைக் காலம் காத்திருக்க முடியுமா? 'இந்நேரம் தூங்கிட்டுருப்பான். பேசலாமா? அடித்துப் பார்ப்போம்!' எண்களைக் குத்திமுடித்த நொடிகளில் அவன் எடுத்துவிட்டான்.

"என்னாப்பா... ஆபீசரானதும் ரொம்ப பிஸியாயிட்டபோல. அடிச்சா எடுக்க மாட்டேங்க்ற? என்னய கைவிட்டுட்டியா!"

"சும்மா லூசுமாதிரி பேசாதப்பா. யார் கைவிட்டது?"

“அப்பறம் என்ன? கல்யாணத்துக்கு முதல்ல நீதான் டைம் கேட்ட. கூடுதலாவே குடுத்தேன். அப்பறம் எஸ்ஐ., ஆகணும்ன்ன. அதுக்கும் ஒத்துக்கிட்டேன். இப்ப நீ எஸ்ஐ., ஆகிட்ட. இன்னும் என்ன பிரச்சனை? இனி இன்ஸ்பெக்டர் ஆனாதான் கல்யாணம்னு ஏதும் புதுசா டெட்லைன் வைச்சுருக்கியா புள்ள? அம்மா அவசரப்படுத்துறாங்க!”

“அப்ப ஒங்கம்மா பேச்சக் கேட்டு வேற எவளையாச்சும் கல்யாணம் பண்ணிக்க!”

‘‘அது எங்களுக்குத் தெரியாது. அதுக்காகத்தான் இவ்ளகாலமும் காத்துக்கிட்டு இருந்தோமாக்கும். நல்லா பேசக் கத்துக்கிறீங்கப்பா!”

“டேய்… ஹூயூபா. எனக்கு அவசரம் இல்லேனு நீ நெனைக்கிறியா. அப்டியெல்லாம் இல்லப்பா. எனக்கும் எல்லாம் புரியுது. தேவையும் இருக்கு. நானும் பொண்ணுடா. தூக்கம் வரமாட்டேங்குதுடா. அம்மாவ கரைச்சுட்டேன். அப்பாவ அவ்வளவு சீக்கிரம் கரைக்க முடியாது. கரைய மாட்டேங்க்றாரு. இன்னும் கொஞ்ச காலம்டா. ஓகேயா? ஒரு காம்ப்ளிமெண்ட் தரவா!”

“லஞ்சமா?”

புனிதம்பேசும் அப்பா. சோர்வு. சிவப்பு பொத்தானை அழுத்தி உரையாடலை நிறுத்தினாள். தலைதூக்கிப் பார்த்தாள். விடிவதற்கு இன்னும் நேரமிருந்தது.

9

விடிவதற்குமுன்பே சொக்கியூர் சந்தனராஜாவுக்கு முழிப்பு வந்துவிட்டது. ஓஎஸ் எஸ்ஐ., 'நெடுமரம்' கணேசன் போதை இறங்காமல் மல்லாந்து கிடந்தார். சன்னல் வழியாக வெளிச்சம் நுழைந்தபொழுதில் உடம்பு முறுக்கிக்கொண்டு எழுந்து உட்கார்ந்தவனுக்கு அந்த அறை அடைக்கலம்தரும் மடம். ஊர்சுற்றிவிட்டு எந்த நேரத்திலும் வந்து கதவைத் தட்டலாம். மன்னிக்கவும்... கதவைத் தள்ளலாம். திறந்தே கிடக்கும். ஓஎஸ் எஸ்ஐ., 'நெடுமரம்' கணேசன் பெயரில் அந்த அறை வாடகைக்கு இருந்தது.

ஊரில் நடக்கப்போகும் விஷயங்களை முன் கூட்டியே தகவல் திரட்டி மாவட்டக் காவல்துறை கண்காணிப்பாளர் அலுவலகத்துக்கு தகவல் கொடுத்து முன்னெச்சரிக்கை செய்வது ஓஎஸ் எஸ்ஐ, 'நெடுமரம்' கணேசனுக்கு வழங்கப்பட்டிருக்கும் பணி. கூடவே, போலீஸ் ஸ்டேஷனில் யார் யார் என்ன செய்கிறார்கள் என்பதை புள்ளிவிவரமாகப் போட்டுக்கொடுக்கும் வேலையும் அதிகாரப்பூர்வமாக அவருக்கிருந்தது. ஸ்டேஷனில் அவரைக் கோடாரிக்காம்பாகப் பார்ப்பார்கள். அவர்மீது ஸ்டேஷன் ஆபீசரான இன்ஸ்பெக்டர்களுக்கு லேசான காய்ச்சல் இருந்தது.

சொக்கியூர் சந்தனராஜா, சினிமா கனவை முன்னிருத்தி கதை, கவிதை எழுதிக்கொண்டு திரிந்தவன். முன்னணி பத்திரிகைகளில் அவன் எழுதிய படைப்புகள் வெளியாகியிருக்கின்றன. அதைத் தொடர்ந்து நகரில்நடக்கும் அசாதாரணமான சம்பவங்களை ஃபிரிலான்சாக எழுதி, முன்னணிப் பத்திரிகைகளுக்கு அனுப்பிவைப்பான். அவை பிரசுரமாகும். சிலவற்றுக்கு அவன்செய்த செலவில் பத்தில் ஒருபங்காக சன்மானம் வரும். செய்த செலவை அவன் முதலீடாகக் கருதிக்கொள்வான். அவன் எழுதியனுப்பிய சில அசாதாரண செய்திகள் தொடர்ச்சியாக சீனியர் அகடன் பத்திரிகையில் வந்தன. தமிழ்நாட்டை உலுக்கிய படுகொலை செய்தி ஒன்றை எழுதிய அவன், அந்தப் பத்திரிகையில் தொடர் வாய்ப்புகளைப் பெற்றான். அந்தத் தொடர்ச்சியை அவன் நுட்ப மாகப் பயன்படுத்திக்கொண்டான். தன்னை அந்த நிறுவனத்தின் செய்தியாளர் என்று ஊருக்குள் நிறுவிக்கொண்டான்.

போலீஸ் ஸ்டேஷன், பெரியாஸ்பத்திரி, தாலுகா ஆபீஸ், நடுவர் நீதிமன்றத்தில் அவனாகப்போய் சேரில் உட்கார்ந்துகொண்டு தகவல்களைத் திரட்டி எழுதுவான். அது அச்சில் வந்துதொலைப்பதால், அதிகாரிகள் அவனை 'ஓர்ஆளாக'க் கருதுவதுண்டு. கருதாமலும் விடுவதுண்டு. இரண்டும் ஒருநேர்கோட்டுப் பாதையில் புள்ளியளவில் விலகிப் பயணிக்கும்.

அந்தவகையில்தான் சொக்கியூர் சந்தனராஜாவுக்கும் ஓஎஸ் எஸ்ஐ., 'நெடுமரம்' கணேசனுக்கும் தொழில்பந்தம் உருவானது. இரண்டுபேரும் ஒரே வேலையைத்தான் செய்தார்கள். சொக்கியூர் சந்தனராஜா எழுதியதற்கு ஏதோ ஒரு நிறுவனத்திடம் சன்மானம் வாங்கினான். 'நெடுமரம்' கணேசன் அதே வேலைக்கு அரசாங்க சம்பளம் வாங்கினார். தனக்குக் கிடைத்த செய்தியை ஓஎஸ் எஸ்ஐ., 'நெடுமரம்' கணேசன், கடமையாக மேலிடத்துக்கு அனுப்பிவிட்டு, அப்படியே சொக்கியூர் சந்தனராஜாவின் காதில் ஓதிவைப்பார். அதை அவன் மெருகேற்றி 'திருகித்திருகி' எழுதி, சீனியர் அகடனுக்கு அனுப்பிவைப்பான். அதுபோல, தான்சேகரித்த செய்தியின் அசாதாரணத்தை எழுதும்போதே ஓஎஸ் எஸ்ஐ., 'நெடுமரம்' கணேசன் காதில் சொக்கியூர் சந்தனராஜா ஊற்றிவிடுவான். அதை அவர் 'திரித்துத்திரித்து' பதப்படுத்தி பத்திரிகை வெளியாக ஓரிரு நாட்கள் இருக்கும்போது மேலிடத்துக்குக் கொடுப்பார். மேலிடத்துக்குக் கொடுக்கப்பட்ட செய்தி அப்படியே முன்னணிப் பத்திரிகையில் வரும்போது மாவட்ட நிர்வாகமும் சரி, பத்திரிகை நிர்வாகமும் சரி அசந்துபோகும்.

அப்படித்தான் புலிப்பட்டி சங்கர நாதன் மனைவி பவளம் காணாமல்போன தகவல் சொக்கியூர் சந்தனராஜாவுக்கு ஓஎஸ் எஸ்ஐ., 'நெடுமரம்' கணேசன் மூலமாக வந்துசேர்ந்தது. பெண்காணாமல்போன கதை, அவளைத்தேடியலைந்த கதை, கோடாங்கியிடம் குறிபார்த்த கதை, அவள் கணவன் அவளைத் தேடிப்போன கதை, அவளைக் கடத்திப் போயிருக்கலாம் என்று ஒரு இளைஞனுக்கு வலைவிரிக்கப்பட்டிருக்கும் கதை அத்தனையையும் பக்கத்திலிருந்து பார்த்ததுபோல எழுதிமுடித்த அவன், கட்டுரையின் முத்தாய்ப்பாக, எழுதப்படாத புகாரின் மீது, 'ஸ்டேஷன் ஆபீசர் எதற்கு இத்தனைக் கரிசனம் காட்ட வேண்டும்?' என்று இன்ஸ்பெக்டர் 'அய்யா'விடமே ஒரு 'இன்டர்வியூ' கேட்டுவிடலாம் என்றுபோனான்.

சொக்கியூர் சந்தனராஜாவிடம் இருக்கும் நல்ல பழக்கம் இருதரப்பையும் சந்தித்துப் பேசுவது. ஓஎஸ் எஸ்ஐ., 'நெடுமரம்' கணேசன் மூலமாக வந்துசேர்ந்த தரவுகளுக்குப் பின்பு ஒருநாள், சங்கர நாதனை பெயருக்கு புலிப்பட்டியில் சந்தித்து தரவுகளைக் கேட்டுக்கொண்டான். அதுபோலவே விசாரணை அதிகாரியிடம் "என்ன சொல்றீங்க?" என்று கேட்டான். மாவட்டக் காவல் கண்காணிப்பாளரும் டிஎஸ்பியும் மாறிமாறி அவரைக் காய்ச்சியதில் கடுப்பாகிப்போயிருந்த 'அய்யா' "ஒருமயிரும் சொல்லமுடியாது. என்ன வேணுன்னாலும் எழுதிக்கய்யா!" என்றுவிட்டார்.

இன்றுகாலையில் வெளியாகும் சீனியர் அகடன் பத்திரிகையில் அந்தச்செய்தி வெளியாகப்போவது நேற்றிரவே ஆசிரியர் குழுவிலிருக்கும் ஒரு துருப்பு அவனுக்கு மெஸேஜ் அனுப்பியிருந்தது. அதற்கானக் கொண்டாட்டம்தான் நேற்றிரவில் ஓஎஸ் எஸ்ஐ., 'நெடுமரம்' கணேசனுடன் சேர்ந்து தண்ணியடித்தது.

இப்போதெல்லாம் சொக்கியூர் சந்தனராஜா நன்றாகத் தேறியிருந்தான். தண்ணியடிக்க மட்டுமல்ல, அன்றாட நகர்த்தலுக்கே அவன் ஒற்றைப் புதுக்காசைக்கூட வெளியில் எடுப்பதில்லை. ஆனாலும் மூச்சுமுட்ட சுதியேற்றாமல் தூங்குவதில்லை. பிறரிடம் கறந்து பிழைக்க வார்த்தைகளை அவன் வசப்படுத்தியிருந்தான். எதிரில் இருப்பவரிடம், "இந்தநாள் ரொம்ப நல்லநாளா இருக்கு. நம்ம சந்திப்பும் நல்ல சந்திப்பு. அதனால இந்த நாளக் கொண்டாடுற மனநிலைல நான் இருக்கேன். ஒரு கட்டிங் போடலாமே!" என்று பல்லவியை ஆரம்பிப்பான். அவன்போடும் தூண்டிலுக்கு சிக்காத மீனே இல்லை என்பதும் அவன்நினைப்பு. உண்மையிலேயே

கட்டிங்போடும் மனநிலையில் இருப்பவர்கள் 'செலவோட செலவு' என்று வாங்கிக்கொடுத்துவிடுவார்கள். பேசிக்கொண்டே நேரத்தைக் கடத்தியபடி முதல்கட்டிங்கை முடிப்பான்.

"பேசிக்கிட்டே நாமபோட்ட கட்டிங் எவ்வளவு அற்புதமா இருக்கு? போதை ஏறுன மாதிரியும் இல்ல. அதேவேளையில் போதை லைட்டா இருக்குது. இதுதான் நண்பர்கள்கூட சேர்ந்து குடிக்கிறப்ப கிடைக்கிற குடியோட அற்புதம். இந்த அற்புதத்தைத் தொடரணும்னா இன்னொரு கட்டிங் போடணும். அப்பத்தான் போட்ட சரக்கோட கிக் மெயின்டன் ஆகும். உங்களுக்கும் அப்டித்தோணும்னு நெனைக்கிறேன்!" சரியான ஸ்வரத்தில் அனுபல்லவியைத் தொடங்குவான். அடுத்து சரணம், அனுசரணம், பாட்டு என்றெல்லாம் நீடிக்கும்.

"வாழ்க்கைலயே இதுபோலான ஒருநாளை நான் அனுபவிச்சதில்ல. இதையே இன்னும் கொண்டாடணும்!" என்று மறுபடியும் ஆலாபனையிலிருந்து தொடங்குவான். அப்படித்தான் நேற்றிரவும் நடந்தது, காலையில் வரப்போகும் மேலூர் பற்றிய செய்திக் கான முன்னோட்டக் கொண்டாட்டம். செய்தி வந்தபின்பும் ஒரு கொண்டாட்டம் நடத்த வேண்டும் என்று நேற்றிரவு சொல்லியிருந்தான்.

ஓஎஸ் எஸ்ஐ., 'நெடுமரம்' கணேசனுக்கு சொக்கியூர் சந்தனராஜா மீது லேசான பயம் இருந்தது. அவன்கொடுத்தத் தரவுகளில் பாதிக்கும் மேலானவை புனையப்பட்டவை. அதைத்தான் மாவட்ட உயர் அதிகாரிகளிடம் அறிக்கைகளாகக் கொடுத்துவருகிறார். என்றேனும் ஒருநாள் அவனுக்கு தண்ணி வாங்கிக் கொடுக்கவில்லையென்றால் மேலிடத்தில் தொடர்புகளை உருவாக்கி வைத்திருக்கும் அவன் போட்டுக்கொடுத்துவிடுவானோ என்று அச்சப்பட்டார்.

இந்நேரம் பேப்பர் வந்திருக்கும். பஸ் ஸ்டாண்டு கந்தமூர்த்தி, கடை திறக்காமலேயே வாசலில்வைத்து கட்டு உடைத்திருப்பான்.

"இட் இஸ் எ பியூட்டிபுல் டே நண்பா!" என்று சொக்கியூர் சந்தனராஜா ஓஎஸ் எஸ்ஐ., 'நெடுமரம்' கணேசனை தட்டி உசுப்பினான்.

தண்ணியின் கிறக்கத்தில் மெய்மறந்திருந்தவர், "ஆங்... அதுக் குள்ளாற விடிஞ்சுருச்சா?" என்று புரண்டார்.

"அதுவா எங்கே விடியுது? நாமதான் விடிய வைக்கிறோம்!"

அவசர அவசரமாக எழுந்து, இருவருமாக பஸ் ஸ்டாண்டுக்குப் போனபோது, கந்தமூர்த்தி கட்டு உடைத்து சீனியர் அகடனை விற்றுக்கொண்டிருந்தான். வழக்கமாகப் பேப்பர் வாங்க வரும் வாடிக்கையாளர்கள், "என்னது நம்ம ஊர் செய்தியா?" என்று அங்கேயே நின்று படித்தார்கள். அட்டையில் செய்திக் குறிப்பும் பிஸ்கட் அளவுக்கு 'அய்யா'வின் படமும் இருந்தது.

கொஞ்சநேரத்தில் 'அய்யா'வின் செல்போனுக்குத் தொடர் அழைப்புகள். "போலீசப் பத்தி பத்திரிக்கைகள் எழுதுறது புதுசா என்ன? பத்திரிக்கைக்காரய்ங்களுக்கு அதுவொரு பொழைப்பு!" யாரிடமோ இறைந்து பேசியவர் செல்போனை அணைத்து வைத்துவிட்டார்.

பத்து மணி. போலீஸ் ஸ்டேஷன் முன்னால் ஒரு இன்னோவா வந்துநின்றது. நேற்று மக்ஃரீப் நேரத்தில் மம்மதியாபுரத்தில் 'அய்யா' சந்தித்துவிட்டு வந்த முஜம்மினின் தாதா கீழே இறங்கினார். தொடர்ந்து இருபத்தெட்டு வயதுள்ள ஒரு இளைஞன். டீக்கடையில் அரசமணி ஏட்டையாவிடம் பேசிக்கொண்டிருந்த கொட்டாம்பட்டி சுந்தர், தன்னிடமிருந்த ஜெராக்ஸ் படத்துடன் அந்த இளைஞனின் முகத்தை ஒப்பிட்டுப் பார்த்தான். "ஏட்டையா, படத்துல இருக்குறவன்தானே?" என்று அவரிடம் கேட்டு தெளிவுபடுத்திக் கொண்டான். சங்கர நாதனை செல்போனில் அழைத்து, "டேய், பவளம் டைரில வரைஞ்சுருந்தால்ல அவன் போலீஸ் ஸ்டேஷனுக்கு வந்துருக்கான். நீ எங்கேருக்க?" என்றான். சங்கர நாதன் மேலூருக்குள்தான் இருந்தான்.

அரசமணி ஏட்டையா, "நீ உள்ளாற போ சுந்தரு. அப்பத்தான என்ன நடக்குதுனு தெரியும்!" என்றார். சீனியர் அகடனில் வந்திருக்கும் 'அய்யா' குறித்த செய்தியை அவனும் 'ஒண்ணுக்கு ரெண்டுதரமா' படித்திருந்தான். நிச்சயமாக அது 'அய்யா'வைக் கடுப்பேற்றியிருக்கும். நேற்று ராத்திரி அவருடன் சேர்ந்து அடித்த முதல்தர போதையின் தாக்கம் செய்தியைப் பார்த்ததுமே வற்றிப்போய்விட்டது. இப்போது போய்நின்றால் கடுப்பாகிவிடுவார். அவராக அழைக்கட்டும் என்று வெளியிலேயே நின்றுகொண்டான்.

பாரா கான்ஸ்டபிளுக்கு முஜம்மினின் தாதாவைத் தெரிந்திருந்தது. "பாய்... என்ன நீங்க இங்கே?" என்று இழுத்தார்.

"பேரனை பத்துமணிக்கு இன்ஸ்பெக்டர் அய்யா முன்னால நிறுத்துறேன்னு சொல்லிருந்தேன். ஏதோ விசாரிக்கணுமாம்.

அதான்!”

“அய்யா இன்னிக்கு ரொம்ப வெள்ளனமே வந்துட்டாரு. போய்ப் பாருங்க!”

முஜம்மினின் தாதா ‘அய்யா’வுக்கு வணக்கம் சொன்னார். கடுகடுத்த முகத்திலிருந்த ‘அய்யா’ அதைக் கண்டுகொண்ட மாதிரி தெரியவில்லை. “பத்தூமணிக்கு கூட்டிட்டுவர்றதா சொல்லிருந்தேன். கூட்டியாந்துருக்கேன். விசாரிக்கணும்னீங்க. விசாரிங்க. நாங்க வெளில இருக்கோம்!”

“தாதா என்னய ஏன் இவங்கக்கிட்ட விட்டுட்டுப் போறீங்க?”

சொன்ன சொல்லைக் காப்பாற்ற அவர் வெளியில் போய்விட்டார்.

‘அய்யா’ சுற்றி வளைக்கவில்லை. “பவளம்ங்க்ற அந்தப்பொண்ண எங்க வெச்சுருக்க?” என்று அவனிடம் நேரடியாகக் கேட்டார்.

“சார்... என்ன கேக்குறீங்க? நான் எதுக்கு அந்தப்பொண்ண வெச்சுருக்கணும்?” நா குழறினான். அந்தக் கேள்வியில் தடுமாறினான்.

“நடிக்கிறத நிறுத்துடா! எங்கேடா அவ?” வார்த்தைகளில் காரமும் கோபமும் தொடர்ந்துபடும் அவமானங்களால் விளைந்த ஆத்திரமும் மூடாக்காய்ப் புதைந்திருந்தது.

“நான் எதுக்கு அந்தப்பொண்ண வெச்சுருக்கணும்?” திரும்பவும் அவன் கேட்டான்.

“எங்கேடா அவ?” அவரும் திரும்ப அதையே கேட்டார்.

அவரது அனுபவம், அனுமானம், கைக்கொள்ளும் முறைகள், பொறுமை எல்லாமும் அவரிடமிருந்து விலகிக்கொள்வதற்கான தருணம் அங்கே உருவாகிக் கொண்டிருந்தது. நேரமும் போய்க் கொண்டிருந்தது.

முஜம்மினை அவனது தாதா போலீஸ் ஸ்டேஷனுக்கு அழைத்துப் போயிருக்கும் சங்கதி மஹல்லாவில் பரவியது. ஏற்கனவே இப்படி ஒரு இளைஞனை அழைத்துச் சென்று சம்பந்தமில்லாத வழக்கொன்றில் சிக்கவைத்து அவன் எங்கேயிருக்கின்றான் என்பதே

தெரியாமலிருந்தது. முறையீடுகள், ஆர்ப்பாட்டம், போராட்டம் என்று என்னவெல்லாமோ நடந்தது. மாவட்ட ஆட்சித்தலைவர், அமைச்சர், தலைமைச் செயலாளர் காவல்துறைத் தலைவர், முதல்வர், ஆளுநர், ஜனாதிபதிக்கெல்லாம் கையெழுத்திட்ட மகஜர்கள் பறந்தன. எல்லோரிடமிருந்தும் ஒப்புகைச்சீட்டு மட்டும் வந்தது. ஆனால் அந்த இளைஞன் வெளியில் வரவில்லை. ஓராண்டுக்குப் பின்பு ஒன்றுக்கும் ஆகாத உடல்நிலையுடன் அனுப்பப்பட்டான். அதன்பிறகு அவனால் நடமாட முடியவில்லை. ஓடியாடி சம்பாதித்த அவன், உடல்நிலை ஒத்துழைக்காமல், பஸ் ஸ்டாண்ட்டிற்குள் பஸ்களில் ஏறி, 'மூணுபேனா பத்துரூவா' என்று குரல் கொடுத்துக்கொண்டிருக்கின்றான். அவன் நிலை பார்த்து பரிதாபப்பட்டு யாரேனும் வாங்கினால்தான் உண்டு.

"இந்த மனுஷருக்கு புத்தி பேதலிச்சுப் போச்சா? போலீஸ் ஸ்டேஷன அவரு என்னான்னு நெனைச்சுருக்காரு. கம்ப்ளைண்ட் குடுத்தவிய்ங்கமேலயே கம்ப்ளைண்ட் எழுதுற எடம் அது." இளைஞர்களும் ஜமாத்தில் முக்கியமானவர்களும் போலீஸ் ஸ்டேஷனுக்கு இரண்டுபேர், மூன்றுபேராய், கூட்டம்கூட்டமாக, தனித்தனியாய் வந்து சேர்ந்தார்கள். "உள்ளாற முஜம்மின்ட்ட என்னா விசாரிக்கிறாய்ங்க. அவன உள்ளாறவிட்டுட்டு நீங்க எதுக்கு வெளில வந்தீங்க?"

முஜம்மின் தாதா அவர்களையெல்லாம் அமைதிப்படுத்தினார். "பொண்ணு ஒண்ணு காணாமப் போனதுபத்தி விசாரிக்கணும்னாங்க. விசாரிக்கட்டுமே!"

தகவலைக்கேட்டதும் ஓடோடிவந்த சங்கர நாதனை டீக்கடையில் அரசமணி ஏட்டையாவுடன் நின்றிருந்த கொட்டாம்பட்டி சுந்தர் ஸ்டேஷனுக்குள் அனுப்பிவைத்தான். 'அய்யா'வின் அறைவாசலில் நின்று தலைகாட்டியவனைப் பார்த்தவர், "எங்கே அவன்? உன்னய அனுப்பிவெச்சு என்னய ஆழம் பாக்குறானாக்கும்!" என்று கேட்டார்.

"அய்யா?"

"இவன நீ பாத்திருக்கியா?" எதிரே உட்கார்ந்திருந்த முஜம்மினைக் காட்டிக் கேட்டார். அப்போதுதான் அவன் முகத்தையே சங்கர நாதன் பார்ப்பவனாக இருந்தான். "இல்லீங்கய்யா!"

"இவங்கூடத்தான் ஒம்பொண்டாட்டி ஓடிப்போயிருக்கா!"

என்று அழுத்தமாகச் சொன்னார்.

அவனை வியப்புடன் பார்த்தான். குடும்பம் இவனால்தான் குடிமுழுகிப் போனது என்று உள்ளுக்குள் கோபம் பொங்கியது. அங்கேயே அவனை மரம் அறுப்பதுபோல அறுத்துவிட எண்ணினான்.

“என்னய்யா யோசிக்குற? ஆள் வந்துட்டான்ல்ல. ஓம்பொண்டாட்டிய மீட்டுறலாம். வெளில நில்லு. இவன விசாரிக்கணும்!”

“சார்... என்னென்னமோ பேசறீங்க? எங்கூட எதுக்கு சார் இவரு பொண்டாட்டி வரணும்? நீங்க சொல்றது எனக்குப் புரியல!”

மிரட்சியாய் பதில் சொன்ன அவனைப் பார்த்தபடியே சங்கர நாதன் வெளியில் வந்தான். சங்கர நாதன் அத்தனைக் கூறு உள்ளவன் இல்லைதான். ஆனாலும், ‘பொண்டாட்டிய தொலைச்ச என்னிய நிக்கவெச்சுப் பேசுறாரு. கூட்டிட்டு ஓடுன வன ஒக்காரவெச்சுப் பேசுறாரு!’ என்று உள்ளுக்குள் கறுவினான். ‘ஆஹா... கூட்டமா வந்தாத்தான் இங்கே காரியம்ஆகும்போல!’ என்று மனதுக்குள் நினைத்தவன், ஏற்கனவே கொட்டாம்பட்டி சுந்தர் தகவல் சொன்னதும் ஊருக்கு செய்தி சொல்லியிருந்தான்.

முஜம்மின் தாதாவைச் சுற்றியிருந்தக் கூட்டம் அவனைப் பார்த்துக் கைகாட்டி ஏதோதோ பேசியது. ‘காணாமப் போனது இவம் பொண்டாட்டிதான்’ என்பதாகத்தான் இருக்கும் என்று அவன் நினைத்துக்கொண்டான்.

மதியம் லுஹருக்கு பாங்குகொடுத்ததும், முஜம்மினின் தாதா ‘தொழுதுட்டு வந்துர்றேன். அதுக்குள்ள பையனை விசாரிச்சு முடிச்சுறணும்’ என்று சொல்லிவிட்டுப் போக உள்ளே போனார். இன்ஸ்பெக்டர் அறையில் தனது இருக்கையிலேயே இருந்தார், ‘அய்யா’. முஜம்மின் எதிர் இருக்கையில் இருந்தான். ‘ஒக்காரவெச்சுதான் பேசுறாரு. அதுனால மஹல்லா ஆளுக சொன்னதுமாதிரி அசம்பாவிதம் ஏதுமில்ல!’ என்று தன்னைப் பாராட்டிக்கொண்டார். அறைவாசலில் நிழலாடிய தாதாவைக் கண்டதும் முஜம்மினுக்கு உயிர்வந்தது. ‘தாதா இவரு என்னென்னவோ கேக்குறாரு’ என்று சொல்ல வாயெடுத்தான். அதற்குள் தாதா, “லுஹர்தொழுகை முடிச்சுக்கிட்டு வந்துர்றேன். நீங்க சீக்கிரமா அனுப்பிவைச்சுறணும்!” என்று ‘அய்யா’விடம் சொல்லிவிட்டு பதிலேதும் கேளாமலேயே கிளம்பினார்.

லுஹர் தொழுதுவிட்டு தாதா போலீஸ் ஸ்டேஷனுக்குத் திரும்பிவந்தபோது, சித்திரையின் உக்கிரத்தை வெயில் காட்டிக் கொண்டிருந்தது. இத்தனைக்கும் இது சித்திரை மாதம் இல்லை. வாசலிலிருந்த அடர்ந்து உயர்ந்த வேப்பமரம் எதற்கோ சாட்சியம் சொல்வதுபோல அசைவற்று குற்றவுணர்வுடன் நின்றிருந்தது. வெம்மையுடன் படர்ந்த காற்றில் லேசாக பிணவாடை வீசியது.

ஸ்டேஷனுக்குள் தாதா கால்வைத்தபோது, அது அவரைப் பார்த்து இளக்காரமாய் சிரிப்பதுபோலத் தோன்றியது. அவர் உள்மனதில் முதல்முறையாக ஒரு விதிர்ப்பு எழுந்தது. காலையில் வந்தபோது வரவேற்ற அதே பாரா கான்ஸ்டபிள்தான் இப்போதும் நின்றிருந்தார். தாதா உள்நுழையும்போது தகவலை ரைட்டர் மூலமாகத் தெரிந்துகொள்ளட்டும் என்று அவர் கண்டும்காணாமல் இருந்துகொண்டார்.

உள்ளே நுழைந்த தாதா 'அய்யா'வின் அறை காலியாகக் கிடப்பதைக் கண்டதும் துணுக்குற்றார். ஸ்டேஷனின் மற்ற அறைகளும் காலியாகத்தான் இருந்தன. "எங்கே அவங்கள?" பதற்றமாய்க் கேட்டார். அவர் பதற்றத்தில் ஏதோ தவறு நடந்துகொண்டிருப்பது உறுதியாய்த் தெரிந்தது.

ரைட்டர் கோதண்டம் ஏட்டையா அதைக் கேட்காததுபோல இருந்துகொண்டார். ஸ்டேஷனில் இருப்பவர்களின் நடவடிக்கைகள் வேறு ஏதோவொன்றை அறிவிப்பது போல இருந்தன. "ரைட்டர் சார், எங்கே எம்பேரன்? இன்ஸ்பெக்டர் 'அய்யா'?"

"விசாரிக்கிறதுக்கு கூட்டிட்டுப் போயிருக்காரு!"

"இங்கே வெச்சுதானே விசாரிப்பாங்க?"

"நீங்க போங்க. அனுப்பி வெச்சுருவாங்க. பயப்பட எதுவுமில்ல!"

பதற்றமாகிப் போனது, அவருக்கு. சில நிமிடங்களுக்கு முன்புவரை நிதானமாக இருந்தவர் நிலைகுலைந்தவரானார். ரைட்டர் கோதண்டம் ஏட்டையாவின் வார்த்தைகளில் சுரத்தோ நம்பிக்கையோ இருக்கவில்லை. 'மரணதண்டனை விதிக்கப்படுகிறது' என்றுசொல்லும் நீதிபதியின் சலனமற்ற முகம் ரைட்டர் கோதண்டம் ஏட்டையாவுக்கு இருந்தது. தாதா அரைமனசோடு வாசலுக்கு வந்தார். வாசலில் கூடியிருந்த மஹல்லா

வாசிகள், "நீங்க கூட்டியாந்துருக்கக் கூடாது!" என்று அவரை கடிந்துகொண்டார்கள். "நாங்க வாசல்லதானே நிக்கிறோம். எப்டி கூட்டிட்டுப் போனாங்க. அவங்க வெளிலேயே வரலையே!"

"இதென்ன அதிசயம்? பின்வாசல் வழியா போயிருப் பாங்க!"

"எதுக்குப் பின்வழியா போணும்? இன்ஸ்பெட்ரு வண்டி இங்கதானே நிக்கிது."

அப்போது தாதாவுக்கு வீட்டிலிருந்து செல்போன் அழைப்புவந்தது. "முஜம்மின ஜீப்ல கூட்டியாந்து வீட்ல விட்டுட்டாங்க!"

"யா அல்லாஹ்!" என்று வானத்தைநோக்கிக் கையேந்தியவர், "வீட்ல கொண்டுபோய் விட்டுட்டாங்களாம்!" என்றார். கூட்டம் அரை மனதாய்த் திரும்பியது.

இந்த நான்கு நாட்களில் ஸ்டேஷனில் எல்லோரிடமும் திவ்யா சகஜமாகியிருந்தாள். ஆஸ்பத்திரி டூட்டியை மட்டுமே கேட்டுவாங்கும் முத்து ஏட்டையா, "நீங்க எங்கடைசி பொண்ணுமாரியே இருக்கீங்கம்மா!" என்று அவளைப் பார்த்துப் பார்த்து நெகிழ்ந்தார். மூன்றாவதுநாளில், தனது பணியேட்டைக் காட்டி கையெழுத்து வாங்கும்போது, 'யார் யாரிடம் எப்படி நடந்துகொண்டால் நல்லது' என்று ஒரு சிறுகுறிப்பை அதிகாரப்பூர்வமற்று அவளுக்குத் தந்தார். "பாத்ததுமே நீங்க நல்லவங்கனு தெரியுதுமா. நேர்மையானவங்கனும் தெரியுது. நேர்மை இந்தத்துறைல கொஞ்சமாத்தான் எடுபடும். சூதானமா நடந்துக்கணும். இல்லாட்டி தின்னுருவாய்ங்க!"

இப்போது அவள் மாடம்பட்டி விலக்கு அத்துவானக் காட்டில் இருந்தாள். ஊருக்கும் ரோட்டுக்கும் தொடர்பில்லாமல் இரண்டுகிலோமீட்டர் தூரமிருந்தது. தார்ச்சாலையிலிருந்து பிரியும் விலக்கில் ஒதுங்குவதற்குக்கூட பொட்டுநிழல் இல்லை. குறைந்த பட்சம் கூரைவேய்ந்த டீக்கடையோ, பயணிகள் பேருந்துக்காகக் காத்திருக்கும் கூடமோ, கருவேல மரங்களோகூட இல்லை. அரசாங்கம் கண்டுகொள்ளாத ஊர், நாட்டில் இது வாகத்தான் இருக்கும். எம்எல்ஏ., எம்பி., எவருமே அந்தஊரை ஏறெடுத்துப் பார்ப்பதில்லை. ஒன்றியத் தலைவர்கூட அந்த ஊரை புறக்கணித்திருந்தார். சாலையின் இரண்டுபக்கத்திலும் அடுத்த ஆறேழு கிலோமீட்டருக்கு ஊர்கள் எதுவுமில்லை.

முந்தாநாள் ஊர்மக்கள் மாவட்ட ஆட்சித்தலைவரைப் பார்த்து மனுகொடுத்தபோது ஏற்பட்ட சலசலப்பு பத்திரிகைகளில் நாறியது. சொக்கியூர் சந்தனராஜா இது குறித்து புலனாய்வுச் செய்தி எழுதி சீனியர் அகடனுக்கு அனுப்பியிருந்தான். அரசாங்கத்துக்கு எதிராக இருக்கும் அந்த ஊர்மக்கள் மறுபடியும் திரண்டுவந்துவிடக்கூடாது என்று விலக்கில் காவல் பணி போட்டிருந்தார்கள். ஆயுதப்படையைச் சேர்ந்த ஏழு ஆண் போலீஸ், இரண்டு பெண்போலீஸ் பணியிலிருந்தார்கள். சரகத்திலிருந்து எஸ்ஐ., திவ்யாவையும் ஒரு பெண் கான்ஸ்டபிளையும் அனுப்பியிருந்தார்கள். குழுவுக்குத் தலைமை திவ்யா.

பகல்முழுக்க சுட்டெரிக்கும் வெயிலிலும் இரவுகளில் கொட்டும் பொட்டக்காட்டுக் கூதப்பனியிலும் காய்ந்து நனைந்தார்கள். அதுவாவது பரவாயில்லை. வேலை என்று வந்துவிட்டால் இடம் பார்க்கக்கூடாது. சிறுநீர் கழிக்க, காலையில் ஒதுங்குவது தான் பெரியபாடாக இருந்தது. ஆண்போலீஸ், பெண்கள் இருக்கிறார்களே என்று கண்டுகொள்வதில்லை. திரும்பிநின்று ஒரே ‘சொர்’தான். உணவு வாங்குவதற்கு அந்தச்சாலையில் பேருந்து வரும்போது இரண்டு ஆண்போலீஸ்காரர்கள் கிளம்பிப் போவார்கள். அடுத்து எப்போது பேருந்து வருகின்றதோ அப்போதுதான் வருவார்கள்.

கண்ணுக்கெட்டிய தூரம்வரையில் பொட்டல்வெளி. எந்தத்திசையில் திரும்பினாலும் அடிவானம் தெரிந்தது. சின்னதாய் ஒரு நீர்க்குட்டையைக்கூட காண முடியவில்லை. மழை பெய்தால்தானே பள்ளங்களிலாவது தண்ணீர் தேங்கும். திவ்யாவுக்கு முட்டிக்கொண்டு வந்தது. இப்போது போயே ஆகவேண்டும். இந்தச்சீருடையில் போவது அத்தனை சுலபமல்ல. எல்லாவற்றையும் அவிழ்க்க வேண்டும். காய்கறி விற்கவரும் கிராமத்துப் பெண்கள், தவிர்க்கமுடியாத நேரங்களில் தலையில் கூடையை வைத்தபடி அத்துவானமாய் நிற்பதைப் பார்த்திருக்கிறாள். எதற்கு அவர்கள் அப்படி நிற்க வேண்டும் என்ற சந்தேகம் எழுவதுண்டு. அவர்கள் அந்த இடத்தைவிட்டு அகன்றபின்பு பார்த்தால், தரை ஈரமாக இருக்கும். அதற்குக்கூட இந்தச் சீருடையில் சாத்தியமில்லை.

இரண்டு பெண் கான்ஸ்டபிள்களை அழைத்துக்கொண்டு வெயிலில் காலாற நடப்பதுபோல பாவனை செய்தபடி பேசிக்கொண்டே அரைகிலோ மீட்டருக்கும் அதிக தூரம் நடந்துபோயிருந்தாள்.

“எங்கே போனாலும் லேடீஸ்க்கு இது ஒரு பிரச்சனை, மேடம்.

ஊருன்னாலும் பரவால்ல. யார் வீட்லயாவது கேட்டா, பெரிய மனசு பண்ணி அனுமதிப்பாங்க. இந்த மாதிரி அத்துவானத்துல மாட்டும்போதுதான் வீட்டோட அருமை தெரியும். ஒரு மரம், மட்டை, வயக்காடுன்னாலும் பரவால்ல. உக்காந்துறலாம்!" அனுபவம்கொண்ட ஒரு பெண் போலீஸ் அபிநயத்தோடு பேசினாள்.

திவ்யா திரும்பிப் பார்த்தாள். அவர்கள் புறப்பட்ட இடம் 'மசமசக்கத் தெரிந்தது. என்ன... இதுதான் என்று துல்லியம் இருக்கவில்லை. அழைத்துவந்த அவர்களை மறைப்பாக நிற்கச்சொல்லிவிட்டு வேறுவழியில்லாமல் அவசர அவசரமாக சீருடையின் கீழ்பாகத்தை அவிழ்த்தாள். "அங்குட்டுத் திரும்பிக்குங்கப்பா!" ஆசுவாசமாக, சில நிமிடங்கள் தேவைப்பட்டன. நீளமாய் மூச்சுவிட்டாள். 'யப்பா...!' சொர்க்கமாக இருந்தது. "நீங்களும் போங்கப்பா!" அவர்களுக்கு மறைப்பாகத் திரும்பிநின்றாள்.

இப்போதே கால்களில் வலி இருந்தது. எல்லாம் சரியாகத்தான் வந்துகொண்டிருக்கிறது. 'நாளை அல்லது நாளை மறுநாள் அது வந்துதொலையும். நாலுமணி நேரத்துக்கு ஒரு தடவை மாத்துனாலே தாங்காது. இந்த டூட்டி எப்ப முடியும்னு தெரியலியே. எப்டி மாத்துறது!' அவள் அசூசையாய் யோசித்துக் கொண்டிருந்தபோது, அவள் கண்கள் ஓரிடத்தில் குத்திட்டன.

மஞ்சளும் கபில நிறமுமாய்ப் பின்னிப்பிணைந்த சாரை இணை 'கூடி முயங்கப் பெற்று' ஒற்றையாய் நிழலில் தெரிந்தன. அதைப் பார்த்துக்கொண்டே இருந்தாள். பிரியாமல், கருநிழலாய் ஆடித்தீர்த்த அவை பிரிந்தபோது, அதனதன் நிழல் அதனத னோடு போனது. ஆளரவமற்ற இந்த இடத்தில் அந்த இணைநிழல் எங்கே போனது? தேடினாள். அட... நமக்கும் கவிதை மாதிரி யோசிக்க வருகின்றதே!

"என்ன மேடம் பாம்பு டான்ஸா?"

அவள் பதில் சொல்லுமுன் செல்போன் கூப்பிட்டது. முத்து ஏட்டையா. செல்போனை உயிர்ப்பித்தாள். "நல்லவேளை... டவராச்சும் இங்கே கெடைக்குது!"

"அம்மா, நம்ம சரகத்துல ஒரு அசம்பாவிதம் நடந்துருச்சும்மா!" என்று அவர்தான் நடந்ததை அவளுக்குச் சொன்னார். முஜம்மின் தாதா தொழுகைக்குப் போனதும் பின்வாசல் வழியாக அவனை

ஸ்டேஷனிலிருந்து வெளியே அழைத்துவந்து வேறொரு ஜீப்பில் ஏற்றிக்கொண்டு, ஊருக்கு வெளியே விசாரிப்பதற்கென்றே இருக்கும் ஒரு வீட்டில்வைத்து 'அய்யா' விசாரித்தார். கிரைம் எஸ்ஐ., பாண்டியன், மூன்று ஏட்டையாக்கள் சுற்றிநின்று, "எங்கடா அவளை வெச்சுருக்க?" என்று கேட்டபோது, "எனக்குத் தெரியாது!" என்றுதான் அவன் பதில் சொன்னான். நேரம் ஆகிக்கொண்டிருந்தது. எதுவும் விடிவதாகத தெரியவில்லை.

ஸ்டேஷனில் அத்தனைநேரமும் அவனை எதிர் இருக்கையில் உட்கார்த்தி விசாரித்த 'அய்யா', இங்கே சுற்றிநின்றிருந்த சக காவலர்களை "வெலகுங்கய்யா!" என்றார். அவர்கள் அவனைவிட்டு விலகினார்கள். அவர் அவனை நெருங்கினார். ஒரு முறையான அலுவலக அணுகல் வெளிப்பட்டது.

'என்ன வேலை பாக்குறீங்க, ஸ்டேஷன் ஆபீசர்?' உயர் அதிகாரி காதுக்குள் இரைவது போலிருந்தது, 'அய்யா'வுக்கு. உள்ளங்காலில் கல்யாணப் பந்தல் முள் குத்தியதுபோல உதறினார். அதேவேகத்தில், "துலுக்க நாயே. மயிலே, மயிலே இறகு போடுங்க்ற மாதிரி மரியாதையா கேக்குறேன். தெரியாது... தெரியாதுன்னுட்டேருக்க. நாயே.. எங்கேடா அவளை ஒளிச்சுவெச்சுருக்க?" கேட்டுக்கொண்டே முஜம்மின் செவுளில் ஒரு அறைவிட்டார். ஒன்னரை டன்னுக்கு சற்றே குறைவான வெயிட் கொண்டது, அந்த அறை. அளவிட முடியாத குதிரை சக்திகளில் முஜம்மின் தலைக்குள் மின்சாரம் பாய்ந்தது. செல்வந்தர் வீட்டுத் திருமணத்தில் காசை வண்ணமயமாகக் கரியாக்கும் பட்டாசுகளின் வகைவகையான பூப்பொறிகள் கண்ணுக்குள் மிளிர்ந்தன.

அவன்தான் அவளைக் கடத்திக்கொண்டு அல்லது அழைத்துக் கொண்டு போயிருக்க வேண்டும் என்பதில் 'அய்யா' சந்தேகமில்லாமல் இருந்தார்.

விழுந்த அறையில் அவன் நிலைகுலைந்து போயிருந்தான். எதிர் பார்க்கவில்லை. கேள்விகளாகக் கேட்டுக் கொல்வார்கள் என்றுதான் நினைத்திருந்தான். அப்படித்தான் தாதாவும் சொல்லியிருந்தார். கன்னம் உள்ளுக்குள் பழுத்திருந்தது. ஒவ்வொரு திசுவிலும் உருமாற்றம் நடப்பது உள்ளாய்த் தெரிந்தது. வாய்த்திறக்க முற்பட்டபோது லேசாய் கோணியது. "நீங்க யாரை சொல்றீங்கன்னே தெரியல சார்!" என்றபோது நூலறுந்த பாசிமாலைபோல வார்த்தைகளின் எழுத்துகள் சிதறின.

அவன் உண்மை பேசுகிறானா அல்லது நடிக்கின்றானா என்று 'அய்யா'வால் உய்ந்தறிய முடியவில்லை. சங்கர நாதனிடமிருந்து வாங்கிவைத்திருந்த பவளத்தின் போட்டோவைக் காட்டினார். அதைக் கூர்ந்துபார்த்தான். "எங்கே ஒளிச்சு வெச்சுருக்க?"

"சார், நான் எதுக்கு சார் யாரையும் ஒளிச்சு வெக்கணும்?"

"சரி... இவள நீ பாத்துருக்கியா? இல்லையா? அத மொதல்லச் சொல்லு!"

மறுபடியும் கூர்ந்துபார்த்தான். பார்த்ததுபோல இருந்தது. ஆனால் நினைவில் வைத்துக்கொள்ளும் அளவில் இருப்பதாகத் தெரியவில்லை. "பாத்தமாதிரி இருக்குது!"

"இருக்குதா... ம். சொல்லு!"

நீண்டநேரம் தன் மூளையைக் கசக்கிக்கொண்டான். "நான் மதுரைக்கு வந்துட்டு திருப்பூர்போன அன்னைக்கு இந்தப்படத்துல இருக்குற பொண்ண அங்கே பாத்தேன். மேலூர்ல அன்னிக்கு என்னிய எங்கேயோ பாத்தவ, விசாரிச்சுக்கிட்டு திருப்பூர் வந்ததா சொன்னா. அவதான் 'நான் மேலூர்'னு என்ட்ட சொல்லி, பழைய கதையெல்லாம் பேசுனா. நான் முன்னாடி வேலை பாத்தக் கம்பெனில அவளும் வேலை பாத்தாளாம். என்ட்ட பேசிருக்காளாம். அப்ப என்னைய புடிச்சுருந்துச்சாம். லவ் பண்ணுனாளாம். அதுனால இப்பக்கூட என்கூட இருந்துக் குறதா என்னென்னமோ பேசுனா!"

"ம். இதைத்தானே நாங்களும் சொல்றோம். அவள எங்கே ஒளிச்சு வெச்சுருக்க?"

"சார், நான் ஏன்சார் அவள ஒளிச்சு வெக்கணும்?"

அவன் பதில் 'அய்யா'வுக்கு எரிச்சல் மூட்டியது. "டேய்..." என்று பல்லைக் கடித்தார். அவரையும் அறியாமல் இரண்டாவதுமுறையாக கையை அவன் கன்னத்தில் பதித்தார். இந்த அறையில் அவன் பம்பரம்போல ரெங்கிப்போய் கீழே விழுந்தான்.

'அய்யா' இதுபோல அவ்வளவு எளிதில் உணர்ச்சிவசப்பட மாட்டார் என்பது அவருடன் பணிபுரியும் அத்தனைபேருக்கும் தெரியும். விசாரணையில் கடுமை காட்டுவார். ஆனால் இதுபோல தனியாக அழைத்துவந்து, காட்டமாக விசாரிப்பது அவரிடம் வழக்கத்தில்

இல்லை. கீழே விழுந்தவன் மீனாய் துள்ளினான். 'அய்யா'வின் புள்ளிக்காகக் காத்திருந்தவர்கள்போல, மற்றவர்கள் அவன்மீது கோலம் போட்டார்கள். எல்லாம் ஊமை மிதி. ஊமைக்குத்து. வெளியில் காயம்தெரியாமல் அடிப்பதற்கு பட்டப்படிப்பு படித் தவர்கள்போல நடந்துகொண்டார்கள். எட்டிமிதித்த ஏழெட்டுக் கால்களில் ஏதோ ஒரு கால், மல்லாந்துகிடந்த நொடியில் முஜம்மினின் இரண்டுகால்களுக்கும் இடையில் 'நசுக்'கென்று இறங்கியது. எதுவோ பிதுங்கும் உயிர்வேதனை. கண்களில் இருள் அப்ப சுருண்டுவிட்டான்.

அத்தனை அடிகளின் வழியாகவும், 'நான் மதுரைக்கு வந்துட்டு திருப்பூர்போன அன்னைக்கு இந்தப்படத்துல இருக்குற பொண்ண அங்கே பாத்தேன். மேலூர்ல அன்னிக்கு என்னிய எங்கேயோ பாத்தவ, விசாரிச்சுக்கிட்டு திருப்பூர் வந்ததா சொன்னா. அவதான் 'நான் மேலூர்'னு என்ட்ட சொல்லி, பழைய கதையெல்லாம் பேசனா. நான் முன்னாடி வேலை பாத்தக் கம்பெனில அவளும் வேலை பாத்தாளாம். என்ட்ட பேசிருக்காளாம். அப்ப என்னைய புடிச்சுருந்துச்சாம். லவ் பண்ணுனாளாம். அதுனால இப்பக்கூட என்கூட இருந்துக்குறதா என்னென்னமோ பேசுனா!' என்பதைத்தவிர அவனிடமிருந்து வேறு எந்தவொரு வார்த்தையையும் பிடுங்க முடியவில்லை.

"தேவ்டியா மகன், என்ன பாடு படுத்துறான்!" அடுத்து, காலை ஓங்கியபோது ஒரு ஏட்டையா மறித்தார். "போதும்யா. சொணங் கிட்டான். தண்ணீதெளிச்சு அனுப்பிறலாம்!"

'அய்யா'வைத் தடுத்த ஏட்டையா, காயம் வராமல் துவைப்பதில் கைதேர்ந்த நிபுணர். அடிப்பார். அடிபட்டவனுக்கு வலிக்கும். கத்துவான். கதறுவான். ஆனால் காயம் வெளியில் தெரியாது. அவரே அப்படிச் சொன்னதும் 'அய்யா' துணுக்குற்றார். "என்ன சொல்றீங்க மாரிசாமி?"

"அய்யா, நீங்க விட்ட அறைலேயே அவன் மென்னி முறிஞ் சுருக்கும். அது தெரியாம எல்லாரும் ஏறி மிதிச்சுட்டாங்க. தாங்க மாட்டான். இந்த ட்ரீட்மெண்ட் இவனுக்கு இனி ஆகாது. அனுப்பிருவோம். ஆள் சரியாயிறட்டும். அப்பறமா கூப்டுவெச்சு ஊறப் போட்டு உரிப்போம்!"

அப்படித்தான் அவனை எழுப்பி உட்கார வைத்தபோது, சரிந்தான். முனகினான். தண்ணீர் கேட்டான். வீட்டுக்குப் போகணும்

என்றான். "ஒனக்கு அந்தப்புள்ளையோட பழக்கம்தானே. அவள நீ எங்கே ஒளிச்சு வெச்சுருக்கனு உண்மையச் சொல்லிட்டா எதுக்கு அடிக்கிறாங்க?" ஒரு ஏட்டய்யா அவனைத் தடவிக்கொடுத்தார். நான்குபேர் அடித்துத் துவைக்கும்போது, ஒருவர் மட்டும் "சொல்லிரு. விட்டுருவாங்க!" என்று நல்லவராக நாடகமாடுவது, பெரும்பாலும் சாதகமான பதிலைக் கொடுத்துவிடும்.

"நெசம்மாவே அவ எங்கேருக்கானு எனக்கு எதுவும் தெரியாது. அவள நான் அப்பவே வெறட்டிவுட்டுட்டேன்!" வலியில் துவண்டு முனகினான்.

ஆஸ்பத்திரி டூட்டியையே கேட்டுவாங்கும் முத்து ஏட்டையா, "ஆஸ்பத்திரிக்கு நாம கூட்டிட்டுப் போனா, பின்னால பிரச்சனை ஆயிரும். 'ஒண்ணுமில்ல. அப்டியிப்டி' னு தாஜா பண்ணி, வீட்டுக்கு அனுப்பிவைச்சுருவோம்" என்றார்.

'தனக்குத் தெரியாது' என்று அவன் திரும்பத் திரும்பச் சொன்னதில் ஒருவேளை உண்மை இருக்குமோ?' 'அய்யா'வுக்குள் லேசான பதற்றம் தொற்றியது. கிரைம் எஸ்ஐ., பாண்டியன் விலகி நின்றிருந்தார். ஏட்டையாக்கள் 'ஏதும் ஆகிவிடுமோ?' என்று முஜம்மினை சந்தேகமாகப் பார்த்தார்கள்.

"சரி, ஆகுறதப் பாருங்க!"

முஜம்மின் முகத்தில் தண்ணீர் அடித்தார்கள். நல்ல ஏட்டையா, "ஏன்யா இப்டி அடிவாங்குற?" என்று துடைத்தும்விட்டார். இப்போது அத்தனைபேருமே செய்த தாஜா அவனைக் கண்விழிக்கச் செய்தது. தூக்கி நிறுத்தியபோது, வளைந்த கம்பமாய் சரிந்து, தன்னை நிலைப்படுத்திக்கொண்டான். நடத்தினார்கள். மெல்ல அடியெடுத்துவைத்து நடந்தான். அவமானமாக உணர்ந்தான். "அவளப் பத்தி எனக்கு எதுவும் தெரியாது. என்னய விட்டுருங்க!" கையெடுத்துக் கும்பிட்டு பரிதாபமாகக் கெஞ்சினான்.

"வா... உன்னைய வீட்ல விட்டுர்றோம்!"

10

இப்படியான அனுபவம் இதுதான் முதல்முறை. குறைந்த ஒளியைத் தள்ளி சூரியன் வெளிச்சம்போட முனையும் அதிகாலை. பொட்டல்வெளியில் தரை விரிப்பில் படுத்துத் தூங்கிய திவ்யா கண்விழித்தாள். எந்த இடத்திற்கும் தன்னை தகவமைத்துக் கொள்ள வேண்டும் என்ற எண்ணம் அவளிடம் எப்போதுமே இருந்தது.

பரந்துவிரிந்த வானத்தில் திட்டுத்திட்டாகத் திரண்டுநிற்கும் மேகப்பொதிகள் அவளை வசீகரித்தன. இயந்திரம் துப்பிய முடிவுற்றப் பொருள்களாய் நீலப்பின்னணியில் வரிசையாக அடுக்கிவைக்கப்பட்ட அவை, வெண்குன்றுகளாய் ஒன்றுபோலத்தெரிந்தன. ரசிக்க முடியாத மனநிலை அவளைப் படுத்தியது. 'இப்படி நடந்துகொள்ள சட்டம் அனுமதிக்கின்றதா? சட்டம் அனுமதிக்காத எதையும் இவர்கள் ஏன் செய்கிறார்கள்? முறையாகச் சட்டங்கள் வகுக்கப்பட்டு, அதன்படி நடக்கச்சொல்லி வழிகாட்டுதல்கள் கொடுக்கப்பட்ட பின்பும் அதிலிருந்து பிறழ்ந்து ஏன் நடந்துகொள்ள வேண்டும்?'

ஆஸ்பத்திரி ஓபி டூட்டி முத்து ஏட்டையா, நடந்த சம்பவத்தை சொன்னதிலிருந்து அவளுக்குள் நிறைய கேள்விகள் முளைத்திருந்தன. தனக்குக்

கொடுக்கப்பட்ட சட்டவிதி நூல்களையும் வழிகாட்டுதல்களையும் அவள் முழுவதுமாக வாசித்திருக்கிறாள். அவை ஒவ்வொன்றாய் நினைவில் வரிசைகட்டி வந்துநின்றன. 'வலுவான சட்டங்கள். எல்லாம் சரியாகத்தான் இருக்கின்றன. இருந்தும் ஏன் இப்படி நடக்கின்றது? எந்த இடத்தில் பிறழ்வு தொடங்குகிறது?'

மேகங்களின் வடிவங்கள் மாறியிருந்தன. நீலப்பின்னணியில் அடுக்கிவைக்கப்பட்ட வெண்குன்றுகளாய் ஒன்றுபோலத்தெரிந்த அவை, இப்போது உருகியோடும் நீரோடைகளாக ஆகியிருந்தன. 'சட்டம் அனுமதிக்கும் வழித்தடத்தில் மட்டுமே நடந்து, எல்லாவற்றுக்கும் தீர்வைக் கண்டடைந்துவிட முடியுமா? விசாரிக்கப்படும் நபர்கள், கேட்பதற்கு சரியாக பதில் சொல்லிவிட்டால், பிரச்சனைகள் ஏன் உருவாகின்றன? விசாரணையில் அவர்கள் ஒத்துழைக்காதபோதுதானே இதுபோல நடந்துகொள்ளும் அவசியங்கள் ஏற்படுகின்றன. அந்தச்சூழலை உருவாக்குவது சம்பந்தப்பட்டவர்கள் தானேயன்றி காவல்துறை அல்லவே! தீர்வை உருவாக்குவதற்காகத்தானே இப்படி நடந்துகொள்கிறார்கள்!'

'சட்'டென்று தலையை உலுப்பினாள். அவளுக்குள்ளிருந்து ஒளிரும் ஞானம் கண்விழித்துக் கொண்டது. 'இப்படியாக யோசிப்பதே தவறு' என்று மறுகினாள். 'பிறகு எதற்கு விதிகள், வழிகாட்டுதல்கள் உருவாக்கப்படவேண்டும்?'

அவளுக்கு அருகில் படுத்துக்கிடந்த பெண் கான்ஸ்டபிள் உடம்பை முறுக்கியபடி கண்விழித்தாள். தன் அருகில் கிடந்தபடி வானத்தை உற்றுக்கொண்டிருக்கும் திவ்யாவிடம், “மேடம். காலைலயே பலத்த யோசனைல இருக்கீங்க?” என்றாள். கொட்டாவி பறந்தது. இரவுமுழுவதும் அவள்விட்ட குறட்டைச் சத்தம், தன் பக்கத்தில் ஆள் இருக்கிற தைரியத்தை திவ்யாவுக்குக் கொடுத்திருந்தது. இப்போது கேள்வி. “ஆயிரம் இருந்தாலும் வீட்ல தூங்குற மாதிரி வராது” என்றாள்.

“ஆமாப்பா... யோசனைதான். நேத்து ஸ்டேஷன்ல நடந்த சம்பவத்தைக் கேட்டதுலருந்து மனசே சரியில்ல!”

மல்லாந்து படுத்திருந்த அவளும் வானம் பார்த்தாள். “என்ன செய்யச் சொல்றீங்க? விதி மீறி நடக்கும்போது இப்டியெல்லாம் நடக்கும்னும் எல்லாருக்கும் தெரியும்தான். பதில்சொல்ல வேண்டிவரும்னும் தெரியும்தான். ஆனாலும் நடந்துருது!”

‘‘இப்டி காலகாலமா நடந்துகிட்டேருக்கே. யாரும் மாறலையே?”

“மாறுறதுக்கான வாய்ப்பு இல்லேனு சொல்ல முடியாது. ஆனா யாரும் மாற விரும்புறதுல்ல. அதிகாரம் அப்டியானது. கொஞ்ச வருஷத்துக்கு முன்னாடி ஒரு சிஎம், ‘தன்னோட ஆட்சிக்காலத்துலதான் போலீஸ் 150 வந்துருக்கு’னு போலீஸ்க்கு நெறைய சலுகைகள் அறிவிச்சாங்க. அதேநேரத்துல இன்னொரு சிஎம், தன்னோட ஆட்சி நடக்குறப்ப, ‘காவல்துறையோட ஈரல் கெட்டுப்போச்சு’னு அறிவிப்பே செஞ்சாரு. நீண்டகால பாரம்பரியம் உள்ள துறை, இது. அதேவேளைல அந்த பாரம்பரியம்ங்கற எண்ணமே அதிகாரத்தை எல்லை மீறி போகச் செய்யுது.”

தன்னருகில் படுத்துக்கிடக்கும் பெண் கான்ஸ்டபிளை பக்கவாட்டில் திரும்பிப் பார்த்தாள். ஒரு ஞானியின் சொற்சேர்க்கைபோல ஆச்சரியமாக இருந்தது, அவளது பேச்சு. தன் வயதுதான் அவளுக்கு இருக்கும். ஆனால் எத்தனைத் துல்லியமாக தான் இருக்கும் துறைகுறித்து அறிந்து வைத்திருக்கின்றாள்?

“என்ன மேடம், அப்டிப் பாக்குறீங்க? நம்ம டிபார்ட்மெண்ட்ல இருக்குற அத்தனைபேருமே ஒவ்வொரு விஷயத்துல ஒரு எக்ஸ்பர்ட்தான்! அதுல சந்தேகமே இல்ல. ஆனா அவங்களோட தனித்தன்மைய மத்த துறைகள்மாதிரி களத்துல வெளிப்படுத்த முடியாது. ஏன்னா... இங்கே ஒபே தி ரூல்ங்கறதுதான் சட்டமே. கருத்துகூட சொல்ல முடியாது. அது தப்புனு தெரிஞ்சும், ஒபே தி ரூல்ங்கறதால மறுக்க முடியாம, எதிர்த்துக் கேக்க முடியாம, ‘தேமே’னு செஞ்சுட்டுப் போயிர்றாங்க. அப்பப்ப ஒண்ணு ரெண்டுபேரு மாத்தி யோசிக்கத்தான் செய்றாங்க. ஆனா அதிகாரம் அவங்களைக் களையெடுத்துருது.”

“ரொம்ப இன்ட்ரஸ்டிங்கா பேசுறப்பா!”

“இது இன்ட்ரஸ்டிங்க் இல்ல மேடம். ஆழ்மனசுல இருக்குற வேட்கை. இப்ப ஒரு டீச்சரை எடுத்துக்குங்களேன். அவங்க மாணவர்களை அணுகுறதுல ஒரு மாற்றத்தைக் காட்டுனாலே போதும். நிர்வாகம் அவங்களை தனியா கவனிச்சு, அவங்களுக்கு வேண்டிய வசதிகளை செஞ்சு குடுக்கும். நம்ம டிபார்ட்மெண்ட்ல ரிவார்ட்ஸ், அவார்ட்ஸ் எல்லாமே இருக்கு. அதுபெரும்பாலும் அதிகாரி வீட்டு நாயைக் குளிப்பாட்டுறவங்களுக்குத்தான் கிடைக்கும். உங்க கிரிவன்ஸ மேலதிகாரிகக்கிட்டக்கூட இன்டிஜுவலா மட்டு

மில்ல, அஃபீஷியலாவும் சொல்லிற முடியாது. நம்ம துறைல யாரும் நிம்மதியாவும் சந்தோஷமாவும் வேலைல இல்லைனு பாத்தமாத்திரத்துலயே யூகிச்சுற முடியும்."

அத்துவானமென்றாலும் எங்கிருந்தோ பறவைகளின் குரல் கேட்கத்தான் செய்தது. அவள்குரல் அத்தனைபேரின் குரலாக இருந்தது. வானம் மேகங்கள் ஏதுமற்று துடைத்துப்போட்டதுபோல வெளிறியிருந்தது.

"தேசத்துக்கு பட்டாள ராணுவம் கணக்கா, மக்களுக்கு போலீஸ்தான நேரடி பாதுகாப்பு. என்னதான் மக்கள் நல்லவங்களா, அடுத்தவங்களுக்குத் தீங்கு தராதவங்களா இருந்தாலும் பிரச்சனைக வரத்தானே செய்யும்? அத தீத்துவைக்கிற வகைல நம்ம துறைல எவ்வளவோ நல்ல விஷயங்க நடந்துகிட்டுதான் இருக்கு. இந்த அத்துவானத்துல நாம படுத்துக்கிடக்குறதேகூட யாரோ ஒருத்தரோட, இல்லாட்டி ஏதோ ஒரு சமூகத்துக்கான, இல்லாட்டி ஒட்டுமொத்த சமுதாயத்துக்கான நன்மைக்குத்தானே! ஆனா நல்ல விஷயங்க எல்லாமே, ஏதோ ஒரு தவறான நடவடிக்கைல அடிபட்டுப் போயிருது. ஒட்டுமொத்த டிபார்ட்மெண்ட்மேல கரும்புள்ளி விழுந்துருது." அவள் எழுந்து உட்கார்ந்தாள். இத்தனை பேசியபின்பும் அவளுக்குக் கொட்டாவி வந்தது.

இரண்டு ஆண் கான்ஸ்டபிள்கள் டீ, பேப்பர், காலை உணவு வாங்க பேருந்துக்காகக் காத்திருந்தார்கள். அன்றையப் பணிக்கான மும்முரங்கள் தொடங்கின.

முந்தைய நாள் மாலையிலேயே முஜம்மின் களேபரங்களை செய்யத் தொடங்கிவிட்டான். சிறுநீர் கழிக்க முடியாமல் அவதிப்பட்டான். சிறுநீர் வருவதுபோல இருந்தது. வரவில்லை. எழுந்துபோகவும் முடியவில்லை. அடியெடுத்துவைக்கத் தடுமாறினான். 'என்னப்பா செய்யுது, சொல்லு!' என்று வீட்டிலுள்ளவர்கள் அன்பாய்க் கேட்டும் எதையும் சொல்லவில்லை. அவன் சுபாவம் அப்படியாக இருந்தது. அவமானத்தாலும் அடிபட்ட வாதையாலும் உள்ளுக்குள் குமுறினான். வெளியில் உடம்பெல்லாம் வலித்தது. உள்ளுக்குள் பிசைந்தது. கழிப்பறையில் உட்கார்ந்தபோது, சிறுநீர் சொட்டுச் சொட்டாய்ப் பிரிந்தது. உதிரும்போது எரிந்தது. உதிர்ந்த சொட்டுகள் சிவப்பாக இருந்தன. இயல்பாகக் கழிக்க முடியவில்லை. சுமையாக இருந்தது. அடிவயிற்றை உந்தி முறுக்கி அழுத்தியபோது, உட்கார்ந்த இடத்திலேயே தலைகுப்புறக் கவிழ்ந்து விழுந்தான்.

வீட்டிலிருந்தவர்கள் ஓடிவந்து தூக்கி உட்கார வைத்தார்கள். “என்னமோ பண்ணுது” என்றான். “வலிக்குது.” கால்களை நீட்டினான். வேறு எதுவும் அவனுக்குச் சொல்லத் தெரியவில்லை. உடல் வலியாலும் மன வலியாலும் உட்கார்ந்த இடத்திலேயே அலையாடினான். தலையை இடதும் வலதுமாக அசைத்தான். தன்னை நிலைநிறுத்திக்கொள்ள முயற்சித்தான். முடியவில்லை. ‘யம்மாஆ’ என்றான். அப்படியே சுருண்டான்.

முப்பது கிலோ மீட்டர் தள்ளியிருக்கும் மீனாட்சி மிஷன் மருத்துவமனைக்குத் தூக்கிக்கொண்டு ஓடினார்கள். வண்ணக்கொடிகள் கட்டிய நட்சத்திர விடுதியாக, தோட்டமும் துரவுமாக அது இருந்தது. நுழைவின் இடதுபுறத்திலேயே அதிர்ஷ்ட மீன்கள் நீந்தி விளையாடும் தொட்டி இருந்தது. தொட்டியின் நீர்த்தரையில் இரண்டு மீன்கள் குப்பைபோல அசையாமல் நின்றிருந்தன. அது, யாருக்கான அதிர்ஷ்டம் என்று தெரியவில்லை. மருத்துவமனையில் புளுத்த, மக்கிய, சீழ், மருந்து வாசம் துளியுமில்லை. தரையிலும் சுவர்களிலும் பிசுக்கு, அழுக்கு எதுவுமில்லை. வெளிர்நிற தரை ஓட்டுக் கற்கள் கால்முடிவிலிருந்து நிழல்பிம்பங்களைப் பிரதியெடுத்தன. இனிய ஃபீனில் வாசம் உதிர்ந்த ரோஜாவின் மென்னிதழ்களாய் காற்றில் மிதந்தது. வரவேற்பில் டை, கோட் அணிந்த அழகிய ஆண்களும் ஓவர்கோட் மாட்டிய மிக அழகியப் பெண்களும் பதுமைகளாக இருந்தார்கள். சொல்லிவைத்ததுபோல அலட்டாமல் நடந்துகொண்டார்கள். அவர்களின் அந்த நடவடிக்கையே ஒத்திசைவான அலட்டலாக இருந்தது.

முஜம்மினை சுமையாக ஏந்திக்கொண்ட ஸ்ட்ரெச்சர் அவசர சிகிச்சைப் பிரிவுக்குப்போனது. மூன்றுபேர்கொண்ட நிர்வாக மருத்துவ உதவிக் குழுவொன்று சுற்றிவிடப்பட்ட பம்பரமாகச் சுழன்றது. முதல்கட்டப் பரிசோதனை, ராணுவத்தின் அவசரகால நடவடிக்கைக்கு ஒப்பாக நடந்தது. அக்குழுவிலிருந்த ஒருபெண், உறவினரில் ஒருவரை மெடிக்கல் ரெக்கார்ட்ஸ் பிரிவுக்கு அழைத்துப்போனாள். இன்னொருவரை இன்னொரு பெண் பணம் கட்டுமிடத்துக்கு கைப்பிடித்து இழுக்காதக் குறையாகக் கூட்டிப்போனாள். அதற்குள் மெடிக்கல் ரெக்கார்டின் இன்னும் எழுதப்படாத காலிகோப்பு பணம் கட்டுமிடத்துக்கு பணம்பெற்றுக்கொண்ட முத்திரைக்காக வந்திருந்தது. கௌண்டரில் இருந்தவர் பணம் வாங்கி மெஷினில் வைத்து எண்ணினார். சலசலவென்ற சத்தமும் அதற்கிணையான எண்களின் ஓட்டமும் இருந்தது. குனிந்த தலையை அவர் நிமிர்த்தவேயில்லை. அப்படியே

முத்திரை வைத்து சீட்டையும் கோப்பையும் கண்ணாடி சதுரத்தின் வழியாக ஒரு இயந்திரம்போலக் கொடுத்தார். அதற்குள் இன்னொரு கை பணம் நீட்டிக்கொண்டிருந்தது. மூன்றாவதாய் ஒரு பெண், சிகிச்சைக்கான மருந்துகளை வாங்க மூன்றாவது உறவினர் ஒருவரை பார்மசிக்கு மருந்துச் சீட்டுடன் இட்டுப்போய் வரிசையைக் காட்டினாள். 'எங்கே... எப்படி..?' என்று யாரும் திகைக்க வேண்டியதில்லை. வழிகாட்டினார்கள்.

பணம் கட்டிய பின்பு, முஜம்மினுக்கு வலியின் மடங்கு ஏறுவெயில்போல அதிகரித்துக் கொண்டிருந்தது. உடம்பை மடக்கி பொட்டலம்போல ஆகியிருந்தான். அவனால் முடிந்தது அவ்வளவுதான். உடம்பை நிமிர்த்தி மடக்கும்போது உருண்டோடும் பாதரசத் துளியாக நெளிந்தான். அவசர சிகிச்சைப் பிரிவு டாக்டர் சொக்கநாத பாண்டியன் நாற்பதைத் தாண்டியவராக இருந்தார். முஜம்மினிடம், "என்ன பண்ணுது?" என்று கேட்டார். அவனால் வாயெடுத்து வார்த்தைகளைச் சொல்ல முடியவில்லை. உடம்பை மட்டும் அசைத்தான். அது ஒருநூறு கதைகளைக் கொண்டதாக இருந்தது.

அவன் வலியால் துடிப்பதைக் கூர்ந்து கவனித்தார். சிலநொடிகள் வெள்ளிக் கெண்டை மீனாய்த் துள்ளினான். சிலநொடிகள் மீசைக்கெளுத்தியாய் அசையாமல் கிடந்தான். தொட்டால் துவண்டு நகரும் பச்சைக் கம்பளியாய் அலறினான். அனுபவசாலியான டாக்டர் சொக்கநாத பாண்டியனுக்கு அவனது நடவடிக்கைகளின் மூலம் உடனடியாகப் பிடிபடவில்லை. அவசர சிகிச்சையில் ஆராய்ச்சி செய்துகொண்டிருக்க நேரமில்லை. உறவுக்காரர்களில் யாரையேனும் அழைக்கச் சொன்னார்.

பரிசோதனையின்போது நோயாளியின் உறவினர் யாரையும் உள்ளே அனுமதிக்க மறுக்கும் அவர், 'யாரையேனும் அழைக்க'ச் சொன்னதும், உதவிக்கு நின்றிருந்த நர்ஸ்களுக்கே ஆச்சரியமாக இருந்தது. அவர்களில் ஒருத்தி தலையை கண்ணாடிக் கதவுக்கு வெளியே நீட்டி, "யாராச்சும் ஒருத்தர் வாங்க!" என்று உறவுக்கூட்டத்தைப் பார்த்துச் சொன்னாள். தாதாவுக்கு அருகில் நின்றிருந்த ஒரு இளைஞன் வேகமாக வந்தான்.

"என்ன பிராப்ளம் இந்த பேஷண்டுக்கு?"

"போலீஸ் என்கொயரிக்குப் போய்ட்டுவந்தான், டாக்டர். வீட்ல வந்து விட்டுட்டுப் போனாங்க. கொஞ்ச நேரத்துல துடிக்க

எஸ். அர்ஷியா

ஆரம்பிச்சுட்டான்."

"ஓ... போலீஸ் என்கொயரியா?" வாயை மூடாமலேயே எம்ஆர்ஐ ஸ்கேனுக்கும் எக்ஸ் — ரேவுக்கும் அவர் எழுதினார்.

நர்ஸ்கள் டாக்டர் சொக்கநாத பாண்டியனை ஆச்சரியமாகப் பார்த்தார்கள். வம்பாக செலவை இழுத்துவிடாத டாக்டரென்று ஆஸ்பத்திரியிலேயே 'கெட்ட' பெயர் அவருக்கிருந்தது. எடுத்த எடுப்பில் சிகிச்சையிலும் சரி, செலவிலும் சரி அதிகபட்ச அழுத் தத்தைக் கொடுக்க மாட்டார். நல்ல டாக்டர் என்ற வகைமையில் அவர் பணி தொடர்ந்துகொண்டிருந்தது.

"டாக்டர்... ஃபேர்ஸ்ட் ஸ்டேஜ்லயே எம்ஆர்ஐ எழுதிருக்கீங்க? அல்ட்ராதானே செய்யச் சொல்வீங்க!"

அந்த டாக்டரிடம் முன்வரைவுகள் எதுவுமில்லை. "நீ முக்கா டாக்டர் ஆயிட்ட போல. ம்ம்ம்!" கேள்விகேட்ட நர்ஸைப் பார்த்து இளநகையாய்ச் சிரித்தார். கடுமையான நேரங்களில் எப்படி இப்படி இலகுவாக நடந்துகொள்ள அவரால் முடிகிறது என்ற ஆச்சரி யம் எல்லோருக்கும் இருந்தது. "போலீஸ் கும்மியெடுத்துருக்காங்க. அல்ட்ரால இன்டர்னல் அப்பியரன்ஸ் தெரியாதுல்ல. எம்ஆர்ஐனா கிளியரா காட்டிரும். ஊமை குத்தும்ப்பாங்க. அதான் இது. ஆக்சுவலா இந்த கேஸ்க்கு 64 சி த்ரி டைமன்ஷன் பாக்கணும். இப்ப எம்ஆர்ஐயோ எண்டோவோ போதும். எம்ஆர்ஐயே பாக்கட்டும்."

டாக்டர் சொக்கநாத பாண்டியனுக்குக் கீழே வேலைசெய்ய நர்ஸ்களுக்கு ரொம்பவும் பிடிக்கும். சிகிச்சை தரும்போது அருகிலிருந்து பார்க்க அனுமதிப்பதுடன் நுட்பங்களையும் சொல்லித்தருவார். நோயாளி முஜம்மினை நெஃப்ராலஜி, கேஸ்டோ என்டிராலஜி, யூராலஜியைச் சேர்ந்த சிறப்பு மருத்துவர்கள் ஒரே இடத்தில் சிகிச்சை கொடுக்கும் வகையில் நாலாவது தளத்தின் தீவிர சிகிச்சைப் பிரிவில் அனுமதிக்க எழுதினார்.

எம்ஆர்ஐ ஸ்கேன் அறைக்கும் எக்ஸ்—ரே எடுக்கும் அறைக்கும் முஜம்மினுடன் ஸ்ட்ரெச்சர் மாறிமாறி தனது பயணத்தை நடத்திக்கொண்டிருந்தது.

மம்மதியாபுரத்தின் கணிசமானக் கூட்டம் திருவிழா பார்க்க வந்ததுபோல மருத்துவமனைக் கேண்டின், காரிடர்கள், அவன்

அனுமதிக்கப்படவிருந்த நான்காவது தள தீவிர சிகிச்சைப் பிரிவுக்கூடத்து இருக்கைகள், ஆங்காங்கே வைக்கப்பட்டிருந்த டிவி பெட்டிகள் முன்பு, மரத்தடிகளில் கூடிக்கிடந்தது. தப்புசெய்து மாட்டிக்கொண்டு போலீஸ் ஸ்டேஷனில் அடிபட்டதாகக் கேட்ட கதைகளை, அவர்களே பட்டதுபோலான வலியின் ஏற்ற இறக்கத் தோடு ஆளாளுக்குப் பேசிக்கொண்டு இருந்தார்கள். இரண்டுபேர் மூன்றுபேராக மருத்துவமனையைச் சுற்றிப் பார்த்தார்கள்.

சோதனைகள் முடிந்து, முஜம்மினை தீவிர சிகிச்சைப் பிரிவுக்குக் கொண்டுவந்தபோது, ஸ்கேன் ரிப்போர்ட்களும் எக்ஸ்—ரே ரிப்போர்ட்டும் நெஃப்ராலஜிஸ்ட் நாராயண் சத்யா முன்னால் கிடந்தன. கேஸ்டோ என்டிரிஜிஸ்ட் குமார் அர்த்தநாரியும் யூரால ஜிஸ்ட் சிஆர் முரளிராவும் முஜம்மினை பரிசோதித்து, உடனடி சிகிச்சைகளுக்கு ஏற்பாடு செய்யச் சொல்லிவிட்டு நாராயண் சத்யா அறைக்கு வந்தார்கள். கோடுகளும் எழுத்துகளும் படங்களுமாக இறைந்துகிடந்த ரிப்போர்ட்டுகளை எடுத்துப் பார்த்தார்கள்.

“திஸ் இஸ் ரிடிகுலஸ் ட்ரீட்மெண்ட். தோஸ் காக்கி பிபிள்ஸ் பிகேம் ஹாரிஃபிக் ஒன்! அன்அக்செப்டபிள். ஹூ கேவ் தெம் திஸ் மச் ஆஃப் பவர்? வாட் தே திங்க் அபவுட், வாட் இட் இஸ் மே பி எ சஸ்பெக்ட்! கிட்னி பில்டரஷன் கெபாசிடி டோடலி டேமேஜ்டு.” கையிலிருந்த ரிப்போர்ட்டில் விரல்வைத்துக் காட்டி கோபமாகப் பேசிய யூராலஜிஸ்ட் சிஆர் முரளிராவ், அதை அதே கோபத்தில் மேஜையில் போட்டார். அவர் கோபத்தில் டாக்டரின் அணுகுத்தன்மைகளைக் காட்டிலும் ஒரு காமன்மேனின் கவலை இருந்தது.

சாந்தமும் அமைதியுமான மீசையில்லாத நாராயண் சத்யா, யூராலஜிஸ்ட் சிஆர் முரளிராவின் செய்கைக்குப் புன்னகைத்தார். ‘அதிகாரத்தைச் செயல்படுத்துபவர்களுக்கு எதிராக ஒரு டாக்டரால் என்ன செய்துவிட முடியும்?’ என்பதாக இருந்தது, அவர் புன்னகை. தங்களுக்கென்று வரும்போது மட்டும் துள்ளும் வர்க்கமாக அவர் தன்னை அடையாளப்படுத்திக் கொண்டார்.

“வவுத்துல மிதிச்சுருக்காங்க. இன்டஸ்டினல், ஏலிமெண்ட்ரி பெரிய அளவுல டேமேஜ் ஆகிருக்கு. எதுவும் சாப்பிட முடியாது. மொதல்ல உள்ளே எறங்காது. சாப்ட்டாலும் தங்காது. என்ன செய்யலாம். இமிடியேட்டா ஆபரேஷனுக்கு போயிறலாமா?” டாக்டர் குமார் அர்த்தநாரியின் கேள்வியில் இருவேறுவிதமான

தொனி இருந்தது. உடனடியாகச் செயல்பட்டாலும் எந்த அளவுக்கு கனிந்த முடிவு வரும் என்று அவரால் கணிக்க முடியவில்லை. குடல் மற்றும் இரைப்பை மருத்துவ இயலில் இந்திய அளவில் முக்கியமானவராக அவர் இருந்தார். உறுப்புகள் உழைத்த செயல்பாட்டில் பலவீனப்பட்டு நசிவடைந்த நோய் இல்லை, இது. அடித்து, மிதித்து, துவைத்ததில் உறுப்புகள் சேதமடைந்திருக்கின்றன. 'ஏதாவது செய்து காப்பாற்ற முடியுமா?' என்ற யோசனை அவருக்குள் புகுந்தது.

எக்ஸ்—ரேயை வெளிச்சத்தில் தூக்கிப்பிடித்து மூவருமே பார்த்தார்கள். "இவ்ள ஆகிருக்கு. போன்ஸ்ல ஒரு சின்ன கிராக்கூட இல்ல, பாருங்க. ரொம்ப டெக்னிகலா போன்ஸ்க்கோ மசில்ஸ்க்கோ பிராப்ளம் வராதபடிக்கு ஹேண்டில் பண்ணீருக்காங்க."

"நவ் எ டேஸ் தீஸ் பீபிள்ஸ் ஹாண்டிலிங் த கேஸஸ் வெரி கிளவர்லி. நோ ஒன் டயகினஸ் தெயர் ஆக்டிவிடி ஈசிலி."

மற்ற இருவரின் பேச்சைக்கேட்ட நாராயண் சத்யா யோசனையில் ஆழ்ந்தார். நெஃப்ராக்டமியில் அவர் பிரபலம். அதிக அனுபவம் இருந்தது. அவர் மெல்ல சொன்னார். "நத்திங் லீட்ஸ் டு நார்மல்சி!" மற்ற இரண்டுபேரும் ஆழமாகப் பார்த்தார்கள்.

ஐசியூவின் மங்கிய கண்ணாடிக் கதவின் நடுவே, தெளிவட்டமாக இருந்த வெளி வழியே முஜம்மின் தெரிந்தான். மூக்கில் வெண்டிலேட்டர் குப்பி இணைக்கப்பட்டிருந்தது. ஊசிமருந்து ஏற்றப்பட்ட சலைன் பாட்டிலின் வடிகால் டியூப் முனையிலிருந்த ஊசி, அவன் கையில் செருகப்பட்டிருந்தது. அதில் சன்னஞ்சன்னமாக ஏறியது. நெஞ்சு ஏறியிறங்குவது தெரிவதாக இல்லை. வெளிர்நீலப் போர்வை கழுத்துவரை போர்த்தப்பட்டிருந்தது. அவன் நைந்தவனாகக் கிடந்தான்.

உள்ளே யாரையும் அனுமதிக்க மறுத்தார்கள். முஜம்மினின் தாதாவுடன் சிலர், டாக்டர்கள் பேசிக்கொண்டிருந்த அறைவாசலில் நிழலாய்த் தெரிந்தார்கள். முதல்கட்டத் தொகையாக ஒருலட்ச ரூபாயைக் கட்டியிருந்தார்கள். ஆளாளுக்கு கையில் பணம் வைத்திருந்தார்கள். அவர்களை வார்டு செகரெட்டரி ஓரமாக ஒதுங்கியிருக்கச் சொன்னான். வெளியே திரும்பிப் பார்த்த நெஃப்ராலஜிஸ்ட் டாக்டர் நாராயண் சத்யா, வார்டு செகரட்டரியை விரல்காட்டி அழைத்தார். "பேஷன்டோட அட்டெண்டர வரச் சொல்லு."

தாதாவும் அவருடன் இன்னும் இரண்டுபேரும் உள்ளே போனார்கள். சிலவேளைகளில் கூட்டத்தைத் தவிர்க்க முடியாது. ஆனாலும் அவர்கள்தானா என்று உறுதிபடுத்திக்கொண்டார். முஜம்மின் நிலைகுறித்து ஒரு வரைபடம்போல அவர்களிடம் விளக்கினார். "இன்டர்னல் ஆர்கன்ஸ் எல்லாமே சிவியரா டேமேஜ் ஆகிருக்கு. மோஸ்ட்லி ரப்சர்டு. போலீஸ் என்கொயரினு கேள்விப்பட்டோம். கேபிலரி முழுசுமே சிதைஞ்சு போயிருக்கு. அதுதான் ரத்தத்தை உடம்பு முழுசுக்கும் எடுத்துட்டுப்போற முடியவிட மெல்லிசான டியூப்கள். அதுமாதிரி இன்டர்னல் பாடில எல்லா இடத்துலயுமே ஹேமோர்ஹேஜ் இருக்கு. ஏலிமெண்ட்ரி ஏரியாவும் அபெக்டட். ஒவ்வொண்ணும் வேறவேற செக்ஷன். ஒரேநேரத்துல எதுவும் செய்றமாதிரி பேஷண்ட் ஹெல்த் கண்டிஷன் நல்லாப்படல. ஒவ்வொண்ணா செய்யலாம். இத உங்கக்கிட்ட சொல்லணும்னு தோணுச்சு."

நெஃப்ராலஜிஸ்ட் டாக்டர் நாராயண் சத்யாவின் கைகளைப் பிடித்து, "எப்டியாச்சும் காப்பாத்துங்க. எவ்வள செலவானாலும் பரவால்ல!" என்றுசொல்ல தாதா முயற்சிக்கவில்லை. வானத்தை நோக்கிக் கையேந்திவிட்டு, அவரைப் பார்த்துத் தலையாட்டினார். உறவினர்கள் அவரை, 'இந்தக்காலத்துலயும் நீதி, நேர்மை, தோலான் துருத்தின்னுக்கிட்டு' என்று கொத்தியெடுத்திருந்தார்கள். மனம் உலைந்துபோயிருந்தார். 'முஜம்மினை விசாரணைக்கு போலீசிடம் ஒப்படைத்திருக்கக் கூடாதோ!' என்று இப்போது தோன்றியது. போலீஸ் என்றால், 'உங்கள் நண்பன்' என்பதாக அவர் நினைத்திருந்தார். அப்படியான காலம் ஒன்று இருந்தது. தீச்சட்டி கோவிந்தன், பச்சைத்தண்ணி பாலு, நாராயணசாமி, மக்தூம் கான், பீட்டர் என்று திறமையான போலீஸ்காரர்கள் இருந்தார்கள். அதிகாரமும் அன்பும் அவர்களிடம் வெளிப்பட்டது. விசாரணையை வெளிப்படையாகச் செய்தார்கள். மற்றவர் உயிரை மதித்தார்கள். அவர் அதை அறிந்திருந்தார். அப்போது போலீஸ் நல்லது மட்டுமே செய்தது. அப்படித்தான் இப்போதும் இருக்கும் என்று அவர் நம்பினார்.

உறவுக்காரத் தம்பியொருவன் கதவருகே ஆபரேஷன் தியேட்டர் செக்யூரிடி அசந்திருந்தபோது, தீவிர சிகிச்சைப் பிரிவின் கண்ணாடி வழியாக உள்ளே பார்த்துக் கொண்டிருந்தான். ஒரு நர்ஸ் முஜம்மினுக்கு அருகிலேயே நின்றிருந்தாள். மானிட்டரில் ஓடும் மின்கோடுகளில் அவள் கண்கள் பதிந்திருந்தன. சீரான கோடுகளை மறந்துவிட்டதுபோல வண்ணக்கீறல்கள் ஒழுங்கற்ற

இசைக்கான நடனம் ஆடிக்கொண்டிருந்தன.

‘வம்பா இப்டி அனுப்பிவைப்பாங்களா தாதா?’ என்று பெரியவரிடம் கவலையாய்க் கேட்க நினைத்த அவன், ‘இப்படி நடக்குமென்று யாருக்குத் தெரியும்?’ என்பதாக மௌனமாக இருந்துவிட்டான். மறுபடியும் அவன் உள்ளே பார்த்தபோது, அந்த நர்ஸ் செயல்பாடுகளில் ஒரு வேகம், ஒரு பதற்றம் தெரிந்தது. லேசாக உடம்பை வளைத்து, முஜம்மின் காதருகே ரகசியம் சொல்பவள்போல எதையோ பார்த்தாள். காதிலிருந்து சிவப்புக் கம்பளிப்பூச்சி இறங்குவதுபோல ரத்தம் ஊறிக்கொண்டிருந்தது. அங்கிருந்து விலகி, அவசரமாகக் கண்ணாடிக் கதவைத் திறந்து, ஒரு பட்டாம்பூச்சிபோல பறந்து, நெஃப்ராலஜிஸ்ட் டாக்டர் நாராயண் சத்யாவிடம் ஓடினாள். “பேஷண்ட் காதுலருந்து ரத்தம் வருது சார்!”

அதை அந்த உறவுக்காரத் தம்பியும் கேட்டான். ‘காதுலருந்து ரத்தம் வந்தா லிவரும் லங்க்ஸும் பாதிக்கப்பட்டிருக்கும்’ என்று யாரோ, எப்போதோ சொன்னதைக் கேள்விப்பட்டிருக்கின்றான். ‘காது மூக்கு வழியா பிளட் லீக் ஆகுதுன்னா... ஒருவேளை முஜம்மின் செத்துவிடுவானோ?’ அவன் உடம்பு லேசாக அதிர்ந்தது. அங்கிருந்த மற்ற நாலைந்து இளைஞர்களிடம் அவன் பேசினான். அவர்கள் ஒன்று சேர்ந்தார்கள். செல்போனில் மற்ற நண்பர்களை அழைத்தார்கள்.

“இன்னொரு கஸ்டோடியல் டெத்த என்னோட லிமிட்ல பாக்கவைக்காம விடமாட்டீங்கபோல. இல்லையா மிஸ்டர். மணிமாறன்?” இன்ஸ்பெக்டர் மணிமாறனை —‘அய்யா’வைக் — காட்டிலும் டிஎஸ்பி மனோகரன் ஐந்துவயது இளையவர். ‘அய்யா’வை தன் அலுவலகத்துக்கு வரவழைத்து அதிகாரமாக, ஆனால் உட்காரவைத்துக் கேட்டார். ‘அய்யா’வுக்கு பதில் சொல்ல வாய் வரவில்லை.

“செய்றது செய்றீங்க. கொஞ்சம் ரெக்காடிகலா செஞ்சுட்டாதான் என்ன? அவசியத்துக்கு வேறமாதிரி ஹேண்டில் பண்ணிக்கலாம்ல. சிஎஸ்ஆரே போடலியாம்ல? வெள்ளைச்சாமி ‘ஸ்டைல்’ல அவனை விசாரிச்சுட்டு, தாங்கமாட்டான்னதும் எப்ஐஆர் எழுதுனீங்களாம். அன்னிக்குக் கேட்டப்ப ‘எவ்ரி திங்க் இஸ் ஸ்மூத்ன்னீங்க. உங்களுக்காகத்தான் டிபார்ட்மெண்ட கம்ப்யூடரைஸ் பண்ணிருக்காங்க. ஐஎஸ் ரிப்போர்ட் அந்தப் பையன் நிலமை

ரொம்ப மோசம்னு வந்துருக்கு தெரியுமா? நேத்து நைட் எஸ்பி பேசுனாரு. பையன் பொழைச்சுட்டா சமாளிக்கப் பாக்கலாம். இல்லாட்டி... கஷ்டம்தான்."

அப்போது கோரிக்கை முழக்கங்களுடன் ஊர்வல சத்தம் கொஞ்சம் கொஞ்சமாய் அதிகரித்தபடி அந்த இடத்தை நெருங்குவது தெரிந்தது.

முதல்தகவல் அறிக்கையை இனி கம்ப்யூட்டரில்தான் பதிவு செய்ய வேண்டும் என்று நிர்வாக அமைப்பு ரீதியாக, கருவிகள் எல்லாவற்றையும் இன்ஸ்டால் செய்து, அதை எப்படி இயக்குவது என்று சொல்லிக் கொடுத்துவிட்டுப் போயிருந்தார்கள். அது குறித்தப் பேச்சு, துறையில் முக்கிய ஒன்றாக இருந்தது. ஒரு கான்ஸ்டபிள், டிஎஸ்பி அலுவலக ரைட்டரிடம், "இனி புகார் குடுக்க வர்றவங்கக்கிட்ட கார்பன் வாங்கிட்டு வா. பேப்பர் வாங்கிட்டு வா'னு சொல்ல முடியாதா ஏட்டையா?" என்று கேட்டார். கார்பனையும் பேப்பரையும் வாங்கியக் கடையிலேயே திரும்பக் கொடுத்து கமிஷன் போக மீதக்காசு வாங்கிவரும் வேலை அவருக்கானது. இனி அந்தவேலை தனக்கில்லை என்ற சந்தோஷம் அவருக்கிருந்தது.

கேள்விகேட்ட அவரைப் பார்த்து ரைட்டர் ஏட்டையா 'கெக்கெக்கே' என்று வயிறு குலுங்கச் சிரித்தார். "டிபார்ட்மெண்ட் கம்ப்யூட்டர்மயமானா நமக்கென்ன... கால்குலேட்டர்மயமானா நமக்கென்ன? புகார்னு போலீஸ் டேஷனுக்கு ஒருத்தன் வந்தா, கலெக்ஷன்னு ஒண்ணு இருக்கும். கார்பனுக்கும் பேப்பருக்கும் பதிலா, பிரிண்டருக்கு இங்க் காட்ரிஜ்ட் வாங்கச் சொல்வோம். பவுடர் பில்லப் பண்ணனும்னு சொல்வோம். என்னா போலீஸ்யா நீ. சேந்து எத்தன வருஷம் ஆகுது. புள்ளைக்குட்டிய கரையேத்தணும்னு ஆசையில்லையா? வெளில என்னமோ சத்தம் கேக்குது, பாரு!"

'வக்காலி... அத எங்கே போய் திருப்பிக் குடுக்குறது?' வாசலுக்குச் சென்று ரோட்டை எட்டிப்பார்த்த கான்ஸ்டபிள் திரும்பி உள்ளேவந்து, டிஎஸ்பிக்கு சல்யூட் வைத்தார். "மம்மதியாபுரத்துக்காரங்க பெட்டிஷன் குடுக்க வந்துருக்காங்கய்யா!"

சம்பவம் நடந்த நிமிடத்திலிருந்து இப்படி நடக்குமென்று டிஎஸ்பி மனோகரனுக்கு உறுத்திக்கொண்டே இருந்தது. எதிரில் அமர்ந்திருக்கும் 'அய்யா'வின் முகத்தை, 'என்ன செய்யப்

போறீங்க?' என்பதுபோல பார்த்தார். அவரிடமிருந்து இதற்கும் பதில் வராததால், "ஏதோ ஒண்ணு சிவியரா போய்ட்டுருக்குதுனு மட்டும் தெரியுது!" என்றார்.

வாசலில் முழக்கங்களின் சத்தம் தெளிவாகக் கேட்டது. "காட்டுமிராண்டித்தனமாக நடந்துகொண்ட இன்ஸ்பெக்டர் மணிமாறனைக் கைதுசெய்! அப்பாவி முஸ்லீம் இளைஞர்களை வதைக்காதே!"

"அவங்கள உள்ளே அனுப்பு!" என்ற டிஎஸ்பி மனோகரன், கோரிக்கைக்கு இலக்காகியிருக்கும் இன்ஸ்பெக்டர் மணிமாறன் தன் முன்னால் இருப்பதை தவிப்பாக உணர்ந்தார். அசம்பாவிதம் ஏதும் நடப்பதை அவர் விரும்பவில்லை. "வேண்டாம். நானே வெளில வந்து அவங்கட்டப் பேசிட்டு வாங்குறேன்!" என்று எழுந்தார்.

இருபதுக்கும் மேலான இளைஞர்கள் அங்கே இருந்தார்கள். 'உள்ளே அனுமதிக்க மாட்டோம்' என்றெல்லாம் பேசாமல், டிஎஸ்பி அவர்களைச் சந்திக்க வெளியில் வந்ததில் இளைஞர்களுக்கு கொஞ்சம் சந்தோஷம். ஆனாலும் ஆளாளுக்குப் பேசினார்கள். அவர்களைக் கையமர்த்தியவர், "யாராச்சும் ஒருத்தர் பேசுங்க. நீங்க சொல்றதைக் கேக்குறதுக்கு எனக்கு ரெண்டு காதுதானே இருக்குது!" என்றார்.

அங்கே அமைதி நிலவியது. வந்திருப்பவர்கள் சார்பாகப் பேச சிராஜுதீனை அந்தக்கூட்டம் ஒத்துக்கொண்டது.

"விசாரிக்கணும்னு வீடு தேடிப்போன இன்ஸ்பெக்டர்ட்ட வெளியூர்லருந்த அவனை வரவழைச்சு ஒப்படைச்சு, ஒத்துழைச் சுருக்கோம். இத்தனைக்கும் அவனுக்கு அந்த விவகாரத்துல தொடர்பு இல்ல. உமன் மிஸ்ஸிங் கேஸ் வந்தா முறைப்படி எப்ஐஆர் போட்டு, அந்தப்பொண்ணத்தேடி விசாரிக்க வேண்டியதுதானே? அவ, இவந்தான் கடத்திட்டுப் போனான்னு சொன்னா, இவனைப் புடிச்சு விசாரிக்கலாம். அத விட்டுட்டு... இது என்னா சார் முறை? இதுக்கு முன்னாடியும் அப்பாவி முஸ்லீம் பையன சந்தேகக் கேஸ்ல பிடிச்சுப்போட்டு என்ன பாடுபடுத்துனீங்க?"

அவனது கேள்வியில் நியாயம் இருந்தது. முறையாக நடந்திருந்தால் இந்த அளவுக்குப் போயிருக்காது. காவல்துறையின் நடைமுறைகள் எப்படியிருக்க வேண்டும் என்பதுவரை துறையிலிருப்பவர்களைக்

காட்டிலும் துறைக்கு வெளியே இருப்பவர்களுக்கு நன்றாகத் தெரிந்திருக்கிறது. விசாரணை சித்ரவதைகள் குறித்து உச்சநீதிமன்ற நீதிபதிகள் பல்வேறு நிலைகளில் காவல்துறைக்குக் கண்டனம் தெரிவித்திருக்கின்றனர். சென்றவாரம்கூட இந்தியக்காவல் நிலையங் களில் போலீஸ் சித்ரவதைக் குறித்து வாஷிங்டன் போஸ்டில் ஒரு கட்டுரை வந்திருந்தது. முன்னைப்போல இப்போது நடந்து கொள்ளமுடியாது. ஆனாலும் டிஎஸ்பி மனோகரன் தனது துறையை விட்டுக்கொடுப்பவராக இல்லை. "ரைட். ரைட்! பெட்டிஷன்மேல என்ன ஆக்ஷன் எடுக்க முடியுமோ அதைநான் நிச்சயமா செய்வேன்!" என்றார்.

"சார்... நடவடிக்கைனா என்ன நடவடிக்கை எடுப்பீங்க? இந்த டிபார்ட்மென்டல் என்கொயரி... அது... இது... கண்துடைப்பா செய்வீங்களே... அப்டியா? எங்களுக்கு அந்த நடவடிக்கையெல்லாம் வேணாம் சார். இன்ஸ்பெக்டர் மணிமாறன்மேல குற்றவியல் நடைமுறைச் சட்டப்படி கேஸ் போடணும். கைது செய்யணும். கோர்ட்ல நிறுத்தணும். சும்மா கிலுக்கு ஆட்டிக்கிட்டு இருக்கக் கூடாது!"

அந்த இளைஞன் அமைதியாகப் பேசினாலும் அழுத்தமாகப் பேசினான். அவர்களை சமாதானப்படுத்துவது அத்தனை எளிதானது இல்லை என்பதை டிஎஸ்பி மனோகரன் அறிந்துகொண்டார். முடிந்தவரை குரலைக் குறைக்காமல், அதேவேளையில் நயந்துபேசி அனுப்பிவைப்பதிலேயே குறியாக இருந்தார். கூட்டத்தைத் திருப்பி அனுப்புவது அத்தனை எளிதாக இருக்கவில்லை.

திரும்பி உள்ளே வந்தபோது அவரது சீருடை, வியர்வையில் கொஞ்சம் ஈரமாகியிருந்தது. "இன்னிக்கு இளைஞர்கள் முன்னக்கிப்போல இல்ல. ஒரு புகார் மனுவை எப்படி விசாரிக்கணும்னு அவங்களுக்கு எல்லாமும் தெரிஞ்சுருக்கு. உங்கமேல சிஆர்பிசில கேஸ்போட்டு அரெஸ்ட் பண்ணணுமாம். என்ன செய்யலாம்?" புன்னகைத் தார், டிஎஸ்பி மனோகரன்.

11

கட்டையம்பட்டி ஜோசியன் கண்களை மூடிக்கொண்டு உருட்டிய பனிரெண்டு சோழிகளில் மூன்றுமட்டும் மல்லாந்திருந்தன. மற்றவை குப்புறக்கிடந்தன. சலிக்காமல் துப்புகேட்டு அலைந்த சங்கர நாதனைப் பெற்றவள், 'நல்லசெய்தி சொல்லணும் கருப்பா!' என்று மனதுக்குள் வேண்டிக்கொண்டாள். வரும்வழியில் அபலைப் பெண்களுக்கு அபயமளிக்கும் சிங்கம்மாள் கோவிலிலும் நின்று வேண்டிவிட்டுத்தான் வந்திருந்தாள்.

கண்திறந்த ஜோசியன் முகத்தில் புன்னகை இருந்தது. சங்கர நாதனைப் பெற்றவள் ஒரு வாரமாய்த் தொலைத்திருந்த அப்புன்னகை, இப்போது ஒட்டுமொத்தமாய் ஜோசியனிடம் இடம் மாறியிருந்தது. "ஒண்ணு... ரெண்டு... மூணு... நல்ல சேதிதான் வந்துருக்கு!" என்றான். அவனும் வடமேற்குத் திசையைத்தான் காட்டினான். "பாதகம் ஒண்ணும் ஆகலை. பத்ரமாத்தான் இருக்கு. பவுசான பொண்ணு அது!" தொடர்பு அலை கிடைக்காத சாதனம்போல வார்த்தைகள் கிடைக்காமல் நொடிநேரம் அமைதி காத்தான்.

அவனது அமைதியில் சங்கர நாதனைப் பெற்றவள் பதறிப்போனாள். "என்ன ஆச்சு?" அப்போது

ஜோசியம் கேட்க வந்த பெற்றோரிடமிருந்து விலகிய ஒரு குழந்தை அழுதது. சங்கர நாதனைப் பெற்றவள், தன் அருகிலிருந்த பேத்தி ரஞ்சனியை இழுத்து, "புள்ளைய தவிக்கவிட்டுப் போய்ட்டாளே!" என்று குமுறினாள்.

இப்போது ஜோசியன் அலைவரிசைக் கிடைத்ததுபோல செருமிக்கொண்டான். "இன்னும் மூணே நாள். பெறந்த மண்ணுல அவ இருப்பா!"

சங்கர நாதனைப் பெற்றவளுக்கு அதைக்கேட்க நம்பிக்கையாகத்தான் இருந்தது. மனதின் ஓரத்தில் விடிவெள்ளி முளைத்ததுபோல அவள் உதடுகளில் சிறுமின்னல். பேத்தியை இழுத்துக்கொண்டு கிளம்பினாள். வயிறு எரிந்தது. வாய் முணுமுணுத்தது. 'என்ன புள்ளைய பெத்து வெச்சுருக்கேன்? அவள வெச்சு வாழ இவனுக்குத் துப்பு இல்ல! என்ன பொம்பள அவ? இருந்து வாழ அவளுக்கு வக்கு இல்ல!'

கண்ணில் தட்டுப்படும் முகங்களெல்லாம் தன்வீட்டு விஷயத்தை அறிந்திருக்குமோ என்று குமைந்தாள். தன்னை இளக்காரமாகப் பார்க்கிறதோ என்று மனம் கசங்கினாள். முகத்தையும் நெஞ்சையும் நேராகவைத்துக்கொண்டு நடக்க முடியவில்லை.

ஸ்டேஷன் பக்கம் போவதற்கு கொட்டாம்பட்டி சுந்தருக்கு சங்கடமாக இருந்தது. சங்கர நாதனை மில்கேட் பக்கம் வரச்சொல்லி யிருந்தான். நாட்கள் கடந்து கொண்டிருப்பதைக் காட்டிலும், பிரச்சனை திசைமாறி சிக்கலை நோக்கிப் போய்க்கொண்டிருப்பதை அவர்கள் இருவராலுமே உணர முடிந்தது.

"சுந்தரு... இவுங்க தேடிப்புடிக்கிற மாதிரியில்ல. விசாரிக்கிறோம்னு ஒப்படைச்சவனை வங்கொலையா அடிச்சுருக்காங்க. எங்கூரு பண்ணை அடுத்த கட்டத்துக்குப் போகலாங்க்றாரு. கோர்ட்ல கேஸ்குடுத்தா ஆள தேடிப்புடிச்சுக் கொண்டாந்துருவாங்க ளாமே. அதை செய்வோம் சுந்தரு. வேற ஏதும் நடந்துரும்னு பயமாருக்கு!" யாரைப் பார்த்தாலும் ஒருவிதமாய் அவனுக்கு உடம்பு பதறியது.

கொட்டாம்பட்டி சுந்தரும் லேசான கலக்கத்தில்தான் இருந்தான். விசாரணை என்று வரும்போது நிச்சயமாக தன்னை அழைப்பார்கள் என்று பயந்திருந்தான். பழைய கதைகளையெல்லாம்

எஸ். அர்ஷியா

கிளறுவார்கள். நாறும். "ஆமாடா சங்கரு. இன்ஸ் நல்ல ஆளு தான்டா. ஆனா இப்டி விசாரிப்பாருனு எதிர்பாக்கல. கோர்ட்ல கேஸ் குடுத்துருவோமா? மதுரைல நல்ல வக்கிலுங்க நாலஞ்சுபேரு இருக்காங்க. லஜபதிராய், ஷாஜி செல்லப்பானு. நல்லா கேஸ் பாப்பாங்க. முத்துமோகன்னுகூட ஒரு வக்கில் நமக்குத் தெரிஞ்சவரு இருக்காரு. ராபர்ட் பினய்னு அண்ணந்தம்பிக ரெண்டுபேரு இதுமாதிரி கேஸ்கள நல்லா பாக்குறாங்களாம். நல்ல வக்கிலா பாத்துக் குடுக்கணும். வெளவா கோட் போட்டு வாய்பாக்குற ஆள்ட்ட குடுத்து, இழுத்துக்கிட்டு கெடக்கக்கூடாது. சாய்ந்தரம் போகலாம்!"

ஓஎஸ். எஸ்ஐ., 'நெடுமரம்' கணேசன் எதேச்சையாக அந்தப்பக்கம் வந்திருந்தார். அவர்களிருவரையும் கண்டதும் "என்ன மீட்டிங் பாய்ண்ட்ட மாத்திட்டீங்களாக்கும்?" என்று டீக்கு ஆடர் பண்ணினார்.

"பாய்ண்ட்ட எங்க மாத்துனாலும் நீங்க கண்டுபுடிச்சுருவீங்களே ஏட்டையா!"

"அப்பறம் ஐஎஸ்ன்னா சும்மாவா?"

"அப்ப இவம்பொண்டாட்டி எங்கேருக்கானு கண்டுபுடிக்கலையே ஏட்டையா!"

"யார் சொன்னா கண்டுபுடிக்கலனு? எஸ்பி., இந்த 'இன்ஸ்'மேல ஏக காண்டா இருக்காரு. ஸ்பெஷலா ஒரு டீம்போட்டு, அந்த டீம் கிட்டடத்தட்ட அவ இருக்குற எடத்தை நெருங்கிருச்சுல்ல!"

அவர்கள் பேசிக்கொண்டிருந்ததை பக்கத்தில் உட்கார்ந்திருந்த ஒரு அழுக்கு ஆசாமி கேட்டுக்கொண்டிருந்தான். தாடியும் மீசையும் அழுக்குச் சட்டையும் வேட்டியுமாக இருந்தான். அவன் கண்கள் சங்கர நாதன் மீது இருந்தன. என்ன நினைத்தானோ அந்த ஆசாமி திடீரென்று எழுந்து அவர்களை நெருங்கிவந்தான். நாற்றமெல்லாம் அடிக்கவில்லை. 'சட்'டென்று சங்கர நாதனின் தாடையைப் பிடித்து வருடி, "அவ இனி ஒனக்கு இல்ல!" என்றான். மூன்றுபேரும் அதிர்ந்துபோய் நின்றிருந்த நொடிகளில் அவன், நாலே எட்டில் முக்குரோட்டைக் கடந்துபோயிருந்தான்.

சொக்கியூர் சந்தனராஜாவின் அழைப்பு ஓஎஸ். எஸ்ஐ., 'நெடுமரம்' கணேசனுக்கு வந்துகொண்டே இருந்தது.

பவிஷ் அப்பாரல்ஸ் எக்ஸ்போர்ட்ஸ் நிறுவனத்தை, 'இது, துணி தைக்கிற இடம்மாதிரி தெரியலியே!' என்று பவளம் அண்ணாந்து பார்த்தாள். சினிமாக்களில் வரும் ஹோட்டல்போல இருந்தது, அந்த இடம். பஸ் ஸ்டாண்டிலும் டீக்கடைகளிலும் இரண்டுமூன்று பேரிடமும் வழிகேட்டு விசாரித்து, சரியான இடத்துக்கு வந்தபின்பும் அவளுக்கு சந்தேகம் போகவில்லை.

அதுபோல பட்டயங்கள், முன்னனுபவ சான்றிதழ்கள் ஏதும் அவளிடமில்லாததால் நிறுவனமும் அத்தனைச் சீக்கிரம் அவளைத் தையல்காரியாக நம்பவில்லை. நான்கு பீஸ்களைத் தைக்கச் சொல்லி திருப்தியானதும்தான் அடுத்த கட்டிடத்துக்கே அனுப்பினார்கள்.

திறமையிருந்தால் பிழைத்துக்கொள்ளலாம் என்பதெல்லாம் நடைமுறையில் சாத்தியமில்லை. அதிர்ஷ்டமும் இருக்கவேண்டும். வேலை கிடைப்பது பெங்களூருவில் அத்தனை எளிதாக இருக்கவில்லை. மிஷின்களே காஜா எடுத்தன. பட்டன் வைத்தன. ஓரம் அடித்தன. தப்பித்து வரும் ஓரிரண்டு பிசிறுகளை வெட்டி, மடித்து, அட்டைப் பெட்டியில் அடுக்கும் வேலைக்குத்தான் 'ஆட்கள் தேவை' அட்டைகளும் சுவரொட்டிகளும் அறிவித்தன. சாயம் ஏற்றவும் பிளீச்சிங் செய்யவும்தான் ஆள் தேவை அதிகமாக இருந்தது. மூன்றுநாட்களில் ஆறு நிறுவனங்கள் ஏறியிறங்கியிருந்தாள். தையல் தொழிலில் நுட்பமாகத் தைக்கும் ஏழெட்டு வருஷ அனுபவம் அங்கே கை கொடுக்கவில்லை. உடனடியாக வேலை கிடைக்காமல் தான் அலைக்கழிக்கப்பட்டதையும் நினைத்ததற்கு மாறாக, எல்லாமே நடந்துவருவதையும் தன் நிழல் தன்னிலிருந்து பிரிவதாக முதல்முதலாக பவளம் உணர்ந்தாள்.

குழந்தை ரஞ்சனியின் நினைப்பு மூச்சின்வழியாக உயிர்த்தாலும், அவளையும் தூக்கிக்கொண்டு வந்திருந்தால், பாடு இன்னும் அதிகமாகியிருக்கும் என்று கிளம்பும்போதே எண்ணினாள். அது, தனது போக்குக்குத் தடையாக இருக்கும் என்ற நினைப்பும் இருந்தது. அது சரியென்றே பட்டது. ஆரம்பத்திலிருந்து குழந்தை ரஞ்சனியை பாட்டியும் சங்கர நாதனும் கண்ணாக பார்த்துக்கொண்டது அவளுக்குத் தோதாகப் போய்விட்டது.

எல்லாம் தனக்கு சாதகமாக நடக்கும் என்று முஜம்மினைத் தேடிப்புறப்பட்டு வந்தது மடத்தனம் என்று, சூடுபட்ட பின்னால் இப்போது புரிந்திருந்தது. அன்று வேலைக்கு கம்பெனிக்குள்

நுழைந்தபோது, வெளியே புறப்பட்டுச்சென்ற முஜம்மினை தற்செயலாகப் பார்த்திருக்காவிட்டால், 'ஒருவேளை கிளம்பிவந்திருக்க மாட்டோமோ?' என்றும் எண்ணினாள். வாழ்க்கை தற்செயல்களால் ஆனது. அது சிலவேளைகளில் இன்பத்தையும் பலவேளைகளில் துன்பத்தையும் கொடுப்பதாக இருந்தது. ஆனாலும் எத்தனை நாட்களுக்குத்தான் மனம் ஒப்பாமல் மாமாவுக்கு மனைவியாக இருப்பது? அவர் தொடும்போது, கணவன் என்று மனம் கிளர்ச்சியடைய வேண்டாமா? உடல் கிளர்ந்து தரவேண்டாமா? மண்ணாங்கட்டி வாழ்க்கை. ரஞ்சனி பிறந்ததுகூட விபத்துதான். தம்பிக்குக் கட்டிவைப்பதில் ஒத்தைக்காலில் நின்ற அம்மா மீது இன்னும் பவளத்துக்குக் கோபம் வடியவில்லை. ஒரு நிமிடமென்றாலும் உடன்பட்டு வாழவேண்டாமா!

ஏதோவொன்றைத் தேடுவதுபோல, முதல்முதலாய் எல்லாவற்றையும் அம்மாவின் தம்பியே கலைத்தான். ஒரு ஒப்பு இல்லை. ஒரு புன்னகை இல்லை. முகத்தில் சிரிப்புகூட இல்லை. காணாததைக் கண்டுவிட்ட முதலைபோல, 'இதற்குத்தானே காத்திருந்தேன்' என்பதாக உடம்பைக் கவ்வினான். இரையாய்க் குதறினான். அவ்வளவுதான். தொடக்கமும் முடிவும் காலவெளியில் இல்லை. அதற்கே களைத்துப்போய் தூங்கிவிட்டான். மறுநாள் விடிகாலையில், "என்னைப் பிடிச்சுருக்கா?" என்று கேட்டான்.

பகலாகாத இரவு முழுவதும் தூக்கமில்லாமலும் சோளப்பொறியைத் தூவிய பசி உடம்புமுழுவதும் அனர்த்த இச்சலாத்தியில் விழித்துக்கிடந்தவளுக்கு, 'பிடிக்கலைனு சொன்னா இப்ப என்ன செய்வான்?' என்ற கற்பனைகூட அப்போது வந்தது. இந்தக் கேள்வியை தாலிகட்டுவதற்கு முதல்நிமிடத்தில்கூட கேட்டிருக்கலாம். உள்ளுக்குள் நரகலையும் வெளியில் நறுமணத்தையும் பூசிக்கொண்டிருந்தாள். தன்னுடன் வேலைசெய்யும் முத்துலட்சுமிகூட, "வர்றான்கா... இந்த காஜா மிஷின் ஓடறமாதிரி 'டகடகட'ன்னு என்னமோ செய்றான்கா. அப்பறம் அவன் தூங்கிர்றான். நான்தான் விடிய விடிய முழிச்சுக்கிட்டே கெடப்பேன். ஒருநாள்கூட சந்தோஷமா புள்ளேனு அவன் கேட்டதே இல்லக்கா!" சொல்லும்போது கண்களில் கண்ணீர் கரைகட்டியிருந்தது. 'இப்படித்தான் எல்லா பெண்களும் இருக்கிறார்களோ?' என்று தன்னைத்தானே கேட்டுக் கொண்டாள். அவளுக்குள் இந்தக்கேள்வி நிரந்தரமாக இருந்தது. அதுதான் அவளை இயக்கிக் கொண்டிருந்தது.

கம்பெனியிலிருந்து வெளியேபோன முஜம்மின் தன்னைப்

பார்த்திருந்தால், நிச்சயமாக நின்று, தன்னுடன் பேசியிருப்பான் என்று கருதினாள். 'உங்களோட வந்துர்றேன்' என்று சொன்னதும் தன்னைக் கையோடு அணைத்துக்கொண்டு போய்விடுவான் என்றும் நம்பினாள். அத்தனைத் திமிரான காதலாக, கொம்பு மீது பற்றிப்படரும் கொடி தன் வாழ்வு என்று கற்பனை செய்திருந்தாள். அது நிஜமாகும் தருணம் இது என்று பரபரத்தாள். 'இப்போது எதற்கு கம்பெனிக்கு வந்தான்? எங்கே அவன் வேலை செய்கிறான்?' என்ற தகவல்களை பேச்சுவாக்கில் அவள் சேகரித்துவிட்டிருந்தாள். அவன் கொடுத்துவிட்டுப் போயிருந்த முகவரி அட்டையை கம்பெனியிலிருந்துக் கைப்பற்றியது, தனது சாதுர்யம் என்று தன்னை மெச்சிக்கொண்டாள். அவன் இன்றிரவே திருப்பூருக்குப் போய்விடுவான் என்ற கூடுதல் தகவலும் அவளுக்கு தற்செயலாய்க் கிடைத்தது.

உள்ளே போய்விட்டால் வெளியே வரமுடியாத சூழல். அதனால் கம்பெனியில் வேலை முடியும்வரை இயல்பாகக் கழித்தாள். அன்றைய நாள் நிதானமாக இருந்தது. வகுத்திருக்கும் திட்டம் யாருக்கும் தெரிந்துவிடக்கூடாது என்பதில் அதிக அக்கறையாக இருந்தாள். வேலைமுடிந்து வெளியே வந்தவள், வழக்கமாக பஸ் ஏறும் நிறுத்தம்வரை வந்தாள். காலையிலிருந்து உத்வேகம் பெற்றிருந்த முஜம்மின் மீதான உந்துதல் ஆட்டிப் படைத்தது. உச்சநிலையில் எதிர்ப்புறம் போய் மாட்டுத்தாவணிக்கு பஸ் ஏறினாள். அங்கிருந்து ஆரப்பளையம் போய், பஸ்பிடித்து திருப்பூரில் இறங்கினாள். விடிவதற்கு நேரம் கடத்தியபோது, ஊரில் என்ன நடந்துகொண்டிருக்கும் என்று யோசிக்கவும் செய்தாள். மனசு ஏதும் கிலேசப்படுவதாக இருக்கவில்லை. நகரம் இயங்கத் தொடங்கியபோது அவன் வேலைசெய்யும் இடத்தை ஒரேநோக்கத்தில் தேடுவது அத்தனை சிரமமாக இருக்கவில்லை. புது டவுனிலேயே அந்த நிறுவனம் இருந்தது. பெயரைச் சொன்னவுடன் ரிசப்ஷனில் உட்காரச் சொன்னார்கள்.

நிமிடங்களில் முஜம்மின் அங்கே வந்தான். ஆச்சரியமும் சந்தேகமுமாக தூசி படிந்திருக்கும் சிலையான அவளைப் பார்த்தான்.

தன்னைக் கண்டதும் 'ஹாய்... பவளம்' என்று புன்னகைப்பான். கைப்பிடித்துக் கொள்வான். சூழலைப் பொறுத்து, 'வந்துட்டியா!' என்று அணைத்துக் கொள்வான் என்ற அவள் நினைப்புக்கு மாறாக, "உங்கள யாருனு தெரியலியே!" என்றான். அவளது

காதல் குமிழிகள் உருப்பெறாமலேயே உடைபட்டு வண்ணங்கள் காற்றுடன் மறைந்தன.

ஆனாலும் பவளம், ஆரம்பத்திலிருந்து எல்லாவற்றையும் கண்கள் விரியவிரியச் சொன்னாள். "எனக்கு நினைவில்லையே!" என்றான். தான் காதலித்ததையும் இப்போதும் தான் காதலிப்பதையும் சொன்னாள். அதற்கு மேலூர் கம்பெனியில் பல தடவை அவன் அவளுடன் சிரித்துப்பேசிய சம்பவங்களை நினைவூட்டினாள். "என்னிய நீங்க கூப்டுவெச்சுப் பேசுவீங்க. ஒருதடவை உங்க பர்த்டேக்கு நான் மியூசிக் கிரிட்டிங் கார்ட் கிஃப்ட் குடுத்தேன். 'மதுரைலயா போய் வாங்குனீங்க?'னு ஆச்சரியப்பட்டு, 'லவ்லின் னீங்க!' அப்ப என்மேல லவ்ன்னுதானே அர்த்தம்? அப்பவே உங்களோட சேந்துவாழணும்னு எனக்குள்ள பதிஞ்சு போச்சு. உங்கக்கிட்ட சொல்ல முடியாம ரொம்ப நாளா தவிச்சேன். சொல்றதுக்கான காலம் வரட்டும்னு உங்களோட மானசீகமா வாழ்ந்துகிட்டே இருந்தேன். ஆனா ஒருநாள் நீங்க, திடீர்னு வேலைலருந்து நின்னுட்டீங்க. யார்ட்ட, எப்டி கேக்குறதுனு தெரியல. ஆனா எம்மனசுல இருந்த உங்கக்கூடதான் என் வாழ்க்கை நடந்தது. உங்கக்கூட வாழுற மாதிரி கவிதையெல்லாம் எழுதியெழுதி நாட்களை கடத்துனேன். எம்மனச அப்டியே படமா வரைஞ்சா, அது உங்க முகமா இருந்துச்சு. அத உங்கக்கிட்ட காட்டி சந்தோஷத்தை பகிரணும்னு நெனச்சேன். எல்லாம் வீட்டுல இருக்கு. உங்கள திடீர்னு பாத்துட்டேனா, நீங்க திருப்பூர் கௌம்புறதா கேள்விப்பட்டதும் நான் எங்கே இருக்கணும்னு நெனைச்சேனோ அங்கே வந்துட்டேன்!"

அவள்பேசுவது அவனுக்கு அதிர்ச்சியாகவும் குழப்பமாகவும் இருந்தது. ஒருவேளை அவள் பைத்தியமோ என்றும் உற்றுப்பார்த்தான். 'திருமணமான ஒருபெண் கணவனையும் குழந்தையையும் விட்டுவிட்டு வந்து, யாரோ ஒரு அன்னியனுடன் இப்படிப் பேசுவாளா?' என்று அதிர்ந்துபோனான். பிறகு, மெதுவாகச் சொன்னான். "வேலைவிஷயமா நான் உங்கக்கிட்ட பலமுறை பேசியிருக்கலாம். சந்தர்ப்பத்துல சிரிச்சும் பேசிருக்கலாம். யார்ட்டயும் கோபப்படுறது என் சுபாவமில்லை. ஆனா அதைக் காரணமா வெச்சு, நான் உங்களை விரும்பறேன்னு நீங்க நினைச்சுக்கிட்டது எப்டினு தான் எனக்குப் புரியல. ஒருமுறைக்கூட நான் அனாவசியமாப் பேசியிருக்க மாட்டேன். இந்த நிலைல நீங்க இப்டிப்பேசுறது எனக்கு ஆச்சரியமா மட்டுமில்ல. பயம்மாவும் இருக்கு. என்னோட பிறந்தநாளுக்கு கிஃப்ட் குடுத்தது நீங்க சொன்னபின்னால நினைவு

வருது. அப்டி பரிசு குடுக்குறது வழக்கம்தான். பரிசப்பாத்து நான் லவ்லின்னத நீங்க காதல்னு எடுத்துக்கிட்டது ஆச்சரியமாருக்கு. எனக்கு மனைவி, புள்ளை இருக்காங்க. நான் அவங்களோட சந்தோஷமா இருக்கேன். நீங்க தப்பான முடிவுக்கும் தப்பான இடத்துக்கும் வந்துட்டீங்க. பேசாம ஊருக்குப் போயிருங்க. அதுதான் நல்லது." அவன் எழுந்து கொண்டான். திரும்பிப் பார்க்காமல் உள்ளே போய்விட்டான்.

சிரித்துப் பேசுவதோ இணக்கமாக நடந்துகொள்வதோ காதலில்லை என்பதை பவளத்தால் இன்னும் பிரித்துப் பார்க்க முடியவில்லை. முஜம்மின் தன்னைக் காதலிக்கிறான் என்றே இந்த நொடிவரையில் உருகிக்கொண்டிருக்கிறாள். உருவத்தில் ஒவ்வாது போய்விட்ட சங்கர நாதனின் அருகாமையை எண்ணும்போதே குமட்டிக்கொண்டு வந்தது. காரணம் தெரியவில்லை. எதற்கும் காரணங்கள் இருக்கவேண்டும் என்ற அவசியமுமில்லை. மனதுக்குப் பிடித்த உருவத்துக்குச் சொந்தக்காரன் நமக்குச் சொந்தமில்லை என்றானபோது லேசாக விதிர்த்துப்போனாள்.

உள்ளே போய்விட்டவனின் நிழல் கரைந்துகொண்டிருந்தது. தனது அழகு, அது தந்திருந்த பிரமை, மிதந்துகொண்டிருந்த கர்வம் எல்லாமே அந்தநொடியில் தொலைந்து போனதை அவளால் உணர முடிந்தது. பிரம்மாண்டமான அந்தக் கட்டிடத்திலிருந்து வெளியே வந்து, அவள் திரும்பி நின்றுப்பார்த்தாள். 'மடமட'வென்று இடிந்து சரிவதாக எண்ணிச் சிரித்துக்கொண்டாள். இனி எங்கே போவது? ஊருக்கு... ஊர் சிரிக்குமே! அங்கே, மாமாவுடன் எப்படி மறுபடியும் வாழ்க்கையைத் தொடர்வது? வேலைத் தேடி இங்கே இருந்துவிட்டால்? இனி அவனிருக்கும் ஊரில் இருக்கக் கூடாது. வேறு என்ன செய்யலாம்?

தனித்திருக்கும் அவளை பல கண்கள் அணுகின. நாளொன்றுக்கு வேலைதேடி ஆயிரம்பேர் வந்திறங்கும் ஊர். ஆயிரம்பேர் வேலைபிடிக்காமல் திரும்பிப்போகும் ஊர். இடைப்பட்ட நிலையை பயன்படுத்தி, இதுபோன்ற நகரங்களில் இதற்காகவே அலையும் பல கூட்டங்கள். எப்படியும் பயன்படுத்தி லாபம் பார்க்க முனையும். தனியே நின்றிருந்த அவளை நெருங்கிய ஒருவன், "வர்றியா?" என்றுகூட கேட்டான். ஒரு இடம் நிரந்தர மாகும்வரை தனியாக எதையும் அதுவும் பக்கபலமற்றப் பெண்ணால் செய்யமுடியாது என்பதை அவளால் உணர முடிந்தது. அருகில் யாரேனும் வந்துநின்று உசாவுவதை உணர்ந்து, செல்போனில்

பேசுவதுபோல பாவனை செய்தாள். அப்போது, போனில் ஒரு முறை ராங்காலாக வந்து, அவ்வப்போது பேசிய ஒருவனின் எண், பெயர், ஊர் அவள் செல்போனில் பதிவாகியிருந்தது நினைவில் வந்தது. பெங்களூரு வந்து அவன் தயவில் தங்கி, இந்த மூன்றுநாட்களை 'அந்த மூன்றுநாட்கள்' என்று சொல்லி, அவனைத் தவிர்த்தாகிவிட்டது. நாலாவது நாள் அவன் வாலை நிமிர்த்துவான் என்பது நிச்சயம். பேச்சு அப்படியாகத்தான் இருந்தது. அதற்குள் வேலைதேடி, தங்குவதற்கும் ஏதேனும் இடத்தை உறுதிபடுத்திக் கொள்ளவேண்டும் என்று தவித்தாள். வீட்டின் அருமை புரிந்தது. தனியொரு மனிதனுக்கு உணவில்லையென்றால் ஜகத்தினை அழித்திடுவோம் என்று மிரட்டிய கவிஞர் இப்போது இருந்திருந்தால், அதை தனியொரு மனிதனுக்கு இடமில்லை யென்றால் என்று மாற்றியிருப்பார்.

அடுத்தக் கட்டிடத்துக்கு பவளம் தைத்த பீஸ்களுடன் அழைத்துப்போயிருந்த சூப்ரவைசர் பெண், முகத்தில் சிரிப்புடன் வந்தாள். அவளை "ரொம்ப யோசனையோ?" என்ற கேள்வியுடன் தோளைத்தொட்டு எழுப்பினாள். "உங்கள வேலைக்கு எடுத்துக்கிட்டாங்க. மத்ததெல்லாம் அந்த மூணாவது சீட்ல இருக்குற மேனேஜர் மேடம் பேசுவாங்க. திறமையக் காட்டுனா நிச்சயம்மேல வரலாம்" என்றாள்.

அவளிடம், "மேடம் ஒரு சின்ன உதவி!" என்றாள்.

"என்ன, பாத்ரூம் போகணுமா?"

"இல்ல... நான் மதுரைக்குப் பக்கத்துல. இங்கே சொந்தக்காரங்கனு யாரும் இல்ல. தங்குறதுக்கு ஹாஸ்டலோ இல்லாட்டி பேயிங் கெஸ்ட் வீடோ பாக்கணும்!"

அவள் புன்னகைத்தாள். "அவ்ளதானே! இந்த ஊரே ஒரு மேனேஜ்மெண்ட் ஊரு. எத்தனைப்பேரு வெளிலப் போனாலும் கவலைப்படாது. எத்தனைப்பேரு உள்ளே வந்தாலும் சந்தோஷப்படாது. நான் தங்கிருக்குற ஹாஸ்டல்ல என் ரூம்லயே ஒரு இடம் இருக்குது. சாயங்காலம் போகலாம். இப்ப அவங்களைப் பாருங்க!"

எதிலிருந்தோ தப்பித்தது போலானதொரு ஆசுவாசம் பவளத்திடம் புகுந்தது. அன்றுமாலை வேலைமுடிந்து சூப்ரவைசர் பெண், "ஹாஸ்டல் பக்கத்துலதான். பேசிட்டே போயிறலாம்" என்று அழைத்துப் போகும்போது, வழியில் இருந்த வண்டிக்கடையில்

அவள் வடை வாங்கினாள். அவன் காகிதத்தில் மடித்துக் கொடுத்தான். பவளத்துக்கும் ஒருசெட் வாங்கிக் கொடுத்தாள். அதை அவள் வாங்க மறுத்தாள்.

“பரவால்ல... சும்மா வெச்சுக்க.” நெருக்கம் காட்டினாள். நானும் தமிழ்நாட்டுக்காரிதான். தர்மபுரி. உன்னய மாதிரித்தான் பேச்சுத் தொணைக்கிக்கூட ஆளில்லாம இருந்தேன். இப்ப ஆறு வருஷமாகுது. இங்கே பாதிக்கும்மேல நம்ம ஆளுகதான்.”

முதலில் வேண்டாம் என்று மறுத்த பவளம், வடை மடிக்கப்பட்டிருந்த காகிதத்தைப் பார்த்ததும் குரங்கு பறிப்பதைப்போல அவளிடமிருந்து பிடுங்கிக்கொண்டாள். உடனே அதை தனது பைக்குள் வைத்துவிட்டாள். பவளத்தின் செய்கை சூப்ரவைசர் பெண்ணுக்கு, ‘ஏன் இப்படி நடந்துகொள்கிறாள்?’ என்று ஆச்சரியமாக இருந்தது. பவளத்தின் முகத்தில் ஒரு பதைபதைப்பு இருந்தது.

அவள் நடந்துகொண்டே வடையை தின்னத் தொடங்கினாள். “திங்கிறதுக்குத்தானே வாங்கிருக்கோம். நீ பத்திரமா பைல வெச்சுக்கிட்ட. வெளில எடு. சாப்புடு!”

வடை சுற்றியிருந்த காகிதம் பையின் உள்ளேயே இருக்கும்படி நைசாக வடைகளை மட்டும் வெளியில் எடுத்த பவளம், அவளுடன் சேர்ந்து சாப்பிட்டாள். “அந்தக் காயிதம் எண்ணெயா இருக்கும். டிரஸ்ல பட்டுறப்போவுது!”

சூப்ரவைசர் பெண்ணின் அறிமுகத்தில் ஹாஸ்டலில் அவளைச் சேர்த்துக்கொண்டார்கள். “என்னமோ போப்பா... நீ ரொம்ப பதற்றத்துல இருக்கனு மட்டும் தெரியுது. எதுக்குப் பதறுறனு தெரியல. நான் குளிச்சுட்டு வந்துர்றேன்!” அவள் உள்ளே போனாள்.

அதை உறுதிசெய்துகொண்ட பவளம் தன் படம் அச்சிடப்பட்டிருந்த அந்த காகிதத்தை வெளியில் எடுத்தாள். சீனியர் அகடன் தமிழ்ப் பத்திரிகையின் தாள் அது. மேலூர் இன்ஸ்பெக்டர் மணிமாறன் சம்பந்தப்பட்ட செய்தியில், காணாமல் போன பவளம் என்ற குறிப்புடன் அவள் படம் அதிலிருந்தது. அவசர அவசரமாக அதிலிருந்த செய்தியைப் படித்தாள். பின்பக்கம் திருப்பினால், வேறு செய்தி இருந்தது. அவளுக்கு ‘குப்’பென்று வியர்த்தது. காணாமல் போய்விட்ட தன்னைத் தேடுவார்கள் என்று அவள் எதிர்பார்த்திருந்தாள். ஆனால் முஜம்மினை விசாரித்து, அடித்து

துவைத்த செய்தி அதிலிருந்ததைக் கண்டு அதிர்ந்துபோய்விட்டாள். சொக்கியூர் சந்தனராஜா விலாவரியாக எழுதியிருப்பான்போல. பாதி தகவல்தான் அதில் இருந்தது. நிச்சயம் இது போலீஸ் கேஸாகியிருக்கும். 'தன்னைத்தேடி வந்துவிடுவார்களோ?' என்று பயந்தாள்.

'அது எப்படி? நான்தான் யாரும் பின்தொடர முடியாதபடிக்கு பெங்களூருவுக்கு வந்துவிட்டேனே. சிம்கார்டைக்கூட மாமா போன் அடித்த மறுநிமிடமே கழற்றி வீசிவிட்டேனே. இப்போது போட்டிருப்பது பெங்களூருவில் உபகாரம் செய்ய வந்தவனின் சிம் கார்டு ஆயிற்றே! எப்படி கண்டுபிடிப்பார்கள்?' தன்னைத்தானே சமாதானம் செய்துகொண்டாள். தப்பு செய்யும்போதுதான் மூளை எத்தனை அழகாக வேலை செய்கிறது?

சூப்ரவைசர் பெண் குளித்துவிட்டு வெளியில் வருவதற்குக் கதவைத் திறந்தபோது, ஒருகையில் தின்னாத வடைகளும் இன்னொரு கையில் அது சுற்றிவந்த காகிதமும் பவளத்தின் கையில் இருந்தது.

"என்னாப்பா நீ லூசா? வடையத் திங்காம கைலயே வெச்சுருக்க. சரி, வடை சுத்திவந்தக் காயிதத்துல அப்டி என்னதான்ருக்கு?" அதைப் பறித்துப்பார்க்க அவள் முன்வந்தபோது, வடை மடித்துவந்த அந்தக்காகிதத்தை, கசக்கிய பவளம் சன்னல் வழியாகத் தூக்கியெறிந்தாள். பக்கத்து மைதானத்தில் போய்விழுந்த அது, பந்துபோல உருண்டது. "உன்னோட காமடிப்பா. நீ பக்கத்துலருந்தா நல்லா பொழுதுபோகும்போல!"

அதை அவள் கண்டுகொள்பவளாக இல்லை. கனவுக்குள் புகுந்தாள். கனவு ஆற்றுக்குள் கவிதைப் பந்தொன்று மிதந்துவந்தது.

அந்தி செவந்து ஆறெல்லாம் கலந்தோட
கள்ளி உன் கை கோத்து
காதலோட நின்னப்ப
கால் நனச்ச தண்ணி
சில்லுன்னு சிரசேற
செலயாத்தான் ஆனோமே!
சித்தஞ் சீவனேற
மூச்செல்லாம் வேகுறப்ப

உள்ளங்கெறங்க

ஒரு முத்தங்கொடுத்து

உசுரோட கொன்னுபுட்ட!

என்ன நீ

உசுரோட கொன்னுபுட்ட!

தன்னைக் கண்டதும் புன்முறுவலுடன் ஓடிவரும் முஜம்மின் நெஞ்சு சாய்த்து, இப்படிப் பாட வேண்டுமென்று பஸ் பயணத்தில் பவளம் நினைத்துக்கொண்டே வந்திருந்தாள்.

ஆனால், அவளைப் பார்த்த அவன் ஒரு புன்முறுவல்கூட பூக்கவில்லை. தன்னைத் தேடி வந்திருப்பது ஒரு பெண்ணா என்று ஆச்சரியமும் குழப்பமுமாகத்தான் பார்த்தான். “உங்கள யாருனு தெரியலியே!” என்றான்.

அந்தத்துயர நொடிகளின்வழியே, தான் இன்னும் உயிருடன் இருப்பதை எண்ணி பவளம் ஆச்சரியப்பட்டாள். அவனுக்காக அவள் எப்போதோ எழுதியக் கவிதை இப்போது நினைவுக்கு வந்து தொலைத்தது.

உலகத்தின் கடைசிநாள்

இன்றுதானோ என்பதுபோல்

பேசிப்பேசி தீர்த்தப்பின்னும்

ஏதோ ஒன்று குறைகிறதே...

(நன்றி: தமிழ் அரசி)

அவன் அடையாளம் கண்டு, ‘பவளம், வந்துட்டியா!’ என்று அணைத்திருந்தால் இந்த நொடி என்னவாக இருந்திருக்கும் என, கற்பனை செய்யவும் முடிந்தது, அவளால். லேசாக தலையை உலுப்பிக்கொண்டாள்.

கோர்க்காத

தாளாய் இனி அலையாது

மனம்.

நூலெடுத்து தைத்துவிட்டேன்.

விந்தைகளென எதுவுமில்லை

இந்தப் பெருவாழ்வென்பது

ஆசைகள் நிறைந்த
சூன்யம் என்பதை அறிந்தபின்
வெற்றுத்தாளாய்
இருந்திட மனமில்லை.
ஏதேனும்
எழுதி வைக்கிறேன்
எவரும் எழுதிடாவண்ணம்!
(நன்றி: தமிழ் அரசி)

அவள் கனவைக் கலைப்பதுபோல செல்போன் அழைத்தது. பெங்களூருவுக்கு வந்ததும் மூன்றுநாட்களாய் தங்க அபயம் கொடுத்தவன். ஊரிலில்லாத மனைவியின் ஆடைகளையும் உணவையும் கொடுத்தவன். "பவளம் நீ எங்கேருக்க? வேலை கெடைச்சுருச்சுல்ல. ஏன் இன்னும் வீட்டுக்கு வரல. ஐம் வெயிட்டிங் ஃபார் யூ. காக்கப் போடாத பவளம். இன்னிக்கும் நீ பிரட் ஜாம் கதையச் சொல்லி ஏமாத்த முடியாது!"

'என்ன பதில் சொல்வது?'

இணைப்பு துண்டிக்கப்படாமலேயே அந்த எண்ணுக்கு இன்னொரு அழைப்பும் வந்தது. புதிய எண்ணாக இருந்தது. அவள் எடுக்கவில்லை. எண்களையே பார்த்துக் கொண்டிருந்தாள். அபயம் கொடுத்தவன் முந்தைய எண்ணிலிருந்து, "பவளம்... ஹலோ பவளம்..." என்று இறைந்தபடியிருந்தான்.

அறைக்கதவை யாரோ தட்டினார்கள். சூப்ரவைசர் பெண் கதவைத் திறந்தாள். இரண்டு பெங்களூரு போலீஸ்காரர்களுடன் நான்கு தமிழ்நாட்டுப் போலீஸ்காரர்களும் நின்றிருந்தார்கள். அவர்கள் கையில் பவளத்தின் போட்டோ இருந்தது.

அவளையும் அந்தப்படத்தையும் ஒப்பிட்டுப் பார்த்த பெங்களூரு போலீஸ், தமிழ்நாட்டுப் போலீஸைப் பார்த்து புன்னகைத்தது. "வெறும் ஐஎம்ஈஐ நம்பர மட்டும் வெச்சு பார்ட்டியக் கண்டுபிடிக்கிறது அவ்வளவு ஈசியில்ல. அதுவும் ஐநூறு கிலோ மீட்டருக்கு அங்குட்டுருந்து. யூ டிட் எ கிரேட் ஜாப். வெரிகுட் பிளானிங். தமிழ்நாடு போலீஸ்ன்னா தமிழ்நாடு போலீஸ்தான். நாளைக்கு மாஜிஸ்திரேட் கோர்ட்ல ஒப்படைச்சு ஆடர் வாங்கிட்டு, நீங்க தமிழ்நாட்டுக்கு கூட்டிட்டுப் போகலாம்!"

பவளம் பெங்களூருவுக்கு வந்த கதையை, அவளுக்கு அடைக்கலம் கொடுத்தவர்கள் பட்டியலை விசாரித்தபடி அவளை போலீஸ் அழைத்துக்கொண்டு போனதை பதற்றத்துடன் பார்த்த சூபர்வைசர் பெண், ‘வடை மடித்துவந்த அந்தக்காகிதத்தில் என்ன இருந்திருக்கும்?’ என்றுதேட, அடுத்திருந்த பொட்டலுக்குப் போனாள்.

12

உதறல் எடுத்துப்போயிருந்த 'அய்யா' இன்ஸ்பெக்டர் மணிமாறன், டிஎஸ்பி மனோகரன் அலுவலகத்திலிருந்து கிளம்பியதும் பதற்றமாகிப் போனார். தன்னைச்சுற்றி தானே கண்ணுக்குத் தெரியாத மாயவலையைப் பின்னியிருப்பதை உணர்ந்தார். சாதாரணமாகத் தொடங்கிய விசாரணைதான். வேறு எவரிடத்திலும் சந்தேகம் இல்லாதுபோனதாலும், அவள் டைரியில் கவிதைகளும் முஜம்மின் படமும் இருந்தது, அவன்மீதான சந்தேகத்தை வலுப்படுத்தியது. அதனாலேயே வேறுவிசாரணைகளில் இறங்கவில்லை. வழக்க மாக இதுபோல பெண் காணாமல்போகும்போது அந்த ஊரில் யாராவது ஒரு ஆணும் காணாமல் போயிருப்பான். அல்லது வேலைசெய்யும் இடத்தில். இங்கே அப்படியேதும் நடந்திருக்கவில்லை. அதனாலேயே ஒற்றைப்பாதையில் பயணத்தை மேற்கொண்டார். 'உமன் மிஸ்ஸிங் வழக்கில் இருக்கும் 'தொரட்டுகள்' அவர் அறிந்திருந்தவை. அதனா லேயும் 'ஓவர் த ரூலாக' நடந்துகொண்டார். பயம் வந்துவிட்டது. இப்போது ஏறத்தாழ பதினைந்து மணி நேரத்துக்கும் மேலாக அவரது, 'வேர் அபவுட்' தெரியவில்லை.

பிரச்சனை திசை மாறிப்போவதை உணர்ந்ததும்,

‘முஜம்மின் குடும்பத்துடன் பேசுவதற்குத் தோதான ஆள் யாரேனும் கிடைப்பார்களா?’ என்று இன்ஸ்பெக்டர் மணிமாறன் விசாரித்ததாகவும், ஐந்துலட்சம்வரை பகரம் பேசப்படுவதாகவும் அரசமணி ஏட்டையா, ஒரு தகவலைக் கசியவிட்டார். எங்கிருந்து அந்தத்தகவல் யாரால் உருவாக்கப்பட்டது என்று தெரியவில்லை. ஆனால் அப்படியேதும் நடக்கவில்லை என்று மருத்துவமனை மரத்தடிப் பேச்சில் உறுதியானது.

ஸ்டேஷனில் ஏற்கனவே ஆள் பற்றாக்குறை. வேறுபணிகளில் இருந்தவர்களை வித்—டிரா செய்து ஸ்டேஷனுக்கு டிஎஸ்பி., மனோகரன் வரச்சொல்லிவிட்டார். மாடம்பட்டி பாதுகாப்புப் பணியிலிருந்த எஸ்ஐ., திவ்யாவும் பெண் கான்ஸ்டபிளும் ரெகுலர் பணிக்கு வந்துசேர்ந்தார்கள்.

மருத்துவமனையிலிருக்கும் முஜம்மினிடம் வாக்குமூலம் வாங்க திவ்யாவையும் ஒரு ஏட்டையாவையும் அனுப்பிவைத்தார்.

அவள் புறப்பட்டுப் போகும்போது, வழியில் ராபர்ட் குரூஸ் ஹுயூபர்டிடமிருந்து அழைப்புவந்தது. “என்னப்பா, உங்க ஸ்டேஷன் பிரச்சனை பத்திரிகைல எல்லாம் வருது. நீ முக்கியமான ஆளாயிட்ட! ஆயிட்டுப்போ. ஆனா என்னய மறந்துறாத. மறுபடியும் அம்மாபல்லவி பாடுறதா சொல்லாத. எனக்கு இங்கே நெருக்கடியாருக்கு. ‘திவ்யா நம்ம வீட்டுக்கு மருமகளா வருவாளா மாட்டாளா’னு கேக்கச் சொல்றாங்க.”

அவன் பேசிக்கொண்டிருக்கும்போதே இணைப்பை அவள்தான் துண்டித்தாள். கஷ்டமாகத்தான் இருந்தது. காதல் ஒவ்வொருவரையும் எப்படி ஆட்டிப்படைக்கிறது. இருவருக்குமிடையில் மனம் ஒத்துப்போகின்றது. அவன் தயாராக இருக்கின்றான். அவன்வீட்டில் மதம் பார்க்கவில்லை. ஏற்றுக்கொள்ள ஆவலாக இருக்கிறார்கள். இங்கே அம்மா சரியாக இருக்கிறார். அப்பா அசைய மறுக்கிறார். கௌரவம், பண்பாடு, கலாச்சாரம் என்று பிதற்றுகிறார். வீட்டை மீறி திருமணம் செய்துகொள்வது ஒன்றும் கடினமில்லை. சுலபம்தான். வேலை இருக்கிறது. அதிகாரம் இருக்கிறது. ஆனாலும் வீட்டிலுள்ளவர்களின் சம்மதத்தோடு நடந்தால் எத்தனை நன்றாக இருக்கும். மனமும் ஒத்துப்போகும். அவர்களுக்கும் நிறைவாக இருக்கும். இனியும் தாமதிக்கக் கூடாது. அப்பாவிடம் மனம்விட்டுப் பேசிவிட வேண்டும். இந்த யுகத்திலும் மதம், சாதி, தெருப் புழுதி, மண்ணாங்கட்டி என்று சொல்லிக்கொண்டு. ஹுயூபர்ட்டை

இதற்குமேலும் காக்க வைப்பது காதல் தர்மத்துக்கு ஆகாது. அப்பாவிடம் பேசிவிட்டு ஹுயூபர்ட்டுக்கு இன்ப அதிர்ச்சி கொடுக்க வேண்டும்.

நான்காவது தளத்தின் தீவிர சிகிச்சைப் பிரிவில் பராமரிக்கப்பட்டு வந்த முஜம்மினைச் சந்தித்து வாக்குமூலம் வாங்க வந்த திவ்யாவை, அங்கிருந்த நர்ஸ் அனுமதிக்கவில்லை. "பேஷண்டோட கண்டிஷனே சரியில்ல. அவர்ட்ட என்ன கேக்கப் போறீங்க? அவரால பேசவும் முடியாது. நீங்க கேக்குறத புரிஞ்சுக்கிற நிலைலயும் அவர் இல்லை. டாக்டர போய்ப்பாருங்க!"

சம்பவத்தைக் கேள்விப்பட்டிருந்தாலும் அதன் தீவிரத்தை திவ்யா உணர்ந்தவளாக இல்லை. அவள் சந்திக்கும் முதல் வழக்கு. அனுபவமின்மை. உடன்வந்திருந்த 'ஏட்டையாதான் என்ன செய்ய வேண்டும். எப்படி செய்ய வேண்டும்?' என்று வழிகாட்டினார். மற்றவர்களைப்போலவே அவளும் தெளிவட்டக் கண்ணாடி வழியேதான் முஜம்மினைப் பார்க்க முடிந்தது. பிணம்போலக் கிடந்தான். அவளுக்கு லேசான சந்தேகம் வந்தது. "டாக்டர் எங்கேருக்காரு?"

அவர் அறைக்குப்போனபோது, அங்கே மூன்று டாக்டர்கள், மருத்துவமனை நிர்வாக அதிகாரி தர்மசங்கடமான நிலையில் ஒருவர் முகத்தை ஒருவர் பார்த்தபடி மெதுவானக் குரலில் பேசிக் கொண்டிருந்தார்கள். "எப்டினாலும் சொல்லி ஆகணும்ல்ல!"

முஜம்மினின் தாதா அங்கே நான்காவது தளத்திலிருந்த தொழுகைக் கூடத்தில் மக்ஃரீப் தொழுதுகொண்டிருந்தார். உறவினர்களில் சிலர் ஏதோ அசம்பாவிதம் நிகழ்ந்துவிட்டதை உணர்ந்தார்கள். அடிவயிற்றிலிருந்து விம்மலும் ஆதங்கமும் பீறிட்டு, அங்குமிங்குமாக பதற்றமாய் விரைந்துகொண்டிருந்தார்கள். தொழுதுமுடித்த தாதா, மங்கிய கண்ணாடியின் தெளிவட்டத்தின் வழியாக தூரத்திலிருந்தே பேரன் முகத்தைப் பார்த்து வழக்கம்போல துவா ஓதப்போனார்.

அவரை அழைத்த டாக்டர்கள், "காப்பாத்த முடியல. கை மீறிருச்சு. நீங்க புரிஞ்சுக்குவீங்கனு நம்புறோம்!" என்றார்கள். அந்த இடம் அமானுஷ்ய அமைதியில் மிதந்தது. வாழ்வின் நுட்பமான தருணத்தில் உலவிய இந்த அமைதி அடர்த்தியாக இருந்தது.

அதைக்கேட்டதும், நாலைந்து நொடிகள்வரை அவருக்கு

ஒன்றும்தோன்றவில்லை. பின்பு மெல்ல முணுமுணுத்தார். “இன்னாலில்லாஹி வா இன்ன இலைஹி ராஜிவூன்.” பிடிப்பேதுமற்ற பொருளாய் அந்தரத்தில் மிதந்தார். தளர்வாய் நடந்து தீவிர சிகிச்சைப் பிரிவின் கண்ணாடிக் கதவை தள்ளிக்கொண்டு உள்ளே போனார். யாரும் அவரைத் தடுக்கவில்லை. “உம்மேலே வெச்ச ஈமானுக்கு நீ தர்ற பரிசு இதுதானா?” வானத்தை நோக்கிக் கையேந்தினார். பேரனின் முகத்தைப் பார்த்து, “உன்னிய நானே கொன்னுட்டேன்டா முஜம்மின். உன்னிய நானே கொன்னுட்டேன்!” தழுதழுத்தார். மூச்சிரைத்தார். துவண்டு நின்றார். கண்களில் நீர் திரண்டு அணை உடையக் காத்திருந்தது.

முஜம்மினின் இளம்மனைவி “இனி நான் என்ன செய்வேங்?” என்ற கேள்வியுடன் மயங்கிவிழுந்தாள். அவனது இரண்டுவயது மகள் சுற்றியிருந்தவர்களிடம், “அத்தா ஏந்தூங்குறாங்க. பெரிய தாதா ஏ அழுவுறாங்க!” என்று கேட்டாள். அதைக்கேட்டு பின்னால் திரண்டிருந்தக் கூட்டம் கதறியது.

அவர்களை நர்ஸ்களும் வார்டு செகரட்டரியும் செக்யூரிட்டியும் “வெளில போங்க” என்று அகற்றினார்கள்.

“என்னாது... பீட் பாக்குற போலீசுக்கு நைட்டுக்குப் பொட்டலம் தரமாட்டானாமா? அத போன் பண்ணி என்ட்ட நீ சொல்ற! கேவலமாருக்குய்யா. பிளாட்பாரத்துல அவங்கடை நாலடி தூரம் ஆக்கிரமிப்புல இருக்கு. அதுனால போக்குவரத்துக்கு எவ்வளவு டிஸ்டபர்ன்ஸ் தெரியுமா? நியூசன்ஸ் கேஸ்போட்டு அடுப்பு, கல்லைத் தூக்கிட்டு வராம பேசிக்கிட்டு இருக்கியே, நீ போலீஸ்காரன்தானா? இந்நேரம் அவன், ‘யாவாரம் போச்சே’னு அலறியடிச்சுக்கிட்டு ஸ்டேஷனுக்கு வந்துருக்க வேணாம். ஒன்ட்டதான் சட்டம் ஒழுங்கு அதிகாரம் இருக்குல்ல. வலுவா நாலு கேஸ் போடு. பாத்துக்கலாம்!”

ரவுண்ட்ஸ்போன போலீஸிடம் ரைட்டர் கோதண்டம் ஏட்டையாதான், “அப்டியே செக்கடி பீட் பாத்துட்டு வாங்க!” என்றார். அப்படியென்றால், ‘அங்கிருக்கும் கடையில் தேவையானதை வாங்கிட்டு வா!’ என்று அர்த்தம்.

ஸ்டேஷனில் நைட் டூட்டி பார்க்கிறவர்களுக்கு புரோட்டாவும் வருவலும் ஆம்ப்ளேட்டும் அனாமத்து வாடிக்கையாகத் தரும் ஹோட்டல்காரன் திடீரென்று மக்கர் செய்ததும், அவனை

மரத்தடியில் நின்று போட்டுப் பார்த்துக்கொண்டிருந்த ரைட்டர் கோதண்டம் ஏட்டையா, ஒருகும்பல் போலீஸ் ஸ்டேஷனை நோக்கி வருவதை அப்போதுதான் பார்த்தார்.

உள்ளே பெண் எஸ்ஐ., மல்லிகா, இரண்டொரு கான்ஸ்டபிள்கள், பாரா கான்ஸ்டபிள் ஆகியோர் மட்டுமே இருந்தார்கள். வந்த கும்பல் உருட்டுக்கம்புகளையும் இரும்புக் கம்பிகளையும் கைகளில் வைத்திருந்தது. பிரச்சனையில் சம்பந்தப்படாத அப்பாவி உயிர் ஒன்று பறிபோனதால், அந்தக்கும்பல் ஆவேசம் கொண்டிருந்தது. தொட்டதற்கெல்லாம் தூக்கிவந்து விசாரிக்கும் முறையைக் கண்டித்து கோஷம் போட்டது. "அப்பாவி முஸ்லீமை விசாரணைங்க்றபேர்ல அடிச்சுக்கொல்றது உங்களுக்கு வெளையாட்டாப் போச்சு." அங்குமிங்குமாய் சிதறி ஓடியது.

ஸ்டேஷன் வளாகத்தில் ஏராளமான போலீஸ் வாகனங்கள் நின்றிருந்தன. குற்றச்செயல்களுக்காகப் பிடிபட்டு நிறுத்தப்பட்டிருந்த வாகனங்களின் எண்ணிக்கையும் நிறையவே இருந்தது. நீண்ட நாட்களாகக் கண்டுகொள்ளப்படாத துருப்பிடித்த வாகனங்களும் அதிக அளவில் இருந்தன. பேதம்பார்க்காமல் அத்தனை வாகனங்களையும் அந்தக்கும்பல் சரமாரியாக அடித்து நொறுக்கியது. தடுக்கமுயன்ற பாரா கான்ஸ்டபிளின் துப்பாக்கியைப் பறித்தது. பயனைட் முனையால் அவர் முதுகில் கோடுபோட்டு விளையாடியது. ரத்தம்கசிய அவர் கூட்டத்துக்கு உள்ளே புகுந்து ஓடினார். போலீஸ் ஸ்டேஷனைத் தாண்டி, அந்தக்கும்பலின் குறி வேறு எதுவுமாக இருக்கவில்லை.

கூட்டத்திலிருந்து நாலைந்துபேர் உள்ளே புகுந்து இன்ஸ்பெக்டர் அறையை புரட்டிப்போட்டு ஒன்றுமில்லாமல் ஆக்கினார்கள். மேஜையிலிருந்த பொருட்களை எடுத்து உடைத்துப் போட்டார்கள். அறையின் உட்புறம் அவசரத்துக்காக என்று தொங்கவிட்டிருந்த இன்ஸ்பெக்டரின் சீருடையை வெளியே எடுத்துவந்து, ஆளுக்கொரு பக்கமாக இழுத்துக் கிழித்தார்கள். அதிலிருந்த நட்சத்திரங்களை பறித்த ஒருவன், 'ட்விங்கிள் ட்விங்கிள் லிட்டில் ஸ்டார்...' என்ற பாடலுடன் வானத்தில் தூக்கிப்போட்டுப் பிடித்து விளையாடினான். நெருக்கியடித்தக் கூட்டத்தில் யாரோ அவனை இடித்துக்கொண்டு ஓடினார்கள். தடுமாறி பிடிப்பதற்குள் நட்சத்திரம் கைக்கு வராமல் கீழே விழுந்து தெறித்து, பக்கத்து சாக்கடைக்குள் உருண்டது.

வயர்லெஸ் சிஸ்டத்தை பிடுங்கிப்போட்டு ஒரு கும்பல் உடைத்தது.

அதன் 'கர்புர்' சத்தம் உயிர்விட்ட விலங்குபோல அடங்கியது. அடுத்த குறியாக ரைட்டர் கோதண்டம் ஏட்டையாவின் மேஜை இருந்தது. அதை அந்தக்கும்பல் நிதானமாக சூறையாடியது. மேஜை மீது நீளநீளமான நேந்திரம் வாழைப்பழங்கள் இருந்தன. வண்டிக்காரனிடம் காசு கொடுக்காமல் ஓசியில் வாங்கியதாக இருக்க வேண்டும். அதை ஒருவன் கையில் எடுத்து ஒரு பழத்தை உரித்து, பக்குவமாகச் சாப்பிட்டான். நாலாவது விள்ளலில் விக்கியது. 'ஓசி பழம்ல்ல. அதான் விக்குது. அப்ப இவிய்ங்களுக்கு எப்பவுமே விக்கிக்கிட்டே இருக்குமோ?' என்று அடுத்தவனிடம் கேட்டான்.

ஆயுத அறையின் பூட்டை ஒரு கும்பல் ஆட்டி அசைத்தது. திறக்க முடியவில்லை. வலுவான பூட்டுதான். அதனால் அங்கிருந்த பொருட்கள் தப்பித்தன. பெண் எஸ்ஐ., மல்லிகாவும் மற்றவர்களும் மேஜைக்கு அடியில் புகுந்து பாம்புபோல ஊர்ந்து, பின்பக்கத்திலிருக்கும் கழிப்பறையின் தண்ணீர் தொட்டி மீது தக்கிமுக்கி ஏறி, வாய்க்கால் மேட்டில் குதித்துத் தப்பியோடினார்கள். பணிக்காலத்தில் அவர்கள் முதல்முறையாகக் கஷ்டப்பட்டு வேலை செய்தது இதுவாகத்தானிருக்கும்.

ரைட்டர் கோதண்டம் ஏட்டையா ஆயுத அறையைத் திறந்து துப்பாக்கியை எடுக்க சாவியைத் தேடினார். கும்பல் அதை எங்கோ சுழற்றி வீசியிருந்தது. ஆனால் பயனைட் முனை கிழித்ததில் ரத்தம் கசிய கூட்டத்துக்குள் புகுந்து ஓடிய பாரா கான்ஸ் டபிள், வன்முறைக் கும்பலிடமிருந்து துப்பாக்கியைப் பறித்து, கூட்டத்தைப் பார்த்துச் சுட்டார். குண்டு யார்மீதும் படாமல் அங்கே நின்றிருந்த போலீஸ் வாகனம் ஒன்றின் கதவுக்குள் துளைபோட்டுப் புகுந்து, மறுபக்கமாக வெளியேறியது.

போலீஸ் ஸ்டேஷன் பூகம்பத்தில் உருக்குலைந்த இடம்போல ஆகிப்போனது. எங்கிருந்தோ ஒரு பெட்ரோல் குண்டு, பாட்டில் தீயுடன் பறந்துவந்து ஸ்டேஷனுக்குள் விழுந்து உடைந்தது. இன்னொரு பாட்டில் வாகனங்களின் மீது விழுந்தது. வாகனத்தின் எரிபொருள் மீது பட்ட தீ, கொஞ்ச நேரத்தில் அந்த போலீஸ் ஸ்டேஷனை ஒரு குப்பைக் காகிதம்போல எரித்தது.

திரண்டு வந்திருந்தக் கும்பல், பெட்ரோல் குண்டுபோன்ற வஸ்துகள் எதையும் கொண்டு வந்திருக்கவில்லை. அதை யார் வீசியது என்ற பிரமிப்புடன் ஆளுக்கொரு திசையில் கும்பல்

கலைந்து ஓடியது.

போலீஸ் ஸ்டேஷனில் இதற்குமுன் நடந்த பல சம்பவங்களுக்கு மௌனசாட்சியாக நின்றிருந்த வேப்ப மரம், இப்போது அப்படி நிற்கவில்லை. கிளைகளையும் இலைகளையும் பரவசமாய்க் கிளர்த்தி தீயின் செந்நிறப் பின்னணியில் ஆனந்த நடனமாடியது.

தீயணைப்பு வண்டிகள் மதுரையிலிருந்தும் கொட்டாம்பட்டியிலிருந்தும் வருவதற்கு முன்னமே, உள்ளூர் பத்திரிகைக்காரர்களுடன் மதுரையிலிருந்து உடனடிச் செய்தி படப்பதிவு வாகனங்கள் வந்துகுவிந்தன. சிலநொடிகளில் தமிழ்நாட்டின் முக்கியத் தொலைக்காட்சி நிறுவனங்களின் மதுரைச் செய்தியாளர்கள் கேமரா முன்பு நின்று, 'போலீஸ் ஸ்டேஷனை சூறையாடியக் கும்பல்' என்று மூச்சிரைக்கப் பேசினார்கள். முறையாகச் சேகரிக்கப்படாத, காற்றுவாக்குத் தகவல்களை முதலில் தரும் அவசரத்தில் செய்திகளாக்கினார்கள். தொடர்ந்து போலீஸ் ஸ்டேஷன் தீயில் கரையும் காட்சிகள் திரைகளில் 'தகதக'வென்றன.

எதற்கெடுத்தாலும் விவாத அரங்கைக் கூட்டும் இரண்டொரு தொலைக்காட்சி நிறுவனங்கள் தொலைபேசியில் விவாதத்தை நடத்தத் தொடங்கின. காய்ச்சல், தலைவலியிலிருந்து பங்குச்சந்தையின் கரடி — காளை முன்னேற்றம்வரை கத்திக்கூச்சல் போட்டு மற்றவர்களைப் பேசவிடாமல் அரற்றும் ஆசாமிகள் தங்கள் கருத்தை முன்வைத்தார்கள்.

அதன்பின்பே, மாவட்டக் கண்காணிப்பாளர் தலைமையில் அதிரடிப்படை, ஏழு கம்பெனி ஆயுதப்படை புற்றீசல்போல வந்திறங்கியது. அவர்களுக்கு சிறப்பு அசைன்மெண்ட் கொடுக்கப்பட்டிருந்தது. மம்மதியாபுரத்தின் ஒவ்வொரு வீட்டுக்குள்ளும் புகுந்த அதிரடிப்படையும் ஆயுதப்படையும் பிள்ளைகளுடன் பேசிக்கொண்டிருந்த, வீட்டுக்கதைகளை அலசிக்கொண்டிருந்த, டிவி பார்த்துக்கொண்டிருந்த, சாப்பிட்டுக் கொண்டிருந்த, சீக்கிரமே தூங்கப்போய்விட்ட ஆண்களைத் தட்டியெழுப்பி, அடித்துத் துவைத்து வெளியே இழுத்துவந்தது. அந்தக்காட்சிகளை தொலைக்காட்சி நிறுவனங்கள் திரும்பத் திரும்பக் காட்டின. சம்பவத்துக்கு சம்பந்தமே இல்லாத அவர்களை பயங்கரவாதிகளைப்போல சித்திரித்தன. தொலைக்காட்சி நிறுவனங்களுக்கு சொல்வதற்கு ஒரு செய்தியும் காட்டுவதற்கு ஒரு காட்சியும் வேண்டும். ஆங்கிலத் தொலைக்காட்சி நிறுவனங்களும் பிரச்சனையின்

மையம் எங்கிருக்கிறது என்று தேடாமல், பரபரப்புத் தகவல்களை அழகான ஏற்ற இறக்கத்துடன் பேசத்தொடங்கின.

மறுநாள் காலையில் செய்தித்தாள்கள் கடைக்கு வருவதற்கு முன்னமே பேருந்து நிலைய வாசலில் கட்டுகள் பிரிக்கப்பட்டு, சூட்டோடு சூடாக விற்கப்பட்டன. செய்தித்தாள்களை வாங்காதவர்கள்கூட, 'என்ன எழுதியிருக்கிறார்கள்?' என்று தெரிந்துகொள்வதற்காக வாங்கினார்கள்.

போலீசார் தாக்கியதில் வாலிபர் சாவு எதிரொலி

பெட்ரோல் குண்டு வீசி போலீஸ் நிலையம் எரிப்பு

தாக்குதல் நடத்திய *500* முஸ்லிம்கள் கைது

தலைமறைவான இன்ஸ்பெக்டர் சஸ்பெண்ட்

மேலூரில் போலீஸ் குவிப்பு

தமிழ், ஆங்கில நாளிதழ்களில் இவையே தலைப்புச் செய்தியாக இருந்தன.

மேலூர், ஏப்ரல் 23: மதுரை மாவட்டம் மேலூரையடுத்த புலிப்பட்டியைச் சேர்ந்தவர் சங்கர நாதன் (28). கார்பெண்டர் தொழில் செய்பவர். இவர், மனைவி பவளம் (24). மேலூரை அடுத்துள்ள ஆயத்த ஆடைகள் ஏற்றுமதி நிறுவனத்தில் பவளம் வேலை செய்துவந்தார். கடந்த திங்கள்கிழமையன்று வேலைக்குச் சென்ற அவர் வீடு திரும்பவில்லை என்று மேலூர் போலீசில் சங்கர நாதன் புகார் செய்தார்.

முஸ்லீம் இளைஞரிடம் விசாரணை

அதன்பேரில் மேலூர் மம்மதியாபுரத்தைச் சேர்ந்த முஜம்மின் (26) என்பவரை கடந்த 17ம் தேதி மேலூர் போலீசார் அழைத்து, விசரணை நடத்தினர். அப்போது போலீசார் தாக்கியதில் அவர் படுகாயம் அடைந்ததாகக் கூறப்படுகிறது. சிகிச்சைக்காக மதுரை யிலுள்ள தனியார் மருத்துவமனையில் சேர்க்கப்பட்ட முஜம்மின் 22 ம் தேதி இறந்தார்.

போலீஸ் நிலையம் மீது தாக்குதல்

இதையடுத்து, அவரது உறவினர்கள், நண்பர்கள் என 500க்கும் மேற்பட்டவர்கள் மேலூர் போலீஸ் நிலையம் மீது தாக்குதல் நடத்தினர். அங்கிருந்த பொருட்களை சூறையாடி, பெட்ரோல் குண்டுகள் வீசினர். இதில் போலீஸ் நிலையம் எரிந்து சாம்பலானது. போலீஸ் நிலைய வளாகத்தில் நிறுத்தப்பட்டிருந்த 10க்கும் அதிகமான வாகனங்களும் எரிந்து சாம்பலாயின.

போலீஸ் தப்பி ஓட்டம்

தீயில் மாட்டிக்கொண்ட காவலர்களும் பெண் போலீசும் உயிர்த்தப்ப சுவரேறிக் குதித்து ஓட்டம் பிடித்தனர். ரைட்டரும் பாரா காவலரும் படுகாயம் அடைந்தனர்.

193 பேர் கைது

தகவல் அறிந்த தெற்கு மண்டல ஐஜி சந்திரகுப்தா, டிஐஜி சேதுபாண்டியன் மதுரை மாவட்ட எஸ்பி முத்துவேலன், டிஎஸ்பி மனோகரன் உட்பட ஆயிரத்துக்கும் மேற்பட்ட போலீசார் மேலூரில் குவிக்கப்பட்டனர். போலீஸ் நிலையத்தை சூறையாடி, தீவைத்து, வன்முறை சம்பவங்களில் ஈடுபட்டதாக 500க்கும் அதிகமானவர்களை பிடித்துச்சென்று விசாரணை செய்தனர். அவர்களில் 193 பேர் கைது செய்யப்பட்டனர். போலீசார் தாக்கியதில் வாலிபர் இறந்த இந்த சம்பவத்தில் தொடர்புடைய இன்ஸ்பெக்டர் மணிமாறன் தலைமறைவாகியுள்ளார்.

இன்ஸ்பெக்டர் சஸ்பெண்ட்

இதற்கிடையில் இன்ஸ்பெக்டர் மணிமாறனை சஸ்பெண்ட் செய்து தெற்கு மண்டல ஐஜி நள்ளிரவில் உத்தரவிட்டார்.

சாலை மறியல்

இந்நிலையில், போலீசார் பிடித்துச்சென்றவர்களை விடுதலை செய்யக்கோரி மேலூர் தாலுகா அலுவலகம் முன்பு மம்மதியாபுரத்தைச் சேர்ந்த பெண்களும் ஆண்களும் இரவில் சாலை மறியலில் ஈடுபட்டதால் பதற்றம் அதிகரித்தது. இன்னொரு குழு மதுரை — சென்னை நான்குவழிச் சாலையில் சாலை மறியல் செய்ததால் போக்குவரத்து பாதித்தது. இந்நிலையில் முஜம்மின் சடலம் இன்று மதியம் அடக்கம் செய்யப்படுகிறது. இதனால் மேலூரில்

போலீஸ் பாதுகாப்பு பலப்படுத்தப்பட்டுள்ளது.

நேற்று இரவு தொடங்கி, தொலைக்காட்சியில் ஓடும் செய்திகளிலிருந்து இன்று காலையில் வெளியாகியிருக்கும் அச்சுச்செய்திகள் யாவும் ஒருதலைபட்சமாக அல்லது முழுமையானதாக இல்லை என்பது உள்ளூர் ஆட்களுக்கு அப்பட்டமாகத் தெரிந்தது. 'மையில நனைச்சு பேப்பர்ல அடிச்சா, எதுத்துப்பேச ஆளில்ல!' என்று அதை அப்படியே நம்புவது இன்னும்பெரும்பழக்கமாக இருக்கின்றதே! ஒவ்வொருவராகப் பேச ஆரம்பித்து, ஒன்றுகூடி, போலீஸ் மீதுதான் தவறு என்று உள்ளூர் மக்கள், "ரெண்டு வருஷத்துக்குள்ள இது ரெண்டாவது கேஸ்ய்யா!" என்று ஆத்திரப்பட்டார்கள்.

கைது செய்யப்பட்டிருக்கும் 193 பேரில் பலர் போலீஸ் ஸ்டேஷனை முற்றுகையிட்டு, கோஷம் எழுப்பி, ஆர்ப்பாட்டம் செய்ய மட்டுமே வந்தவர்கள். நடந்துவிட்ட தப்புக்கு எதிர்ப்பு காட்டி ஜனநாயக முறையில் நீதிபெறும்நோக்கம் மட்டுமே அவர்களுக்கு இருந்தது. பெட்ரோல் குண்டுகள் வீசியது, நிச்சயமாக அவர்களில் யாரும் இல்லை. மம்மதியாபுரத்திலிருந்து ஆக்ரோஷத்துடன் முஜம்மின் உறவுக்காரர்கள் கிளம்பியபோது, அக்கம்பக்கத்து ஆட்கள், 'நாங்க ஒண்ணாமண்ணா பெறந்து வளந்தவிய்ங்க' என்று சேர்ந்துகொண்டார்கள். அவர்களில் யாரேனும் இருக்குமோ என்ற சந்தேகம், கைதானவர்களில் பலருக்கு இருந்தது. கொஞ்ச நாட்களாகவே செந்நாச்சி — தேரக்காத்தானின் நேரடி வாரிசுகள், 'நாங்கதான் இங்கே உரிமைக்காரய்ங்க' என்று பேசுவதும் வழக்கத்தில் இருந்தது. அவர்களுக்குப் பின்புலமாக மதவாத அமைப்புகள் புதிதாக ஊடுருவியிருப்பது வெளிப்படையாகவே தெரிந்தது. பழைய கதைகள் தெரிந்தவர்கள் லேசான அச்சத்தில் இருந்தார்கள்.

தொகுதியின் சிட்டிங் எம்எல்ஏவுக்கு சட்டமன்றத் தேர்தலில் போட்டியிடும் வாய்ப்பு கிடைக்காததால் அவர் பம்மிக்கொண்டார். அதேவேளையில் தன்னைத் தேடிவரும் இருதரப்பையும் ஒன்றுசேரவிடாமல் அழகாக பார்த்துக்கொண்டார். ஒருமாதத்தில் தேர்தல் இருக்கும் சமயத்தில் இப்படி நடந்துவிட்டதேயென்று எல்லா அரசியல் கட்சிகளுமே வாக்குவங்கியை மனதில் வைத்தே செயல்பட்டன. அந்த அளவுக்கு முஸ்லீம்களின் வாக்கு தொகுதி முழுவதும் பரவலாக இருந்தது.

முஜம்மினின் 'மய்யத்' அடக்கம் செய்யும் நிகழ்ச்சியில் முஸ்லீம்கள்

மட்டுமல்லாமல், பிற சமூகத்தவரும் கலந்து கொண்டார்கள். ஒருவிதப் பதற்றம் அங்கே நிலவியது. பாதுகாப்பு எனும் பெயரில் கண்காணிப்புக்கு போலீஸ் மைய வாடியைச் சுற்றி பரவலாக குவிக்கப்பட்டிருக்கிறது. நீறுபூத்த நெருப்பாக ஏதும் நிகழலாம் என்றும் எதிர்பார்க்கப்பட்டது.

அதுபோலவே சில இளைஞர்கள் பதற்றமாகத் தெரிந்தார்கள். அவர்களை தாதா தன் கட்டுக்குள் வைத்திருந்தார். "பெரிசு நம்மள சுதந்திரமா நடமாட விடமாட்டேங்குது!" என்று அவர்கள் குமுறினார்கள்.

அமைதியான தொகுதியொன்று பதற்றமானதாக மாறியவேளையில், அன்று மாலைப் பத்திரிகைகள் வன்முறைக்குக் காரணமானப் பெண் பவளத்தை தமிழ்நாடு போலீஸ் பெங்களூருவில் கைது செய்தது என்று படத்துடன் செய்திகள் வெளியிட்டன. மட்டுமல்லாமல், பதற்றத்தைத் தணிக்கும் வகையில் கால நேரம் பார்த்து, அவள் கைது செய்யப்பட்ட தகவலை வெளியிட்ட அதிகார சூத்திரத்தில் முஜம்மின் மரணம், போலீஸ் ஸ்டேஷன் எரிப்பு சம்பவம் திசைமாறி, எல்லோரது கவனமும் அந்தப்பெண் பக்கம் திரும்பியது.

'**ம**னைவியை கண்டுபிடித்துத் தாருங்கள்' என்று மெட்ராஸ் உயர்நீதிமன்றத்தின் மதுரை பெஞ்சில் சங்கர நாதன் தாக்கல் செய்திருந்த மனு மீது, பவளத்தைத் தேடிக்கண்டுபிடித்து மூன்றுநாட்களில் ஆஜர்படுத்த போலீஸுக்கு உத்தரவிடப்பட்டிருந்தது. ஆனால் இன்னொரு டீம் அதற்குமுன்பே, அவளைத் தேடிக் கண்டுபிடித்திருந்தது. இப்போது யார் அவளை உயர்நீதிமன்ற மதுரை பெஞ்சில் ஆஜர்படுத்துவது என்று அவர்களுக்குள் மோதிக்கொண்டார்கள்.

அரசுதரப்பு வழக்கறிஞர் கேட்கும் ஆதாரங்களைக் கொடுக்க ஸ்டேஷனிலிருந்து மெட்ராஸ் உயர்நீதிமன்றத்தின் மதுரை பெஞ்சுக்கு திவ்யா போயிருந்தாள். இன்ஸ்பெக்டர் மணிமாறனுடன் சேர்ந்து முஜம்மினைத் தாக்கிய இரண்டு ஏட்டையாக்களும் இரண்டு கான்ஸ்டபிள்களும் சஸ்பெண்ட் செய்யப்பட்டிருந்தார்கள். எஸ்.ஐ., மல்லிகா, பெண் கான்ஸ்டபிள், பாரா கான்ஸ்டபிள், ரைட்டர் கோதண்டம் ஏட்டையா மருத்துவமனையில் சிகிச்சைக்காக அனுமதிக்கப்பட்டிருந்தார்கள். ஸ்டேஷனிலிருந்த அலுவலர் களில் சஸ்பெண்ட் செய்யப்பட்டவர்கள், மருத்துவமனையில்

அனுமதிக்கப்பட்டவர்கள் தவிர்த்து, திவ்யா இப்போது சீனியராக இருந்தாள்.

விசாரணையின்போது போலீஸ் தாக்கியதால் முஜம்மின் இறந்த வழக்கு மேலூர் குற்றவியல் நடுவர் நீதிமன்றத்தில் தாக்கல் செய்யப்பட்டிருந்தது. அதற்கான ஆவணங்களையும் திவ்யாவைத் திரட்டச் சொல்லி டிஎஸ்பி மனோகரன் உத்தரவிட்டிருந்தார். அதுதொடர்பாக போஸ்ட் மார்ட்டம் ரிப்போர்ட் வாங்க, மதுரை அரசினர் ராஜாஜி மருத்துவமனைக்குப் போக வேண்டியிருந்தது. உயர்நீதிமன்றத்தின் மதுரை பெஞ்சிலிருந்து மருத்துவமனை பக்கம்தானே என்று கிடைத்த வண்டியில் ஏறி ஓடினாள்.

ஆள் பற்றாக்குறையை நிரவ, சிலருக்கு பணி மாறுதலில் உத்தரவுகள் பிறப்பிக்கப்பட்டு, உடனடியாக மேலூரில் பணியில் சேர கட்டளையாகச் சொல்லப்பட்டது. அவர்கள் பணியில் சேர வந்துகொண்டிருப்பதாக ஒரு தகவலும் அவள் பெற்றிருந்தாள்.

அப்படி வருபவர்களில், நான்கு ஆண்டுகளுக்கு முன்பு மேலூரில் நேர்மையாகப் பணிபுரிந்தமைக்காக டிரான்ஸ்பர் கொடுக்கப்பட்ட எஸ்ஐ., கடம்பனுக்கும் உத்தரவு வந்திருந்தது. முன்பு டிரான்ஸ்பரில் கடம்பன் தூக்கியடிக்கப்பட்டபோது ஸ்டேஷனிலேயே ஆளாளுக்கு இனிப்பு ஊட்டி மகிழ்ந்ததாக ஒரு தகவல் உண்டு. வேலைக்குச்சேர்ந்த இந்த எட்டு வருடங்களில் கடம்பனுக்கு முப்பத்திரண்டு டிரான்ஸ்பர்களும் இரண்டு சஸ்பென்ஷன்களும் கொடுக்கப்பட்டிருந்தன. மூன்றுமுறை ஏழெட்டு பத்துநாட்கள் வேலையெதுவுமின்றி காத்திருப்பில் உட்காரவைத்தார்கள். கடம்பனுக்கு அது பெரிதாகத் தோன்றவில்லை. எங்கே போட்டாலும் நேர்மையாக இருக்கப் போகிறோம். அதில் எந்த இடமென்றால் என்ன என்பது பதிலாக இருந்தது.

மதுரை அரசினர் ராஜாஜி மருத்துவமனையில், கவரில் போட்டுக்கொடுத்த போஸ்ட் மார்ட்டம் ரிப்போர்ட்டை அங்கேயே திவ்யா எடுத்துப் பார்த்தாள். அவளது உள்ளுணர்வு எதையோ சொன்னதுபோல, அதிலிருந்த வாசகங்கள் அவளை அதிரச்செய்தன. முகம்சுருங்கிப் போனாள். முஜம்மினுக்கு சிகிச்சையளித்த டாக்டர்களிடம் அவள் முன்பே பேசியிருந்தாள். ‘உங்க ஆளுகளுக்கு இப்டி அடிக்க யாரு அதிகாரம் குடுத்தது?’ என்று டாக்டர்களில் ஒருவர் கோபப்பட்டுக் கேட்டபோது, பதில் சொல்லத் தெரியாமல் அவள் திணறியிருந்தாள். ஆனால்

ரிப்போர்ட்டில், 'நீண்டநாட்களாக சுவாசக் கோளாறு இருந்ததால் மூச்சுத்திணறி இறந்திருப்பதாகவும் திணறலின்போது மாடியிலிருந்து கீழிறங்க முயன்றதில் தடுமாறிவிழுந்து அடிபட்டதில், உள்ளுறுப்புகள் சேதமடைந்திருப்பதாகவும் கீழே விழுந்த அதிர்ச்சியில் சிறிய அளவில் ஹார்ட் அட்டாக் ஏற்பட்டிருந்ததாகவும் சிகிச்சையின்போது ஏற்பட்ட இரண்டாவது ஹார்ட் அட்டாக்கில் நோயாளி இறந்திருப்பதாக, அதில் பதிவு செய்யப்பட்டிருந்தது.

அவர்களைப் பார்த்து, 'என்ன இப்டி பண்ணிருக்கீங்க?' என்று அதிர்ச்சி விலகாமல், ஏளனமாகப் புன்னகைத்தாள்.

போஸ்ட் மார்ட்டம் செய்த டாக்டர் எதுவும் பேசவில்லை. ஆனால் ரெஷிடென்ஷியல் டாக்டர் மெதுவானக் குரலில் சொன்னார். "போஸ்ட் மார்ட்டம் நடந்தப்ப உங்க எஸ்பியே நேர்ல வந்துருந்தாரு. இப்டிதான் ரிப்போர்ட் வேணும்னு சொன்னாரு. மாவட்டத்துல பெரிய அதிகாரி கேக்கும்போது சிலவேளைகள்ல நாங்க இப்டி செய்யவேண்டி வந்துருது. கவர்ன்மெண்ட சர்வண்ட விட்டுக்குடுக்க முடியாதுல்ல!" முதுகெலும்பு இல்லாத அந்த அதிகாரி கண்ணாடியைக் கழற்றித் துடைத்தார்.

தன் துறையில் ஆடும் சதைக்காக, அதிகாரம் என்னவெல்லாம் செய்கிறது?

13

'இதற்குத்தானா ஆசைப்பட்டாய் திவ்யா?' ஓய்வு ஒழிச்சல் ஏதுமின்றி நான்குநாட்களாய் தொங்கு ஓட்டமாக, வழக்கமான பணிகளுடன் சென்னை உயர்நீதிமன்றத்தின் மதுரை பெஞ்சுக்கும், மேலூர் குற்றவியல் நடுவர் நீதிமன்றத்துக்கும், நீதிமன்றக் காவலில் பவளம் தங்கவைக்கப்பட்டிருக்கும் அரசினர் பெண்கள் காப்பகத்துக்கும் மாறி மாறி அலைந்தாள். நீதிமன்ற அலுவலகங்களில் காத்துக்கிடந்து அன்றன்றைய நடைமுறைக் காகிதங்களை வாங்குவதில் தாவு தீர்ந்துவிட்டது. ஆனாலும் ஓடிக்கொண்டே இருப்பது சுகமாகத்தான் இருந்தது. அதை திவ்யா விரும்பினாள்.

நீதிமன்ற அலுவலகங்களில் காக்கி உடுப்புக்கு அத்தனை மரியாதை இருக்கவில்லை. மனிதர்களை இன்னொரு காகிதமாகக் கருதினார்கள். சிலவேளை களில் இயல்பாக உதாசீனம் செய்தார்கள். ஓரிடத்தில் உச்சபட்சமாக செயல்படுத்தப்படும் அதிகாரம், இன்னொரு இடத்தில் அடங்கிப்போனது. அதிகாரம் அதற்கான எல்லைக்குள்தான் வீரியம்மிக்கதாக இருக்கிறது. அதைக் கைக்கொள்பவர்கள் தங்கள் எல்லைக்குள் ஈவிரக்கமற்று செயல்படுத்துவது புரிந்தது. கருணையும் இரக்கமும் பார்ப்பவர்கள் நேர்மையானவர்களாக இருக்கிறார்கள். அவர்கள் அதே அதிகாரத்தால் பந்தாடப்படுவது வாடிக்கையாக

இருந்தது.

இன்று ஞாயிற்றுக்கிழமை. நீதிமன்றங்களுக்கு விடுப்பு. நீதிமன்றக் காவலிலிருக்கும் பவளத்தை விடுதி நிர்வாகம் பார்த்துக் கொள்ளும். ஓட்டத்துக்கு இடையிலான ஓய்வு, சுகமாக இருந்தது. சாயங்காலம் பணிக்குப் போகவேண்டும். நான்கைந்து நாட்களாக மேலூர் தொடர்பான செய்திகளை நேரடியாகப் பார்த்துக்கொண்டும் கேட்டுக்கொண்டும் இருந்தாலும், நிதானமாக அவற்றை அலசிப் பார்க்க நேரம் இருக்கவில்லை.

என்னென்ன நடந்துவிட்டது?

ஒரு மிஸ்ஸிங் கேஸ். அது தொடர்பாக ஒரு விசாரணை. விசாரணைக்கு வந்த வாலிபர் சாவு. போலீஸ் ஸ்டேஷன் எரிப்பு. காணாமல்போன பெண் மீட்பு. நீதிமன்றத்தில் ஆஜர். அந்தப்பெண் தனக்கான உரிமையாக, விவாகரத்து கோருதல். நீதிபதிகளின் தன்னிச்சையான தீர்வுகள். எல்லாவற்றையும் ஊதிப்பெருக்கும் அச்சு, காட்சி ஊடகச் செய்திகள்.

திவ்யாவின் அறையில் ஒருவார கால செய்தித்தாள்களும் வார இதழ்களும் குவிந்துகிடந்தன. 'நான்காம் தூணின் பார்வையில் என்னதான் சொல்லப்பட்டிருக்கிறது?' என்று கிரமமற்று மேய்ந்தாள்.

மேலூர் கலவரத்திற்குக் காரணமான பவளம் சிக்கினார் என்றசெய்தி பெரும்பாலான செய்தித்தாள்களில் ஒன்றுபோல மிதந்துகொண்டிருக்கிறது. 'தீவிரவாதி சிக்கினார், பயங்கரவாதி சிக்கினார்' என்ற அளவிற்கு இச்செய்தி பரவலாக வெளிவந்திருந்தது.

திவ்யா அந்த போலீஸ் ஸ்டேஷனில் பணியில் இருந்ததால், தேடலின் ஒருபகுதியாக, காணாமல்போன பவளத்தின் வீட்டில், சின்னதாக ஒரு 'செர்ச்' நடத்தியிருந்ததாலும், என்ன நடந்தது என்பது, அவளுக்குப் பரிச்சயமாக இருந்தது.

காணாமல்போன பவளம் தொடர்பான வழக்கில் சந்தேகத்தின் பேரில் விசாரிக்கப்பட்ட முஜம்மின் எனும் வாலிபர், போலீஸ் விசாரணையில் இறந்துபோகிறார். இந்த விசாரணைக்கு முறையாக சிஎஸ்ஆரோ, எப்ஐஆரோ எழுதப்படவில்லை. முஜம்மினை அடித்துத் துன்புறுத்தி மரணத்துக்குக் காரணமாக இருந்த இன்ஸ்பெக்டர் மணிமாறன் மற்றும் போலீஸ்காரர்கள் சட்டத்தின்முன் நிறுத்தப்பட வேண்டும் என்பதற்காக, இறந்தவரின் உறவினர்கள் நடத்திய

ஆர்ப்பாட்டம் அல்லது போலீஸ் ஸ்டேஷன் முற்றுகையில் வன்முறைச் சம்பவங்கள் அரங்கேறின.

பவளம் என்ற திருமணமான பெண் தன்னுடன் முஜம்மினுக்குக் காதல் இருக்கிறது என்று, அவராக ஏற்படுத்திக்கொண்ட நம்பிக்கையில் தேடிப்போக, முஜம்மின் அதைமறுக்க, வீட்டுக்குத் திரும்பும் எண்ணமில்லாத பவளம், தனக்கு வந்த ராங்கால் நண்பருடன் பெங்களூருவில் தங்கி, வேலை தேடிக்கொண்டார். மேலூரில் தன்னைத் தேடும் வழக்குத்தொடர்பான விசாரணையில், தான் ஒருதலையாகக் காதல்கொண்ட நபர் அடித்துத் துன்புறுத்தப்பட்டத் தகவல், வடைசுற்றிவந்த காகிதத்தின் வழியாகத்தான் அறிகிறார். அதுதொடர்பாக ஏதும்யோசிக்கமுடியாத நிலையில் அவர் கைது செய்யப்பட்டுவிடுகிறார்.

முஜம்மின் இறப்புக்குக் காரணமான இன்ஸ்பெக்டர் மற்றும் போலீஸ்காரர்களின் குற்றத்தை மறைக்கும்வகையில், பரபரப்புக்காக திசை திருப்பி செய்தி எழுதும் நிறுவனங்கள், பவளம் என்ற பெண்மேல் பழியைச் சுமத்துவதில் முனைந்துநிற்கின்றன. இந்த மனநிலையை நீதிமன்றமும் வெளிப்படுத்துவதுதான் அதிர்ச்சியூட்டுகிறது.

சாமானியர்களின் கடைசி புகலிடம் நீதிமன்றத்தின் படிக்கட்டுகளாகத்தான் இருக்கின்றன. நீதிபதிகளின் முன் ஆஜர் படுத்தப்பட்ட பவளம், கணவரிடமிருந்து விவாகரத்து பெற்றுதர வேண்டும் என்று கோரிக்கை விடுக்கிறார்.

ஆனால் நீதிபதிகள் பவளத்திடம், ‘விவாகரத்து என்ன கடையில் கிடைக்கும் பொருளா?’ என்று கேள்வி எழுப்புகின்றனர்.

திவ்யா, அந்தச்செய்தித்தாளை சிரித்துக்கொண்டே கீழே போட்டாள். அந்தச் செய்கையில் நீதிபதிகளையும் சேர்த்தே தூக்கிப்போடுவதுபோல இருந்தது. ‘அது கடையில் கிடைக்காது என்பதற்காகத்தானே கனம் நீதியரசர் அவர்களே அந்தப்பெண் உங்களிடம் கேட்கிறாள். அவளிடம், ‘முறையாக கணவருடன் சேர்ந்து குடும்பம் நடத்து’ என்று அறிவுறுத்துகிறீர்களே... இதுதான் அவள் கோரிக்கைக்கு தீர்வா?’

ஒருவர் கோரும் விவாகரத்துக்கானக் காரணங்களை முறையாக விசாரிக்காமல், ‘போய் குடும்பம் நடத்து’ என்று சொல்வதற்கு உங்களுக்கு அதிகாரம் உள்ளதா கனம் நீதிபதிகளே?

நீங்கள் படித்துவந்த சட்டப்புத்தகங்கள் இப்படியா பேசச் சொல்கின்றன? 'மேலூரில் நடந்த உயிரிழப்பு மற்றும் வன்முறை போன்றவை வருத்தம் அளிக்கின்றன. கணவருடன் பவளம் முறையாகக் குடும்பம் நடத்தியிருந்தால், இதுபோன்ற பிரச்சனைகள் வந்திருக்காது.'

வழக்கின்போக்கே விசித்திரமாக இருக்கிறது. பவளம் கடத்தப்பட்டிருந்தால் ஒழிய, அவரது தனிப்பட்ட விவாகரத்தில் தலையிட யாருக்கும் உரிமை இல்லை. திருமணமான ஒருவருக்கு இன்னொருவருடன் நெருக்கம் வருவதோ, அதன் காரணமாக விவாகரத்து கோருவதோ ஒருவரது அடிப்படை மனித இயல்பும் உரிமையுமாகும். சந்தேகத்தின்பேரில் நடத்தப்பட்ட விசாரணையின்போது நடத்தப்பட்ட தாக்குதலும் அதனாலான மரணமும் அதையொட்டி நடந்த கலவரமும்தான் இங்கே பிரச்சனையே தவிர பவளம் அல்ல.

சட்டப்படி வயதுவந்த ஒருவருக்கு எந்தநிலையிலும் தன் வாழ்க்கையை மாற்றிக்கொள்ள உரிமை உண்டு. நீதிமன்றங்கள் சட்டப்படிதான் இயங்க வேண்டுமே தவிர, நீதியரசர்களின் தனிப்பட்ட ஒழுக்கவியல் பார்வையின்படி அல்ல. மேலூர் சம்பவங்களின் பழி, பவளத்தின்மேல் திருப்பப்படுவது மிகமோசமான ஒரு அணுகுமுறை மட்டுமல்ல, அது பெண்களின் சுதந்திரம் மற்றும் தனிநபர் ஒருவரின் அந்தரங்க வாழ்க்கை மீதான வன்செயல் என்பதில் எந்த சந்தேகமும் இல்லை.

இனியும் இவனோடு/இவளோடு குடும்பம் நடத்த முடியாது என்றநிலைக்கு தள்ளப்படும்போதுதான், 'எனக்கு விவாகரத்து வாங்கிக்கொடுங்கள்' எனும்நிலைக்கு யாரும் வருகிறார்கள். அப்படித்தான் பவளமும் நீதிமன்றத்தில் கேட்கிறார். நீதிமன்றம் அதற்குரிய வழியைத்தான் காட்டவேண்டுமே தவிர, 'விவாகரத்து கடையில் விற்கிற பொருளா?' என எதிர்கேள்வி போட்டு மிரட்டுவது என்ன நியாயம்?

கூடவே பெண்ணுக்கு புத்திமதி சொல்லி குடும்பம் நடத்தச் சொல்லுங்கள் என்று வழிகாட்டுவது மரத்தடி நியாயமாக அல்லவா இருக்கிறது. இந்த விவாதங்களின்போது பவளத்தை, 'நீ' என ஒருமையில் விளித்ததும் என்ன நாகரீகம்?

திவ்யாவுக்குப் பசித்தது. வழக்கமாகக் கொண்டுவந்து வைக்கும் நபர் எப்போதோ வைத்துவிட்டுப் போயிருந்தார். ஆற அமர்ந்து,

நிதானமாக உட்கார்ந்து சாப்பிடுவது, ஆறிப்போயிருந்தாலும் நன்றாகத்தான் இருக்கிறது. கை கழுவிவிட்டு வந்தவள், விட்ட இடத்திலிருந்து மீண்டும் தொடர்ந்தாள்.

மேலூர் கலவரப் பிரச்சனையுடன் தொடர்புடைய பவளம், சென்னை உயர்நீதி மன்ற மதுரை பெஞ்சில் ஆஜர்படுத்தப்பட்டபோது, இரு நீதிபதிகள் உள்ள அந்த அமர்வு, அதைக் கையாண்ட விதம் குறித்து மிகக் கடுமையான அவளது விமர்சனங்கள் இப்போது வேதனையாகவும் வேடிக்கையாகவும் மாறியிருந்தன.

நியாயம் பேசுபவன் இரண்டுதரப்பிலும் நின்று பார்க்க வேண்டும். அதிகாரத்தைக் கை கொள்பவர்கள் ஒருபக்கத்தில் தங்கள் அதிகாரத்தை செலுத்துவதன் மூலம் அல்லது மற்றொரு பக்கத்தைக் கைவிடுவதன் மூலம் அது, தனக்கான வேலையைக் காட்டிவிடுகிறது. பவளம் ஆஜர்படுத்தப்பட்டபோது, நீதிமன்றத்தில் நடந்த விசாரணை குறித்த விவரங்களும், நீதிபதிகள், பவளம், வழக்கறிஞர்கள் ஆகியோரின் விவாதங்களையும் திவ்யா நேரில் கேட்டிருந்தாள்.

பவளம் கணவனுடன் செல்ல விரும்பவில்லை. பெற்றோருடன் செல்ல விருப்பம் தெரிவித்தபோது, நீதிபதிகள், 'பவளம் வயது வந்தவர். அவருக்குச் சுயமாக முடிவெடுக்கும் தகுதி உண்டு என்பதை தெளிவாகச் சொன்னார். வழக்கறிஞர்கள், 'மேலூரில் தற்போது நிலைமை சரியில்லை. அதனால் பெற்றோருடன் அனுப்ப வேண்டாம் என்றபோது, 'நாங்களும் செய்திகளைப் பார்த்தோம் எனச் சொல்லி வழக்கறிஞர்களின் கருத்தை ஏற்று, இரண்டுவார காலத்திற்கு அவர் பாதுகாப்புடன் காப்பகத்தில் இருக்க வேண்டும்' என உத்தரவிடுகின்றனர்.

இடையில்தான் அந்தப்பெண் பவளம், தனக்கு விவாகரத்து வேண்டும் என நீதிபதிகளிடம் கோருகிறார். விவாகரத்து பெறுவதற்கு இந்தியச் சட்டங்களில் சில நடைமுறைகள் உண்டு. ஒருவர் மட்டும் கோரும்போது, அவரது கணவன் அல்லது மனைவியிடமும் கருத்துக்கேட்டு, பின்னரே நீதிமன்றம் முடிவுசெய்ய வேண்டும். இருவருமே ஒன்றாகவந்து விவாகரத்து கேட்டாலும்கூட, ஆறுமாதம் பொறுத்திருந்து அவர்களிடையே மனமாற்றம் ஏற்படுகிறதா, கவுன்சிலிங் மூலம் பிரச்சனையைத் தீர்த்து அவர்களை ஒன்றாக வாழ்க்கையைத் தொடரவைக்க இயலுமா என்றெல்லாம் பார்த்தப் பின்னரே அவர்களுக்கு விவாகரத்து அளிக்கவேண்டும். ஒருவேளை இந்தமுறை மோசம் என்றுகூட ஒருவர் கருதலாம்.

கேட்டவுடன் விவாகரத்து அளிக்கவேண்டும் எனக் கருதலாம். அது சரியாகவும் இருக்கலாம். ஆனால் இன்றைய சட்டத்தில் அதற்கு இடமில்லை.

அந்தவகையில் நீதிபதிகள், 'விவாகரத்து என்பது வேண்டும்போது கடையில் வாங்கக்கூடிய பொருள் இல்லையம்மா. அதற்குச் சில நடைமுறைகள் உண்டு' எனச் சொல்லி, பெற்றோர்களிடம் இதுகுறித்துப் பேசுமாறு அறிவுரைத்து, நீதிபதிகள் இருவரும் கூறியதில் எந்தத் தவறும் இல்லை என்று இப்போது கருதினாள்.

நீதிபதிகள் அந்தப்பெண்ணை, 'நீ', 'உன்' என ஒருமையில் விளித்ததும் பிரச்சனையாக்கப்பட்டிருக்கிறது. அந்தப்பெண்ணின் வயது 24. நீதிபதிகள் நிச்சயம் 50 வயதுக்கு மேற்பட்டவர்களாகத்தான் இருக்க வேண்டும். மகள் ஒத்த வயது. அந்த அடிப்படையில் சொல்லி இருக்கலாம். ஆசிரியர்கள் மாணவிகளிடம் பெரும்பாலும் அப்படித்தானே பேசுகிறார்கள். உரிமை என்பது கரிசனமாகச் சொல். இருந்தபோதிலும் இன்று மாறிவரும் சூழலில் இப்படி அழைப்பதெல்லாம் கூடப் பிரச்சினையாகும். ஆனால் இதையெல்லாம் பிரச்சினை ஆக்குவதில் எந்தப் பொருளுமில்லை.

சென்னை உயர்நீதிமன்றத்தின் மதுரை பெஞ்சிலிருந்து அரசினர் பெண்கள் காப்பகத்துக்கு பவளத்தை அழைத்துச் சென்றது, திவ்யாதான். அங்கே அவள் தங்குவதற்கான நீதிபதிகளின் உத்தரவையும் அதற்கான நடைமுறை ஏற்பாடுகளையும் செய்து விட்டுத்தான் வந்தாள். 'மனம் ஒப்பாத வாழ்க்கை வீண்' என்பதை அவள் நடவடிக்கைகள் காட்டின. ஒப்பாததை ஒப்பவைக்க அழுத்தம் கொடுக்கும்போது, அது வெடித்து விடும் அபாயம் என்பதை அவளது வார்த்தைகள் விவாகரத்தாய்க் கோருகின்றன. எத்தனைப் பெண்களுக்கு இந்த தைரியம் வரும்?

காப்பகத்துக்கு அழைத்துச் செல்லும்போது பவளத்தின் முகத்தில் அலைச்சலின் சோர்வு மட்டுமே இருந்தது. கவலையோ வருத்தமோ இருந்ததாகத் தெரியவில்லை. அதை பிரயத்தனப்பட்டு மறைப்பவளாகவும் அவள் இல்லை. மிக இயல்பாக இருந்தாள். 'என் வாழ்க்கை என் உரிமை' என்பது அவள் செய்கைகளில் இருந்தது. போலீஸ் வாகனத்தின் சல்லடை சன்னல்வழியாக தூரத்தில் தெரிந்த மரஞ்செடிகொடிகளை ஒரு குழந்தைபோல பார்த்துக்கொண்டு வந்தாள். திவ்யாவுக்கு அவள் செய்கை ஆச்சரியமாகவும், 'இத்தனை இயல்பாக இருக்க முடியுமா?' என்று சந்தேகமாகவும் இருந்தது.

திவ்யா தன்னைப் பார்த்துக்கொண்டிருக்கிறாள் என்பதை பவளம் கவனிக்கவும் செய்தாள். அவள் தன்னைப் பற்றி என்னவாக நினைத்துக்கொண்டிருப்பாள் என்ற கற்பனையும் அவளுக்குள் விரிந்தது. 'ஓடிப்போனவள், அடங்காப்பிடாரி, வேறு என்னென்ன பட்டங்களைத் தந்திருப்பாள்?'

இருவர் கண்களும் நேருக்குநேர் சந்தித்துக்கொண்ட தருணத்தில், பவளம் திவ்யாவைப் பார்த்துப் புன்னகைத்தாள். இயல்பானதொரு புன்னகை. அவளது புன்னகை லேசான அதிர்ச்சியைத் தந்திருந்தாலும் அதிலிருந்து உடனடியாக மீண்ட திவ்யா பதிலுக்குப் புன்னகைத்தாள்.

புன்னகை மௌனங்களை திறக்கும் சாவி. எத்தனைக் கடினத்தையும் இலகுவாக்கிவிடும். அங்கே நிலவிவந்த மௌனம் உடைந்து, வார்த்தைகள் உருப்பெற்றன. திவ்யாதான் முதலில் பேசினாள். "கல்யாணத்துக்கு முந்தியே நீ ஒரு முடிவு எடுத்து ருக்கலாமே!"

எல்லோரும் அவளிடம் கேட்க நினைக்கும் கேள்விதான். மனதுக்குள் மட்டுமே கேட்டுக்கொண்ட அந்தக்கேள்வியை இதுவரை யாரும் நேரில் கேட்டதில்லை. எங்கோ பார்த்தபடி சில நிமிடங்கள்வரை அமைதிகாத்த பவளத்தின் கண்களில் முதல்முறையாக கண்ணீர் துளிர்த்தது. கேள்வியில் அணுக்கம் இருந்தது. அந்த அணுக்கத்தை பவளம் விரும்பினாள். கேள்விக்கு பதில் சொல்ல வேண்டும் என்றும் கருதினாள். முதலில் ஒரு வெற்றுச் சிரிப்பைத்தான் உதிர்த்தாள். தலையை லேசாகக் குலுக்கிக் கொண்டாள். மனதின் வெக்கை வார்த்தைகளின் வழியே கசிந்தது. "இப்ப நீங்க கேட்டமாதிரி அப்ப யாரும் எங்கவீட்ல கேக்கல மேடம். பெத்தபுள்ளைய அவங்க ஒரு பொருளாத்தான் பாத்தாங்க. அந்தப்பொருளுக்கு உயிரு இருக்கும். உணர்வு இருக்கும்னு நெனைக்கல. அவங்க சொன்னத செய்யணும். அவங்க எதிர்பாக்குறத நிறைவேத்தணும். அவ்வளவு தான் பெத்தவங்களுக்கும் பெறந்தவங்களுக்குமான உறவு. எல்லா வீடுகள்லயுமே இதுதான் நெலமை. பெத்தவங்களோட ஆசைய புள்ளைங்க நிறைவேத்தணும்ங்க்றது கடமைதான். ஆனா பிடிக்காத விஷயத்தை எப்டி நிறைவேத்துறது மேடம்? அம்மாட்ட எவ்வளவோ சொன்னேன். மாமாதாம்மா என்னிய புள்ளமாதிரி தூக்கி வளத்துச்சு. அதுக்கூட எப்டி குடும்பம் நடத்துறதுனு? ஆசைப்படுறது பெத்தவங்களா இருந்தாலும் வாழப்போறது

புள்ளைங்கதானே! அம்மா மறுபேச்சா சொன்னத காது குடுத்துக் கேக்க முடியல. கடைசியா தூக்குல தொங்கிருவேன்னு மிரட்டுனாங்க. அப்பாவுக்கு ஊர் கௌரவம். யாரோடயும் கௌம்பிப்போற அளவுக்கு அப்ப நான் இல்ல. எம்மனசுல அப்ப யாரும் இல்ல. வேறவழியும் தெரியல. என்னையக் கேக்காமலேயே என்னோட கல்யாணம் முடியுது. என்னையக் கேக்காமலேயே என்னோட வாழ்க்கை நடக்குது. அப்பறம்தான் எம்மனசு என்டருந்து வெலக ஆரம்பிச்சது!"

பவளத்தின் பெருமூச்சுகூட இயல்பானதாக இருந்தது. மாறாத அதே புன்னகையுடன் இருந்தாள். "எனக்குள்ளாற ஒரு கற்பனை நாயகன் உருவானான். அவன் என்னை நேசிச்சான். என்னோட எதிர்பார்ப்ப பூர்த்திசெஞ்சான். என்னோட வாழ்க்கைல அவன் இணைபிரியாத அங்கமா ஆயிட்டான். நான் வேலை செஞ்ச கம்பெனில அந்தக் கட்டரைப் பாத்தேன். என்னோட நாயகனும் அவனும் ஒண்ணா இருந்தாங்க. பேசுவேன். சிரிப்பேன். கிரீட்டிங்ஸ்லாம் குடுத்துருக்கேன். இப்பதான் புரியுது நான் மட்டும்தான் காதலிச்சுருக்கேன்னு. அதுசரி... மனசுக்குப் புடிச்சதெல்லாம் நடந்துருதா என்ன?"

பவளம் பேசப்பேச தனது எண்ணத்தைப் புரிந்துகொள்ளாமல், பாரம்பரியம் பேசும் அப்பா திவ்யாவின் நினைவுகளில் சித்திரமானார்.

"என்னங்க மேடம் போரடிக்கிறேனா? ஆண்களை சார்ந்துதான் பெண்கள் இன்னமும் இருக்கவேண்டிய நிலை இருக்குது. ஆனா ஆண்கள் எல்லாநிலைகள்லயும் பெண்கள வெறும் சதையாத்தான் பாக்குறாங்க. அது குடும்பமா இருந்தாலும் சரி. வெளில வேலையா இருந்தாலும் சரி. ஒருசிலர்தான் பெண்களை பொருளா மதிக்காம, சக உயிரா நினைக்கிறாங்க. அப்டியான ஒருத்தன் கிடைச்சான்னா வரம். உங்களுக்கு கல்யாணம் ஆயிருச்சா மேடம்? இந்த டிரஸ்ல எதுவுமே தெரிய மாட்டேங்குது!"

"இல்ல... இன்னமும் ஆகல" என்றுவிட்டு அமைதியானாள். குற்றம் சாட்டப்பட்டிருக்கும் ஒருநபர், தன் கதையை போகிறபோக்கில் சொல்லிவிட்டுப் போவது ஒன்றும் புதிதில்லை. ஆனால் அவளிடம் ஒரு போலீஸ் அதிகாரி, அதுவும் அவள் பாதுகாப்புக்கு வந்த அதிகாரி, தனது கதையைச் சொல்ல வேண்டுமா?

போலீஸ் வாகனத்தில் அவளை அழைத்துக்கொண்டு பயணிக்கும்போது, அவள் சொன்ன கதைகளில் நியாயம் இருப்பதாக திவ்யா உணர்ந்தாள். ஒரு உரிமைப் போராளியுடன் பயணம்செய்வதாகக் கருதினாள். தனக்கும் இதேநிலை இருப்பதை எண்ணிக் கொண்டாள். அதனால் அவளிடம் சொல்வதில் தவறேதும் இல்லை என்று மனசு சொன்னது. "இன்னும் ஆகலை. எனக்கும் உனக்கிருந்த பிரச்சனை மாதிரிதான். ஆனா இங்கே முறைமாமன் இல்ல. சமயமே வேறயா இருக்கு!"

நேற்றிரவு ஹுயூபர்ட் பேசியிருந்தான். ஏனோ அதைப் பற்றியும் அவளிடம் சொன்னாள். அம்மாவும் பேசியிருந்தாள். "உங்கப்பா, நேத்து மத்தியானம் 'நாம் பெத்தது இவ்ள பிடிவாதமா இருக்கே. இப்பதுகளுக்கெல்லாம் பிடிவாதம்தான் பெருசா போச்சு. சரி... நடக்குறது நடக்கத்தானே செய்யும்'னு மெல்ல தலையாட்டுனாரு. அவரோட பிடிவாதம் தளர்ந்துருச்சுனு நெனைக்கிறேன். ரெண்டுநாள் லீவுபோட்டுவந்து நீ பேசு. ஆயிரும்!' என்று அம்மா சொன்னது, மகிழ்ச்சிதருவதாக இருந்தது. அதையும் அவளிடம் சொன்னாள்.

"போராடுனா நினைச்சபடி நடக்கும்தான் மேடம். ஆனா பெண்கள் அப்டி செய்றதில்ல. நீங்க நெனச்சபடி நல்ல வாழ்க்கை அமையும் மேடம்!" இயல்பாகச் சொல்லிவிட்டு, மறுபடியும் வேடிக்கைப் பார்க்கத் தொடங்கினாள்.

ஹுயூபர்ட்டுக்குத்தான் முதலில் தகவல் சொல்ல வேண்டும் என்று திவ்யா நினைத்திருந்தாள். இப்போது, பொய்க்கோபம் காட்டுவான். பேச்சின் முடிவில் முத்தம் கேட்பான்.

அம்மா சொல்வதுபோல, ஊருக்குப்போய் அப்பாவிடம் பேசுவதற்கு லீவு கிடைக்காது. பவளத்தை நீதிமன்றத்துக்கு அழைத்துப்போகும் பணி அவளுக்கு ஒதுக்கப்பட்டிருந்தது. ஆள் பற்றாக்குறையைக் காட்டி, நடந்து முடிந்த பிரச்சனையைக் காரணம் காட்டி லீவு தரத் தயங்குவார்கள்.

தொடர்ந்து செய்தித்தாள்களையும் வார இதழ்களையும் வாசித்தது சோர்வாகவும் இருந்தது. அறையை ஒதுக்கினாள். சாயங்காலம் பணிக்கும் போகவேண்டும்.

தலைமறைவாக இருந்த, சஸ்பெண்ட் ஆனவர்களில் ஒபி முத்து ஏட்டையாவும் ஒருவர். அவர் எங்கிருந்தோ செல்போனில்

அழைத்தார். 'பக்கத்துல யாருமில்லைல்லம்மா?' என்பதை உறுதிசெய்துகொண்டு, "போஸ்ட் மார்ட்டம் ரிப்போர்ட் வாங்குறப்ப ஏதும் கமெண்ட் அடிச்சீங்களா?" என்று கேட்டார்.

'ஏன் அப்டி கேக்குறாரு!' என்பதைவிட, அதை வாங்கியபோது நாம் என்ன பேசினோம் என்று யோசித்தாள். அவர்களைப் பார்த்து, 'என்ன இப்டி பண்ணிருக்கீங்க?' என்று அதிர்ச்சி விலகாமல், ஏளனமாகப் புன்னகைத்ததும் அதைத்தாண்டி, ஒருசொல்லும் பேசாதது நன்றாகவே நினைவில் இருந்தது. அவள் பார்த்த இளக்காரமானப் பார்வைக்கு ரெஷிடென்ஷியல் டாக்டர்தான், 'போஸ்ட் மார்ட்டம் நடந்தப்ப உங்க எஸ்பியே நேர்ல வந்துருந்தாரு. இப்டிதான் ரிப்போர்ட் வேணும்னு சொன்னாரு. மாவட்டத்துல பெரிய அதிகாரி கேக்கும்போது சிலவேளைகள்ல நாங்க இப்டி செய்யவேண்டி வந்துருது. கவர்ன்மெண்ட சர்வண்ட விட்டுக்குடுக்க முடியாதுல்ல!' என்றார்.

"நான் எதுவும் சொல்லலையே!"

"இல்லம்மா. நீங்க ஏதோ பேசுனதா, எஸ்பி ஆபீஸ்ல பேச்சா இருக்காம். நமக்கு வேண்டிய ஆளு ஒருத்தர் உள்ளே இருக்காரு. அவருதான் தகவல் சொன்னாரு. அதான் கேட்டேன். இந்தப்பயலுக நாமுர்தா பயலுகம்மா. கவனமா இருங்க!" என்றார்.

"ம்." என்று அவரிடம் சொல்லிவிட்டாலும் என்ன செய்துவிடுவார்கள் என்ற தைரியம் அவளிடம் நிறையவே இருந்தது.

செல்போனை அணைத்து ஓரமாக வைத்துவிட்டு, செய்தித்தாள்களையும் வார இதழ்களையும் அடுக்கிவைப்பதற்காக மொத்தமாக அள்ளியவளின் கையில், கட்டம் கட்டிய அந்தச்செய்தி தமிழ்நாடு அரசின் முத்திரையுடன் கண்ணில்பட்டது. ஐம்பது சதுர செண்டிமீட்டர் பரப்பில், 'மேலூர் போலீஸ் ஸ்டேஷன் எரிப்பு சம்பவம் தொடர்பாக தங்களுக்குத் தெரிந்த விவரங்களை ஆர்டிஓ விசாரணையில் யாரும் தெரிவிக்கலாம்' என்று தேதி, இடம் குறிப்பிட்டிருந்தது.

நிதானமாக, அந்தச்செய்தியை ஒன்றுக்கு இரண்டுமுறை திவ்யா வாசித்தாள்.

14

பயிற்சியின்போது, மிகவும் நெருக்கமாக இருந்த உமா, செய்திகளைப் பார்த்துவிட்டு திவ்யாவை அழைத்திருந்தாள். பயிற்சிக்கு இடையில் தொடர்ச்சியாக கிடைத்த மூன்று நாள் விடுமுறையில் அவள்வீட்டுக்கு திவ்யாவும் போயிருந்தாள். அந்த வீட்டில் பெரிய நூலகம் இருந்தது. உமாவின் அப்பா அதில் பத்தாயிரத்துக்கும் அதிகமானப் புத்தகங்களை வைத்திருந்தார். நிறைய புத்தகங்கள் அதிகாரம் குறித்ததாக இருந்தது. மகள் காவல்துறை பணிக்குப் போவதைக் காட்டிலும் கல்வித்துறைக்குப் போகலாம் என்று பரிந்துரைத்ததாக அவரே சொன்னார். "சரி, போலீஸ் வேலைக்குப் போறீங்க. சந்தோஷம். விரும்புறத செய்யணும். அது அதிகாரமிக்க ஒரு துறை. அதிகாரம்ங்க்றது, மக்களுக்கு பயன்படுறதா இருக்கணும். அதை மனசுல வெச்சுக்கிட்டு செயல்படுங்க!" என்று சொல்லி, சில புத்தகங்களை கையெழுத்திட்டுக் கொடுத்தார். "படிச்சுருங்கம்மா. குழப்பமான நேரத்துல பயன்படும்!"

நூலகத்திலுள்ள அத்தனையையும் அவர் படித்துவிட்டதாக உமா சொன்னபோது ஆச்சரியமாக இருந்தது. உமாவின் அப்பாவின் பேச்சில் நிதானமும் துல்லியமும் இருந்தது. அதே நிதானமும்

துல்லியமும் உமாவின் பேச்சிலும் இருக்கும்.

அவள் கேட்ட கேள்விக்கு, "ஆமாப்பா... என்னென்னமோ நடந்துருச்சு!" என்றாள்.

"இங்கேயும் அப்டித்தான் இருக்கு திவி. ஆனா இது ராபரி கேஸ்!"

"ஏன் உமா... இந்த டிபார்ட்மெண்ட்ல நாம நேர்மையா இருக்க முடியாதா?"

"நீயா கேக்குற? ஏன் உனக்கு இப்டியொரு சந்தேகம்? நிச்சயமா இருக்க முடியும்ப்பா. நாம நேர்மையா இருக்குறத யார் தடுக்க முடியும்?"

அவளிடம் பல கதைகள் பேசி முடித்தபோது, மனதுக்கு நிம்மதியாகவும் புத்துணர்வு பெற்றதாகவும் திவ்யா உணர்ந்தாள்.

உமாவின் அப்பா கொடுத்த புத்தகங்களை, அவர் சொன்னதுபோலவே படித்து முடித்திருந்தாள். அதிலுள்ள சில வாசகங்கள் மனப்பாடமாகியிருந்தன. சிலவேளைகளில் அவை அவளுக்குள் திரும்பத் திரும்ப எதிரொலித்தன. தனக்குள் சொல்லிக் கொள்வாள். 'the ability to possess power derives from the individual's ability to control various 'social resources'. The mode of distribution gives to the propertied a monopoly on the possibility of transferring property from the sphere of use as 'wealth' to the sphere of 'capital', that is, it gives them the entrepreneurial function and all chances to share directly or indirectly in returns on capital. These resources can be anything and everything: they might include land, capital, social respect, physical strength, and intellectual knowledge.

The ability to exercise power takes a number of different forms, but all involve the idea that it means the ability to get your own way with others, regardless of their ability to resist you. For example, if we think about an individual's chances of realizing their own will against someone else, it is reasonable to believe that the person's social prestige, class position, and membership in a political group will have an effect on these chances. In terms of understanding the relationship between power and social stratification, the various ways in which societies are organized in hierarchical systems of domination and subordination using the several major concepts' என்று மாக்ஸ் வெபர் சொன்னதை நினைவுபடுத்திக் கொள்வாள்.

காரல்மார்க்ஸ் அவளுக்குப் பிடித்தமான மேதை. அவர்சொன்ன, 'there is a limited amount of power in society, which can only be held by one person or group at a time. These 'groups' are the working and ruling classes' என்பதில் மிகுந்த நம்பிக்கை கொண்டிருந்தாள்.

படித்த புத்தகம், அதிலுள்ள வாசகங்கள் ஒரு மனிதனின் வாழ்க்கையைப் பண்படுத்துமா என்ன? கண்ணில்பட்ட தமிழ்நாடு அரசின் முத்திரையுடன் கட்டம் கட்டிய அந்தச்செய்தியை மீண்டும் ஒருமுறை படித்தாள்.

வேலைநாளின் பரபரப்புக்கு இடையிலும் ஆர்டிஓ அலுவலகம் வெறிச்சிட்டுக் கிடந்தது. விளம்பர அறிவிப்பை எத்தனைபேர் பார்த்திருப்பார்கள் என்று தெரியவில்லை. சினிமா விளம்பரங்களின் அளவுக்கு இதுபோன்ற விளம்பரங்கள் சம்பந்தப்பட்டவர்களைத் தவிர, வேறு யாரையும் ஈர்த்துவிடுவதில்லை. விசாரணை அதிகாரி வந்து காத்திருந்தார். அவரது அழைப்புக்காக வெளியில் நாலைந்து பேர் காத்திருந்தார்கள். அவர்கள் எல்லோருமே முஜம்மின் உறவுக்காரர்கள். தாதாவுடன் வந்திருந்தார்கள். அவர்களைத் தவிர, போலீஸ் செட்டப் செய்து அனுப்பிவைத்த இரண்டுபேர், 'தங்களுக்குத் தெரிந்ததை'ச் சொல்ல வந்திருந்தார்கள்.

விசாரணைத் தொடங்கி ஒவ்வொருவராக அழைக்கப்பட்டு, தகவல்கள் கேட்கப்பட்டன. சம்பிரதாயமாக நடக்கும் ஒரு சடங்குபோல அது போய்க்கொண்டிருந்தது. அதை ஒரு அலுவலர் குறிப்பெடுத்துக் கொண்டார். தாதாதான் முதல்முறையாகக் கொஞ்சம் கோபமாகப் பேசினார். அவருடன் வந்திருந்த இளைஞர், முஜம்மின் உயிரிழக்கக் காரணமானவர்கள் மீது குற்றவியல் நடைமுறைச் சட்டப்படி நடவடிக்கை எடுக்க வேண்டும் என்று இங்கும் சொன்னார்கள்.

'போலீஸ் ஸ்டேஷன் எரிப்பு ஒரு திட்டமிட்ட தாக்குதல்' என்று போலீஸ் செட்டப் செய்து அனுப்பிவைத்த ஆட்கள் அலுங்காமல் சொன்னார்கள். விசாரணை முடிவடையும் தருவாயில் விசாரணை அதிகாரியிடம், ஒரு உதவியாளர் வந்து ஏதோ சொன்னார்.

"வரச்சொல்லுங்க!"

உள்ளே சீருடையில் மேலூர் போலீஸ் ஸ்டேஷனில் பணிபுரியும் பெண் எஸ்.ஐ., திவ்யா வந்தாள்.

விசாரணை அதிகாரி அவளை ஆச்சரியமாகப் பார்த்தார். உட்காரச் சொன்னார். லேசாகத் தலையாட்டினார்.

“பணியில நேர்மையா இருக்கணும்னு ஆசைப்படுற நான், மேலூர் சம்பவம் தொடர்பா எனக்குத் தெரிஞ்ச விவரங்களையும் சொல்லணும்னு விரும்புறேன்.”

சில நிமிடங்கள் அங்கே அமைதி சூழ்ந்திருந்தது. ஒருவர் முகத்தை ஒருவர் பார்த்துக்கொண்டார்கள்.

தனது பணியில் இதுவும் ஒருபகுதி என்று கருதிய திவ்யா, வாயைத் திறந்தாள்.

மாலை பேருந்து நிலையம் முன்பு, போக்குவரத்தை ஒழுங்குபடுத்திக் கொண்டிருந்தாள், திவ்யா. இத்தனைச் சின்ன ஊரில் எத்தனை வாகனங்கள். நான்குவழிப்பாதை இருந்தும் மதுரையிலிருந்து புறப்படும் எல்லா பேருந்துகளும் உள்ளே வந்துதான் போகின்றன. சுற்றுகிராமத்து மக்கள் மாலைநேர ‘பர்சேஸ்’க்கு மேலூர் வந்துசெல்வதை பொழுதுபோக்காகக் கொண்டிருப்பதும் மாலைநேர நெரிசலுக்குக் காரணமாக இருந்தது. தனியார் பேருந்துகள் அப்படியப்படியே நடுரோட்டில் நிறுத்தி, பயணிகளை ஏற்றுவதும் இறக்குவதும் என்ன பழக்கம் இது? சாலைகுறித்த விழிப்புணர்வே இல்லாத வாகன ஓட்டிகள்!

நிலுவையிலிருந்த திருட்டு வழக்கு ஒன்று தொடர்பாக விசாரணைக்கு இருசக்கர வாகனத்தில் புதிய ஏட்டையா ஒருவருடன் அழகர்கோவில் சாலைக்குப்போய்விட்டு, பெரியாஸ்பத்திரி, கடைவீதி வழியாகவந்த எஸ்ஐ., கடம்பன் பேருந்து நிலைய சந்திப்புக்கு வந்தார். “மேடம், ஏதாச்சும் உதவி வேணுமா?” என்று வண்டியை நிறுத்திவிட்டுக் கேட்டார். அவரைப் பற்றிய தகவல்கள் அவளுக்குத் தெரிந்திருந்தன. காவல் துறையில் அபூர்வமான மனிதன் என்ற பெயர் அவருக்கிருந்தது. திருட்டு வழக்கு ஒன்றில் கைப்பற்றப்பட்ட நகைகளில் பெரும்பங்கைக் கொள்ளையடிக்கும் துறை ஆட்களைக் கண்டித்ததால், அவர் மீது புகார்களை அவர்களே எழுதி, அவர்களே நடவடிக்கை எடுப்பது வாடிக்கையாக இருந்தது.

“ரொம்ப தேங்க்ஸ் சார். பெருசா இன்னிக்கு டிராபிக் இல்ல. நாங்க மூணுபேரு இருக்கோம். கவனிச்சுக்குறோம்” என்றாள். அவர்

சிரித்துக்கொண்டே வண்டியை ஸ்டார்ட் செய்தபோது, சைரன் சத்தம் கேட்டது. வண்டியைவிட்டு கீழிறங்குமுன், அவர்களை எஸ்பியின் காரும் அதிரடிப்படை வாகனமும் நெருங்கி, அந்த இடத்தில் மெதுவாக ஊர்ந்து, பின்பு வேகம் எடுத்துப்போனது. அங்கிருந்த துறை சார்ந்த அத்தனைபேரும் எஸ்பிக்கு முறையான சல்யூட் அடித்தனர்.

பவளத்தை அழைத்துக்கொண்டு சென்னை உயர்நீதிமன்றத்தின் மதுரை பெஞ்சுக்குப் போக திவ்யா பாதுகாப்பகத்துக்குப் போனபோது, அங்கே வேறு இரண்டுபேர் வந்திருந்தார்கள். அவர்களிடம், ‘‘நான்தானே அழைத்துப் போகவேண்டும்’’ என்று பேசிக்கொண்டிருந்தாள். அப்போது, மாவட்ட காவல் கண்காணிப்பாளர் அலுவலக இன்ஸ்பெக்டர் செல்போனில் அழைத்தார். “பதினோரு மணிக்கு நீங்க எஸ்பிய சந்திக்கணும்!” என்றார்.

தலைமறைவாக இருக்கும் ஓபி ஏட்டையா முத்து, செல்போனில் அழைத்துச் சொன்னது நினைவில் வந்தது. பதினோரு மணிக்கு சிலநிமிடங்கள் முன்பே போய், அங்கே தான் வந்திருக்கும் தகவல் சொல்லிவிட்டு, விசிட்டர்ஸ் இருக்கையில் அமர்ந்தாள். எதிரே ஒரு இருக்கையில் கடம்பன் அமர்ந்திருந்தார். அவளைக் கண்டதும் புன்னகைத்தார். ‘என்ன விஷயமா கூப்டுருக்காங்க!’ என்பது தெரியாமல் இரண்டுபேருமே ஒருவரையொருவர் பார்த்துக்கொண்டார்கள். எஸ்பி., கேபினிலிருந்து வெளியே வந்த இன்ஸ்பெக்டர், “கடம்பன் உள்ளே போங்க!” என்றார். அவர் வந்ததும் தன்னைக் கூப்பிடலாம் என்று சாவகாசமாக அமர்ந்தவளைப் பார்த்து, “நீங்களும் போங்க!” என்றார். ஒருசேர இரண்டுபேரையும் அழைக்கிறார்கள் என்றால், புதிதாக ஏதாவது அசைன்மெண்ட் இருக்கலாம் என்று கருதினாள்.

அடுத்தடுத்து உள்ளே நுழைந்த அவர்கள் அடித்த சல்யூட்டை அலட்சியமாகப் பார்த்த எஸ்பியின் முகத்தில் கடுகடுப்பு இருந்தது. “என்னய்யா நீ நெனச்சுக்கிட்டுருக்க. மறுபடியும் பொம்பள ஷோக்கு ஆரம்பிச்சுட்டியா? நேத்துப் பாக்குறேன். இந்தம்மாவோட சிரிச்சுப் பேசிக்கிட்டுருக்க. டூட்டி பாக்கச் சொன்னா, உங்க பெர்சனல் டூட்டி பாக்குறீங்களோ... ஒழுங்கா இரு. முப்பத்தஞ் சாவது தடவையா டிரான்ஸ்பர் போட வெச்சுறாத!”

கடம்பன் எதையும் கண்டுகொள்பவராக இல்லை.

சிரித்துக்கொண்டார். நேர்மையான ஓர் ஆணை நிலைகுலையச் செய்ய அவன் மீது பாலியல் குற்றம் சாட்டினால் போதும். அதுதான் இங்கே நடக்கின்றது என்பதை அவர் அறிந்திருந்தார். "சார், இது இருபாலினமும் சேர்ந்து வேலை செய்ற துறை சார். இவங்கட்ட நான் நேத்து பேசுனது உண்மைதான் சார். வேலைல ஏதாச்சும் உதவணுமான்னுதான் கேட்டேன். அப்ப உங்க கார் கடந்ததையும் பாத்தேன் சார். சல்யூட் பண்ணுனேன்."

"ஷிட். எதுத்தா பேசுற? போ வெளியே!"

இதெல்லாம் பழகிப்போயிருந்த அவர், ஒரு சல்யூட் வைத்துவிட்டு வந்துவிட்டார். திவ்யா பக்கமாகத் திரும்பிய மாவட்ட காவல் கண்காணிப்பாளர், "செலக்ஷன்போதே சட்டம் பேசுனியாமே. நீ பெரிய ரெபலா? புரட்சி பண்ணனும்னா யூனிபார்ம கழட்டிவெச்சுட்டுப் பண்ணு. என்கொயரில வாலண்டரியா அட்டண்ட் பண்ணி உண்மைய பேசுறேன்னு சொன்னியாமே! யார் உனக்கு இந்த அதிகாரத்தைத் தந்தது? நீதானே போஸ்ட் மார்ட்டம் ரிப்போர்ட் வாங்கப்போனது. அங்கே சுப்பீரியர்ஸ கமெண்ட் பண்ணுனியாமே... எனக்குக் கீழே வேலை செய்றப்ப, இந்த ஜோலியெல்லாம் பாக்கக் கூடாது. பொம்பளைனு பாக்குறேன். தண்ணியில்லாதக் காட்டுக்கு தூக்கிப்போட்டுருவேன். போ!" என்றார்.

தான்செய்த தப்பை மறைக்க, தன் மீது அதிகாரம் செலுத்திய மாவட்ட காவல் கண்காணிப்பாளரை திவ்யா கூர்ந்துபார்த்தாள். பின்பு சொற்களை மிக அழகாக அடுக்கி நிதானமாகச் சொன்னாள். "ஒருத்தர் மேல சார்ஜ் வைக்கணும்னா, அதுல கொஞ்சமாவது உண்மை இருக்கணும் சார். இனி சார்ஜ் வைக்கும்போது, அதுல உண்மை இருக்கானு பாத்துக்கோங்க!" சல்யூட் வைத்து விட்டு, கம்பீரமாகத் திரும்பி, கதவைத் திறந்துகொண்டு வெளியே வந்தாள். நடையில் எதையும் சந்திக்கும் அசாத்திய அழுத்தமும் சொல்லவேண்டியதை சொல்லிவிட்ட திருப்தியும் இருந்தது.

தெளிவான பாதையில் தான் நிதானமாக நடப்பதாக உணர்ந்தாள்.

டிரான்ஸ்பர் அல்லது சிறுதண்டனைக்கானக் குறிப்பு வந்துசேரும். ஒருவேளை சஸ்பென்ஷனும் வரலாம். திவ்யா எதிர்பார்த்திருந்தாள்.

□□□